நித்தியவல்லியின் கடனக்கழிப்பு

# நித்தியவல்லியின் கடனக்கழிப்பு

**அ.கா. பெருமாள்** (பி. 1942)

நாட்டார் வழக்காற்றியல் ஆய்வாளர், கிராமங்களில் சிதறிக் கிடக்கும் பன்முகத்தன்மை கொண்ட பண்பாட்டைச் சேகரித்து ஆராய்வது இவரது பணி. இவர் பதிப்பித்ததும் எழுதியதுமான நூல்கள் நூறு. தமிழக அரசின் சிறந்த நூலாசிரியர் விருதை 'தென்னிந்தியத் தோல்பாவைக் கூத்து' (2003), 'தென்குமரியின் கதை' (2004) ஆகிய நூல்களுக்காக இருமுறை பெற்றிருக்கிறார்.

இவரது முக்கியமான நூல்கள்: 'நாட்டார் நிகழ்த்துக் கலைக்களஞ்சியம்' (2001), 'தெய்வங்கள் முளைக்கும் நிலம்' (2003), 'ஆதிகேசவப் பெருமாள் ஆலயம்' (2006), 'தாணுமாலயன் ஆலயம்' (2008), 'இராமன் எத்தனை இராமனடி' (2010), 'வயல்காட்டு இசக்கி' (2013), 'முதலியார் ஓலைகள்' (2016), 'சீதையின் துக்கம் தமயந்தியின் ஆவேசம்'(2018), 'தமிழறிஞர்கள்' (2018), 'தமிழர் பண்பாடு' (2018), 'பூதமடம் நம்பூதிரி' (2019), அடிமை ஆவணங்கள் (2021).

| | |
|---|---|
| முகவரி: | 471-53B2, 'ரம்யா',<br>கவிமணி நகர்<br>தெ.தி. இந்துக் கல்லூரி தெற்கு<br>நாகர்கோவில் 629 002 |
| கைபேசி: | 9442077029 |

அ.கா. பெருமாள்

# நித்தியவல்லியின் கடனக்கழிப்பு

காலச்சுவடு பதிப்பகம்

● அன்பார்ந்த வாசகருக்கு,

வணக்கம்.

காலச்சுவடு நூலை வாங்கியமைக்கு நன்றி.

நூலின் உள்ளடக்கம், உருவாக்கம், அட்டைப்படம் இன்ன பிற அம்சங்கள் பற்றிய உங்கள் கருத்துகளையும் ஆலோசனைகளையும் காலச்சுவடு வரவேற்கிறது. தகவல், எழுத்து, வாக்கியப் பிழைகள் தென்பட்டால் அவசியம் தெரிவித்து உதவுங்கள். நூல் தயாரிப்பில் கடும் குறைபாடு இருப்பின் மாற்றுப் பிரதி உங்களுக்குக் கிடைக்கக் காலச்சுவடு ஏற்பாடு செய்யும்.

மின்னஞ்சல்: **publisher@kalachuvadu.com**

காலச்சுவடு நாகர்கோவில் அலுவலகத்துக்குக் கடிதம் அனுப்பலாம்.

தங்கள்

எஸ்.ஆர். சுந்தரம் (கண்ணன்)
பதிப்பாளர் – நிர்வாக இயக்குநர்

நித்தியவல்லியின் கடனக்கழிப்பு ♦ கட்டுரைகள் ♦ ஆசிரியர்: அ.கா. பெருமாள் ♦ © அ.கா. பெருமாள் ♦ முதல் பதிப்பு: டிசம்பர் 2024 ♦ வெளியீடு: காலச்சுவடு பப்ளிகேஷன்ஸ் (பி) லிட்., 669, கே.பி. சாலை, நாகர்கோவில் 629001

காலச்சுவடு பதிப்பக வெளியீடு: 1253

**nittiyavalliyin kaTanakkazippu** ♦ Essays ♦ Author: A.K. Perumal ♦ © A.K. Perumal ♦ Language: Tamil ♦ First Edition: December 2024 ♦ Size: Demy 1 x 8 ♦ Paper: 18.6 kg maplitho ♦ Pages: 192

Published by Kalachuvadu Publications Pvt. Ltd., 669 K.P. Road, Nagercoil 629001, India ♦ Phone: 91-4652-278525 ♦ e-mail: publications @kalachuvadu.com ♦ Printed at Mani Offset, Chennai 600077

ISBN: 978-81-19034-71-0

12/2024/S.No. 1253, kcp 4799, 18.6 (1) ass

விசு, ரம்யா, ஷாலினி, ப்ரீத்திகா
ஆகியோருக்கு

# பொருளடக்கம்

| | |
|---|---|
| *முகவுரை* | 11 |
| **களஆய்வு அனுபவம் / வரலாறு** | |
| 1. நித்தியவல்லியின் கடனக்கழிப்பு | 17 |
| 2. மூதேவி சாகாளோ | 26 |
| 3. வைகாசி இராமாயணம் கேட்ட கதை | 31 |
| 4. சதி மாதாவின் கணவனின் வைப்பாட்டி | 38 |
| 5. உச்சியும் உளுவனும் | 46 |
| 6. காலந்தோறும் பார்வையாளர்கள் | 54 |
| 7. கோவில் ஆய்வுச் சேகரிப்பின் சிக்கல்கள் | 59 |
| 8. துச்சாதனன் வடக்கே பார்த்துக் கையைச் சுற்றினான் | 68 |
| 9. திருவள்ளுவரின் ஞான வெட்டியான் | 71 |
| 10. பண்பாட்டு வரலாற்றைத் தேடலாம் | 76 |
| 11. பாரதியும் திருவிதாங்கூரும் | 81 |
| 12. அத்துவானக் காட்டில் நீலி | 89 |
| 13. வட்டார வரலாறு கல்வியின் பகுதி ஆகட்டும்! | 95 |
| 14. மாட்டு வைத்தியர் பரதேசியா பிள்ளை | 100 |
| 15. என் ஊருக்குப் பச்சைகுத்த வந்த கொந்தளக்காரி | 107 |
| 16. பிளேக் சிந்து | 110 |
| 17. குழி தோண்டப் பணமில்லை | 115 |

நாட்டார் கலைகள்

| | | |
|---|---|---|
| 18. | ஓவியச் சக்கரவர்த்தி ராஜா ரவிவர்மா | 123 |
| 19. | சடங்கில் கரைந்த கலைகள் | 136 |
| 20. | தமிழக நாட்டார் நிகழ்த்துக் கலைகள் | 149 |
| 21. | கேரள இசைக்கருவிகளில் தமிழின் அடையாளம் | 157 |
| 22. | டாக்டர் பட்டங்கள், விருதுகள், பாராட்டுகள் | 169 |
| 23. | வில்லிசைக் கலைஞர் சாத்தூர் பிச்சைக்குட்டி | 173 |
| 24. | இயற்கையிலிருந்து எடுத்துக்கொண்டார்கள் | 178 |
| 25. | பண்டைய தமிழகத்தில் நாட்டார் நிகழ்த்துக் கலைகள் | 184 |

## முகவுரை

காலச்சுவடு அலுவலகத்துக்கு லண்டனிலிருந்து சச்சிதானந்தன் சுகிர்தராஜா வந்திருந்தார் (2023 ஜூலை); பார்க்கப் போனேன். முதல் அறிமுகம். பார்த்ததும் "நித்தியவல்லி எப்படி இருக்கிறாள்?" என்று கேட்டார். நித்தியவல்லியின் கடனக்கழிப்பு கட்டுரை காலச்சுவடில் (2022 ஜனவரி) படித்ததும் அனுபவத்தைச் சொன்னார். அந்தக் கட்டுரையைப் படித்துவிட்டு எனக்கு மின்னஞ்சல், வாட்ஸ்அப், தொலைபேசியில் பேசியவர்கள் நித்தியவல்லியைப் பற்றி விரிவாக எழுதியிருக்கலாமே என்றார்கள்.

'வயல்காட்டு இசக்கி' என்ற என் நூல் (காலச்சுவடு பதிப்பகம் 2015) வெளிவந்தபோது கடலூர் சீனு அதன் முதல் கட்டுரையைப் படித்து விட்டு விரிவாக எழுதி விளம்பரப்படுத்தினார். அந்தப் புத்தகம் நான்காம் பதிப்பைக் கடந்துவிட்டது. அதிலுள்ள களஆய்வில் சேகரித்த வழக்காறு சார்ந்த கட்டுரைகள் எல்லா வாசகர்களுக்கும் பிடித்திருக்கின்றன.

இந்தத் தொகுப்பில் 25 கட்டுரைகள் உள்ளன. இவை காலச்சுவடு, இந்து தமிழ் திசை, உங்கள் நூலகம், காக்கைச் சிறகினிலே, மானுடம், காவ்யா ஆகிய இதழ்களில் வந்தவை; சில கருத்தரங்கில் படிக்கப்பட்டவை. இந்தக் கட்டுரைகளை களஆய்வு அனுபவம் (17 கட்டுரைகள்), நாட்டார் கலைகள் (8 கட்டுரைகள்) என்னும் தலைப்பில் இங்கு தொகுத்திருக்கிறேன்.

இவை எல்லாமே நாட்டார் வழக்காறுகளுடன் தொடர்புடையன. குறிப்பாக 17 கட்டுரைகள் வழக்காற்றுச் செய்திகளின் அடிப்படையில் எழுதப்பட்டவை. களஆய்வு செய்துவருவதை நான் வேள்வியாக நடத்துகிறேன். உடலும் உள்ளமும் தளர்ந்துவிட்டாலும் ஏதோ ஒரு உந்துசக்தி என்னைப் பின்னின்று நகர்த்துகிறது. நாடோடியாக அலைந்து தோல்பாவைக்கூத்து நடத்திக்கொண்டிருந்த முத்துசாமி ராவைச் சாத்தான்குளம் அருகே 2023 ஆகஸ்டில் ஒரு குக்கிராமத்தில் சந்தித்தேன். கூடவே ஆங்கில இந்து நாளிதழ் மூத்த நிருபர் கோலப்பனும் கல்வெட்டாய்வாளர் செந்தீ நடராசனும் வந்திருந்தனர். முத்துசாமி ராவைச் சந்தித்தபோது எனக்குத் தோல்பாவைக் கூத்து பற்றிப் புதிய செய்திகள் கிடைத்தன. அவரது நிகழ்ச்சிகளை இரவு பத்து மணிக்குப் பார்த்தேன். அவரது பேச்சு உரையாடல் எல்லாம் 50களில் கோபாலராவ் நடத்திய மாதிரி இருந்தது. என்றாலும் புரிந்தது. முத்துசாமிக்கு உலகத் தொடர்பு இல்லை. அறிவார்ந்த பார்வை யாளர்கள் இல்லை, உறவினர்கள், நண்பர்கள் என்று யாரும் இல்லை. அரசு நிகழ்ச்சி, பொது நிகழ்ச்சி எவையும் அவர் பார்த்த தில்லை. கடந்த 40 ஆண்டுகளாகக் குக்கிராமப் பார்வை யாளர்களுக்கு மட்டுமே நிகழ்த்துகிறார். நகரத் தாக்கம் கொஞ்சமும் அவரிடம் இல்லை. ஆதார் அட்டை, ரேஷன் கார்டு எல்லாம் கிடையாது. இதுவரை அவர் வாக்களித்ததுமில்லை. இப்படியான ஒரு கலைஞரின் கலை நிகழ்ச்சிகளைப் பார்க்க இரண்டு மூன்றுமுறை சென்றேன்.

இதுபோன்ற புதிய அனுபவங்கள் சில சமயம் முன்பு எழுதிய செய்திகளைப் பரிசீலனை செய்யவைத்திருக்கின்றன.

களஆய்வு செய்ய ஆரம்பித்த 70களின் கடைசியிலிருந்து இதுவரை பெற்ற அனுபவத்தில் நாட்டார் கலைகள் வழிபாடு தெய்வங்கள் குறித்த புதிய செய்திகளைத் தொடர்ந்து கேட்டுவருகிறேன். நாட்டார் கலைஞர்கள் கலை நிகழ்ச்சி நடத்தும்போது, படும் அனுபவங்களில் பெரும் மாற்றமில்லை. கடந்த 40 ஆண்டுகளாக வில்லுப்பாட்டு நிகழ்த்தும் ஒரு கலைஞர், "என்னதான் காவிரியாறு கஞ்சியாப் போனாலும் நாய்க்கு நக்கிதான் குடிக்கணும். எங்க நிலையும் அதுதான்; மரியாதை மதிப்பு எல்லாம் அப்படியே தொடருகிறது" என்றார்.

களஆய்வு அனுபவத்தை இனிப் பெற முடியாது என்று தோன்றுகிறது. இந்த வரிசையில் இந்த நூல் என் கடைசி நூலாகக்கூட இருக்கலாம்.

இத்தொகுப்பில் உள்ள கட்டுரைகளை வெளியிட்ட இதழ் ஆசிரியர்களுக்கு நன்றி; கருத்தரங்குக் கட்டுரைகளை வெளியிட அனுமதியளித்த பேராசிரியர்களுக்கு நன்றி; எப்போதும் என் நலனில் அக்கறை கொண்ட பேரா. தெ.வே. ஜெகதீசன், செந்தீ நடராசன் ஆகியோருக்கு என் வணக்கம். இந்நூலை வடிவமைத்த வள்ளியூர் வி. பெருமாள், அட்டை தயாரித்த மு. மகேஷ், இக் கட்டுரைகளைத் திருத்திய களந்தை பீர்முகம்மது, அரவிந்தன், எஸ். செந்தில்குமார் ஜி.ஆர். மணிகண்டன் ஆகியோருக்கும் நன்றி.

நாகர்கோவில் **அ.கா. பெருமாள்**

*25.11.2023*

# களஆய்வு
# அனுபவம் / வரலாறு

# 1

# நித்தியவல்லியின் கடனக்கழிப்பு

'க்ரியா' தமிழ் அகராதியில் 'கடனுக்கு' என்னும் சொல்லுக்கு 'எந்தவித ஈடுபாடும் இல்லாமல் வெறும் கடமை' என்னும் பொருள் உள்ளது. இதைப் பயன்படுத்துவதற்கு உதாரணமாகக் கொடுக்கப் பட்ட சொற்றொடர், "வெள்ளம் பாதிக்கப்பட்ட இடங்களுக்கு அதிகாரிகள் கடனுக்கு வந்துவிட்டுப் போனார்கள்" என்பது. க்ரியாவிற்கு முந்திய அகராதி களில் குறிப்பாகத் தமிழ் லெக்சிகனில் கடனுக்கு என்னும் சொல் தனியாக இல்லை.

தமிழ் லெக்சிகன் 'கடன் கழித்தல்' என்ற சொற்றொடர்க்கு முதற்பொருளாகக் கடமையைச் செய்தல் என்று கூறும். இச்சொல் வில்லிபாரதத்தில் இதே பொருளில் வருகிறது. இச்சொல்லுக்கு மத ஆசாரங்களுக்குரிய கிரியைகள் செய்தல் என்னும் பொருளையும் லெக்சிகன் தருகிறது. இதற்கு 'மனமின்றிச் செய்தல்' என்னும் பொருளும் உண்டு. இது மேற்கு வழக்கு என்றும் லெக்சிகன் குறிப்பிடுகிறது.

தமிழ் லெக்சிகனில் இல்லாத கடனுக்கு என்ற சொல் க்ரியா அகராதியில் (முதல் பதிப்பு 1992) சேர்க்கப்படக் காரணம் என்ன? அத்தோடு இதன் பயன்பாட்டை அரசு அதிகாரிகளின் கடமையைச் சார்த்தியும் கூறுகிறது. இச்சொல்லின் பயன்பாட்டுத் தொடரைப் பண்பாட்டு மாற்றமாகக்

கொள்ளலாம். விருப்பமில்லாமல் கடமையைச் செய்தல், ஒப்புக் காகச் செய்தல், ஒழுங்குமுறையின்றிச் செய்தல் என்றெல்லாம் பொருள் விரியுமளவுக்கு இச்சொல் இன்று வழக்கில் வந்துவிட்டது.

'கடனக் கழித்தல்' என்னும் பேச்சுவழக்குச் சொல்லை ஊடகங்களும் பயன்படுத்துகின்றன. இது எல்லா துறைகளுக்கும் பொதுவாகிவிட்டது. பெற்ற மகனுக்கோ கணவனுக்கோ செய்யும் காரியங்களைக்கூடக் கடனுக்காகச் செய்கிறேன் என்று சொல்லும்படியாக ஆகிவிட்டது. நாட்டார் தெய்வ விழாச் சடங்குகள், வாழ்க்கை வட்டச் சடங்குகள் போன்றவைகூடக் கடனக் கழிப்புக்காகச் செய்யப்படும் சூழல் இன்று உருவாகி விட்டது. 'சடங்கு' என்னும் சொல்லும் கடனக்கழிப்பு என்னும் அர்த்தத்தில் வழங்குகிறது. எல்லா துறைகளிலும் கடனக் கழிப்பிற்காக வேலை செய்கிறவர்கள் இருக்கிறார்கள். இந்த எண்ணிக்கை பெருக ஆரம்பித்துவிட்டது.

நாட்டார் தெய்வக் கோவில்களின் விழாக்களில் முக்கிய தெய்வத்திற்கும் துணைத் தெய்வங்களுக்கும் மரபுவழியான சடங்குகள், படைப்புகள், சாமியாட்டங்கள் எல்லாம் ஒழுங்காக நடந்த காலம் மலையேறிவிட்டது. (நாட்டார் கோவில் சாமி யாடியின் அருள் இறங்குவது 'மலையேறிவிட்டது' என்னும் அர்த்தத்தில் வழங்குகிறது.)

இப்போது துணைத் தெய்வங்களின் சடங்குகள் கடனக் கழிப்புக்காக நடக்க ஆரம்பித்துவிட்டன. நான் முத்தாரம்மன் கோவில் விழா ஒன்றிற்குப் போயிருந்தபோது உள்ள அனுபவம் அப்படி.

அந்த அம்மன் கோவிலின் வெளிப்பகுதியில் இருந்த புளியடிப் போத்திக்கு மண்பீடம் உண்டு. அவித்த முட்டை, சுட்ட கருவாடு, கருப்புக்கட்டி, அரிஷ்டம் (மலிவு விலை மது) என்னும் படையல் அதற்கு முக்கியம்.

செவ்வாய் இரவு புளியடிப்போத்திக்குப் படையலும் ஆட்டமும் உண்டு. அந்த வருஷம் சாமியாட்டக்காரர் இறந்து விட்டார். அவருக்குப் பதிலாக ஆட யாரும் தயாரில்லை. புளியடிப் போத்திக்கு ஆடுபவருக்குப் பெரிய மரியாதையும் கிடையாது; லாபமும் கிடையாது. அன்றைய விழாவில் போத்திக்குப் படையல் போடணுமா என்று கேட்டபோதே, 'கடனக் கழிப்புக்கு ஏதாவது செய்வோம்' என்ற பேச்சு ஆரம்பமாகிவிட்டது.

புளியடிப் போத்திக்கு என்று தனியான உருவம் கிடையாது. கோவில் விழாவின்போது மண்ணைக் குழைத்துப் பூடம் போடுவார்கள். அப்போதிருந்தே கடனக் கழிப்புக்கு இது

என்னும் பேச்சைக் கேட்க ஆரம்பித்துவிடுவார் போத்தி. கோவிலில் அவர் வேண்டா விருந்தாளி. அடுத்த விழாவில் அவருக்குப் பூடமே போட மாட்டார்கள். ரேஷன் அட்டையிலிருந்து இறந்தவரை நீக்குவது மாதிரி கோவில் துணைத் தெய்வப் பட்டியலிலிருந்து நீக்கப்படுவார்.

இவ்வாறாக கடனக்கழிப்புக்காக நடந்த கோவில் சடங்குகளில் எனக்கு மறக்க முடியாத நிகழ்ச்சிகள் நிறைய உண்டு. நாட்டார் கோவில்கள் மட்டுமல்ல நிறுவன சமயக் கோவில்களும் இதில் விதிவிலக்கல்ல.

அது 80களின் ஆரம்பத்தில் இருக்கலாம். கன்னியாகுமரி மாவட்டக் கோவில் ஒன்றில் நடந்த நிகழ்ச்சி. அங்கே நடக்கும் பத்துநாட்கள் விழாவின் இறுதி நாளில் ஆற்றுக்கு ஊர்வலம் செல்வது பழைய மரபு. அது யானை, குதிரை, பல்லக்கு, தவில், நாதஸ்வரம், நையாண்டிமேளம், கரகம் எனப் பெரிய ஊர்வலம்.

அந்தக் கோவில் இருக்கும் ஊருக்குப் பழம்பெருமை உண்டு. திருவிதாங்கூர் அரசர்களில் சிலரின் மனைவிகள் இந்த ஊரைச் சேர்ந்தவர்கள். இங்கே சிறிய கொட்டாரம் (சிறிய அரண்மனை) உண்டு. அதனால் ஆறாட்டு விழா அரசு மரியாதையுடன் நடப்பது வழக்கம். வாளேந்திய வீரர்கள் ஊர்வலத்தில் சென்ற காலம் உண்டு.

திருவிதாங்கூரிலிருந்து கன்னியாகுமரி மாவட்டம் தனியே பிரிந்ததும் கோவில் சடங்குகள் சில இல்லாமல் ஆயின; சில சடங்குகளை விட முடியவில்லை. கடனக் கழிப்புக்காகவாவது நடத்துவது என்று பக்தர்கள் சங்கம் முடிவு செய்தது. அவற்றில் ஆறாட்டு விழாவும் ஒன்று. அதில் குதிரை, யானை ஊர்வலமும் அடங்கும்.

ஊர்வலத்திற்கு யானை எளிதாகக் கிடைத்துவிட்டது. குதிரை வேண்டும் என்று சிலர் அடம்பிடித்தார்கள். ஒருவர், “வாடகைக்கு எடுக்கலாம் என்றால் இங்கே பொய்க்கால் குதிரை கூடக் கிடையாதே” என்றார். விவாதம் நீண்டது. கடைசியில் ஒருவர் கன்னியாகுமரி அருகே ஒரு ஊரில் ஒருவர் குதிரை வைத்திருக்கிறார், அதைக் கேட்டுப் பார்க்கலாம் என்றார். இரண்டு மூன்றுபேர் கொட்டாரம் போனார்கள்.

அந்தக் குதிரைக்காரர் அதை வளர்ப்பதற்குக் காரணம் இருந்தது. அந்தக் குதிரை ஓடாது; நடக்கக்கூட முடியாது. ஊர்வலத்தில் அலங்கரிக்க அது இடம் கொடுக்காது. ஆனால் அது ஒரு நாளைக்கு இருநூறு ரூபாய்க்குக் குறையாமல் சம்பாதித்தது.

இந்தக் குதிரையை எழுப்பி நிறுத்தினால் கொஞ்சநேரம் மூச்சிளைத்துக்கொண்டே நிற்கும்; அதன் வாயிலிருந்து நுரை வழியும்; குதிரைக்காரர் அதைக் கையால் வழித்து, சேமித்துக் கொஞ்சம் சாராயம் சேர்த்துக் குடிகாரனுக்குக் கொடுக்க, மருந்து தயாரிப்பார். குடிகாரன் இந்த மருந்தைக் குடித்தால் குடியை நிறுத்திவிடுவான்.

இந்த நுரை மருந்தை வாங்கக் குடிகாரர்களின் மனைவிகள் வருவார்கள். ஒருவகையில் குடிநோயாளியைத் திருத்தும் மகத்தான பணியை இந்தக் குதிரை செய்துவந்தது. இப்படியான குதிரையைத்தான் கோவில் பக்தர் சங்கத்தார் ஊர்வலத்துக்கு ஏற்பாடு செய்தனர். இதற்குக் குதிரைக்காரர் சம்மதித்துவிட்டார். ஆனால் ஒரு நிபந்தனை விதித்தார். 'குதிரையை டெம்போவில்தான் கொண்டுவருவேன், அதிலும் என் சொந்த டெம்போவில்' என்றார். வந்தவர்கள் எப்படியானாலும் சரி குதிரை வந்தால் போதும் என்றனர்.

குதிரைக்குத் தனி வாடகை, டெம்போவுக்குத் தனி வாடகை எனப் பேசி முடித்தனர். "எப்படியாவது குதிரை வந்தால் போதும். மூலத்திருநாள் அரசர் காலத்தில் குதிரைப் பட்டாளமே வந்தது" என்றார் அரச பரம்பரையில் வந்ததாகச் சொல்லிக்கொண்ட ஒருவர்.

விழா அன்று டெம்போவில் குதிரை வந்தது. யானை நடந்துவந்தது. சுவாமி குதிரை வாகனத்தில் வந்தார். மரத்தாலான வாகனக்குதிரை விழாமல் இருக்கக் கயிறு வைத்துக் கட்டி யிருந்தார்கள். அது அறநிலையத்துறை குதிரை வாகனம். கட்டாமல் இருந்தால் அது நிமிர்ந்து நிற்காது.

ஊர்வலம் புறப்பட ஆரம்பித்ததும் டெம்போவில் இருந்த குதிரையை எழுப்பிவிட்டார் குதிரைக்காரர். எச்சிலை வழிக்க எழுப்புகிறார் என்று அது நினைத்தது. குதிரைக்காரர் எச்சிலை வழித்ததும் பசும்புல் கொடுப்பார். இப்போது குதிரை எழுந்துநின்றது. கொஞ்ச நேரத்தில் குதிரை டெம்போவில் அமர்ந்து விட்டது. ஊர்க்காரர்கள் குதிரைக்காரரை முறைத்தார்கள்; குதிரையை எழுப்பு என்றார்கள். "அவர் இனி அடுத்த எச்சி வழிப்பிற்குத்தான்; நுரை சேர வேண்டாமா" என்றார். அவர் சொன்னது மற்றவர்களுக்குப் புரியவில்லை. டெம்போவில் குதிரை படுத்துவிட்டது.

அடுத்தநாள் தினப்பத்திரிகைகளில் "யானை குதிரை ஊர்வலம்; சுவாமி பிரம்மாண்டமான குதிரை வாகனத்தில் வந்தார்" என்ற செய்தி இருந்தது. ஊர் மக்களுக்குத் திருப்தி.

பக்தர்கள் சங்கத் தலைவரிடம் ஊர்வலம் பற்றிப் பேசியபோது "இதெல்லாம் சடங்குதானே; சடங்குன்னா என்ன; கடனக்கழிப்பு; அடுத்தவனைத் திருப்திபடுத்துனா சடங்கு" என்றார்.

○

"ஏய் ஒன் ஊரு எது" – கரகாட்டக் கோமாளி.

"ஊரா? முதலெழுத்து பு... கடைசி எழுத்து டை" – கரகாட்டப் பெண் கலைஞர்.

"ஏய் பின்ன ஒங்கிட்ட இருக்கே ஒண்ணு; அப்பளம் மாதிரி; அதக் கேட்கல்ல" – கோமாளி.

"புதுக்கோட்டைன்னு சொல்ல வந்தேன்" – கரகாட்டப் பெண் கலைஞர்.

"சரி ஒன் பேரென்ன" கோமாளியைக் கேட்டாள் – இன்னொரு கரகாட்டப் பெண் கலைஞர்.

"அதுவா முதலெழுத்து 'சு...' கடைசி எழுத்து 'ணி' கண்டுபிடி பார்க்கலாம்" – கோமாளி.

"ஏய் உங்கிட்ட உள்ள வாழத்தண்டக் கேக்கல்ல; ஒன் பேரக் கேட்டேன்" – கரகாட்டப் பெண் கலைஞர்.

"ஓ அதுவா சுப்பிரமணி" – கோமாளி.

திருநெல்வேலி மாவட்டம் தாமிரபரணி கிராமத்தில் பதிவு செய்த உரையாடல் இது. பெருமளவில் நகரத் தாக்கம் இல்லாத இந்தக் கிராமத்தில் ஊசிக்காட்டுச் சுடலைக் கோவில் விழாவில் நடந்த கூட்டத்திற்கு இளைஞர்களே பணம் கொடுத்து இந்தக் குழுவை வரவழைத்தார்கள் என்று பிறகு அறிந்தேன். இந்த ஆட்டம் நடந்த இடத்திற்குப் பெரியவர்களோ சிறுவர்களோ வரவில்லை. விழா நடக்கும் கோவிலுக்குச் சற்றுத் தொலைவில் தனி நிகழ்ச்சியாக இது நடந்தது. இப்போது இந்த நிலை கொஞ்சம் கொஞ்சமாக மாறிவருகிறது.

இதுபோன்ற நிகழ்ச்சிகள் சிலவற்றை முழுதும் நான் பதிவு செய்தாலும் கரகாட்டக் கலைஞர்களைத் தனிப்பட்ட முறையில் சந்தித்து உரையாடியதில் கிடைத்த செய்திகள் வித்தியாச மானவை.

ஊரின் ஒதுக்குப்புறங்களில் பின்னிரவில் நடக்கும் கரகாட்ட நிகழ்ச்சிகளைப் புதிதாகப் பார்ப்பவருக்குச் சில விஷயங்கள் புரியாது. கரகாட்டக்காரக் கலைஞர்களும் கோமாளியும் உரையாடும்போது சைகைகளிலேயே பேசுவார்கள். அப்போது

நையாண்டிமேள இசைக்கருவிகள் இசைக்கா. சில சமயம் இந்தக் கலைஞர்களும் சைகை மொழியில் பேசுவார்கள்.

இந்தச் சைகை மொழியிலும் வட்டாரரீதியான வேறுபாடு உண்டு. தமிழகத்தில் வழங்கும் கெட்ட வார்த்தைகள் வட்டார ரீதியாக, சாதிரீதியாக வேறுபடுவன. இவற்றிலும் ஒற்றைப் பண்பாடு கிடையாது. வடமேற்குத் தமிழ்ப் பகுதிகளில் வழங்கும் கெட்ட வார்த்தைகள் தென்கோடித் தமிழருக்குப் புரியாது. சைகை மொழியும் இப்படித்தான். திண்டுக்கல் கரகாட்டக்குழு நிகழ்ச்சியில் காட்டிய சைகையைத் திருநெல்வேலி தெற்கு எல்லைக் கிராமத்துப் பார்வையாளர் ரசிக்காமல் இருந்ததைப் பார்த்திருக்கிறேன்.

உடலுறவைக் குறிக்க இடதுகைப் பெருவிரலை ஆட்காட்டி விரலுடன் சேர்த்து வட்டமாகக் காட்டி வலதுகை ஆட்காட்டி விரலை அந்த வட்டத்தினுள் விட்டதுமே பார்வையாளர்கள் புரிந்துகொண்டு ஆரவாரம் செய்வார்கள். இப்படியான சைகைகளை எட்டுக்குமேல் நான் பார்த்தேன். ஒருமுறை கரகாட்டக்காரப் பெண் கலைஞர் 35 செ.மீ நீளமுடைய இரண்டு விரல் பருமனுள்ள பலூனை வைத்திருந்தார். அதைப் பயன் படுத்திப் பல சைகைகள் காட்டினார். இதுபற்றிக் கரகாட்டக்குழு ஏஜென்ட் என்னிடம் இதுமாதிரி புதுப்புது நிகழ்ச்சிகளை அறிமுகப்படுத்த வேண்டியிருக்கிறது என்றார் பெருமையுடன்.

ஒரு கோவில் விழாவில் கரகாட்டக் கலைஞர்களின் சைகை மொழியைப் பார்த்துச் சிறுவர்கள் அம்மா அக்கா என உறவினர் களிடம் காட்டி விளக்கம் கேட்டார்களாம். அது பிரச்சினையாகி அடுத்த ஆண்டு முதல் கரகாட்டக்காரர்கள் ஆடினால் மட்டும் போதும், வேறு இடைநிகழ்ச்சிகள் கூடாது எனத் தடை விதித்தார்களாம். பொதுவாகக் கெட்டவார்த்தைகள், இரட்டை அர்த்தப் பேச்சுகள், உடலுறவுச் சைகைகளெல்லாம் சிறுவர்களிடம் வந்து சேருவது கரகாட்டம் வழி என்பது பலர் அறியாதது.

கரகாட்டக் கலைக்குழுத் தலைவர் என்னிடம் ஒருமுறை இப்படியெல்லாம் பேச, சைகை காட்டப் பயிற்சியும் உண்டு என்றார். ஏரல், பாவூர்சத்திரம், ஆலங்குளம், மேலப்புதுவூர் எனச் சில கிராமத்துக் கோவில் விழாக்களில் காமரசமுடைய கரகாட்ட நிகழ்ச்சிகளை நடத்திய கரகாட்டக் கலைஞர்களிடம் தனிப்பட்ட முறையில் உரையாடியிருக்கிறேன். கரகாட்டத்துக்கு ஏற்பாடு செய்யும் ஏஜண்டுகளையும் எனக்குத் தெரியும்; நாட்டுப்புறக் கலைஞர்களின் சங்கத்துடன் எனக்கான தொடர்பு இந்தக் கலைஞர்களுடன் உரையாட எளிதாக இருந்தது.

சென்னை மாநில மாநாட்டிற்கு நாட்டுப்புறக் கலைஞர்களை நான் அழைத்துச் சென்றபோது கரகாட்டக் கலைஞர்களுடன் நிறையவே பேசினேன். சென்னை பெரியார் திடல் மண்டபத்தில் கலைஞர்கள் தங்கியிருந்தபோது கரகாட்டக் கலைஞர்கள் என்னுடன் மனம்விட்டுப் பேசினார்கள்.

கோவில் விழா நிகழ்வில் பெண் கரகாட்டக் கலைஞர் களிடம் உரையாடுவதில் சிக்கல் உண்டு. வள்ளியூர் பக்கம் ஒற்றைப்பனை சுடலைமாடன் கோவில் விழாவில் இரவு மூன்று மணிக்குமேல் இரண்டு கரகாட்டபெண் கலைஞர்களுடன் பேசிக்கொண்டிருந்தேன். அன்று சிறிய விழா; கூட்டம் குறைவு; நிகழ்ச்சிகள் மூன்றுமணிக்கு முடிந்துவிட்டது. நானும் கரகாட்டக் கலைஞர்களும் பேசிக்கொண்டிருந்ததை ஒரு தினுசாகப் பார்த்துக்கொண்டு போனார்கள் சிலர். நடுத்தர வயதுக்காரர் "என்ன புக் பண்ணியாச்சா" என்று சொல்லிக்கொண்டே நடந்தார். இதுபோன்ற பேச்சுகளைப் பலமுறை கேட்டிருக்கிறேன்.

முன்பெல்லாம் கரகாட்ட இடைநிகழ்ச்சியில் 24க்கும் மேற்பட்ட துணை ஆட்டங்கள் நடந்தன. இவற்றில் கரகாட்டக் கலைஞர்கள் நேரடியாகப் பங்குகொண்ட நாடகத்தன்மையுள்ள நிகழ்வுகள் எட்டு உண்டு. இவற்றில் 'இடையன் இடைச்சி கதை', 'கப்பல் பாட்டு', 'கருப்பாயி ஆட்டம்', 'கருப்பாயி கூத்து', 'கல்யாணக் காமிக்', 'டப்பாங் கூத்து', 'வண்ணான் வண்ணாத்தி கூத்து' ஆகியன. சாதி தொடர்பான கிண்டல் இந்த நிகழ்ச்சிகளின் மையம் என்றாலும் ஆண், பெண் உறுப்புகள் உடலுறவு தொடர்பான உரையாடலும் இருக்கும்.

இந்த நிகழ்ச்சிகள் பெரும்பாலும் இரவு 12–3 மணிக்குள் நிகழும். இவற்றில் மாமியார் மருமகன் உறவு, முதலிரவில் கணவன் – மனைவியிடம் நடந்த முறை, கணவனுக்குத் தெரியாமல் மனைவியின் கள்ளத்தன உறவு என இப்படியான சமாச்சாரங்கள் பேசப்படும், இவற்றில் இரட்டை அர்த்தம் தொனிக்கும். தாமிரபரணி ஆற்றங்கரையில் நடந்த ஒரு கரகாட்ட நிகழ்வில் பெண் கரகாட்டக் கலைஞர் ஒரு கதை சொன்னார். உரையாடிக்கொண்டே கோமாளியிடம் சைகை களும் காட்டினார்.

அந்தச் சிறு கிராமத்தில் வாழ்ந்த தொழிலாளி தன் மனைவியுடன் சொந்தக்காரர் வீட்டுக்குச் சென்றான். மனைவி ஒருநாள் அங்கே தங்குவதாகச் சொன்னாள். அவன் சரி என்றான். ஆனால் அங்கே அவன் தங்கவில்லை. வீட்டிற்குத் திரும்பிவிட்டான். அப்போது மாமியார் அவன் வீட்டிற்கு வந்தாள்.

மருமகன் அவளை வீட்டிற்குள் அழைத்தான்; மகள் ஊரில் இல்லையென்பதை அறிந்து அவள் யோசித்தாள். மருமகன் நாளை காலையில் போகலாம் என்றான். அவளும் சரி என்றாள்.

அன்று இரவு சாப்பாடு முடிந்தபின் மாமியார் மருமகனின் கட்டிலில் படுத்தார். மருமகன் தரையில் படுத்துக் கொண்டான். இரவு மணி 11 ஆனது. மருமகன் மெல்ல எழுந்து மாமியாரைத் தடவுகிறான். அவள் பதில் பேசவில்லை. அவன் அவளது ஆடை களைக் களைந்தான். அதற்கும் அவள் எதிர்ப்புத் தெரிவிக்க வில்லை. அவன் சல்லாபிக்க ஆரம்பித்தபோது "ஆகா மருமகனே நான் மாமியார் அல்லவா" என்றாள். மருமகன் "நான் என் மனைவி என்று நினைத்துவிட்டேன்" என்றான்.

மாமியாரிடம் காதில் மெல்ல அப்படியானால் "விட்டு விடட்டுமா" என்றான். மாமியார், "மருமகனே ஒண்ண ஆரம்பிச்சா பாதியில் விடக் கூடாது; முடிச்சுட்டுப் போறது நல்லது; கடனக் கழிப்புக்கு எதயும் செய்யக் கூடாது" என்றார். இந்தக் கதையைச் சொல்லிக்கொண்டிருக்கும்போது இன்னொரு கரகாட்டப் பெண் கலைஞர்.

பாதியில விடலாமா – மருமகனே
பாதியில விடலாமா
கடனக்கழிப்பு சங்கதியா – இது
கணிச நேரம் இன்னும் கெடக்கு

என்று இப்படியாகப் பாடல் நீண்டுகொண்டே போகும். பாடலின் சாராம்சம் மாமியார் மருமகன் உறவுகொள்ளுவது பெரிய தப்பில்லை என்பதுதான்.

கரகாட்டக் கலைஞர்களின் இடைநிகழ்ச்சிப் பாடல்கள், கதைகள், பழமொழிகள், சைகைகள் எனப் பல விஷயங்களைப் பதிவுசெய்திருக்கிறேன். பலமுறை அவர்களிடம் உரையாடியதில் ஒரு விஷயம் புரிந்தது. இந்த ஆட்டக்காரிகளில் சிலருக்கு வேறு முகம் உண்டு. ஜெயகாந்தனின் 'இலக்கணம் மீறிய கதை'யில் வரும் விபச்சாரியைப் போன்ற ஒருத்தியைப் போல் கரகாட்டக் கலைஞர்களிலும் உண்டு.

பொதுவாக நாட்டார் கலைஞர்கள் "வயிறு இருக்கில்ல" என்று சொல்லுவதை எத்தனையோ முறை கேட்டுவிட்டேன். தமிழ்ப் பண்பாட்டின் பாதுகாவலர்கள், கலைவடிவத்தைத் தூக்கிப் பிடிப்பவர்கள் நாங்கள் என்று இவர்கள் ஒருபோதும் கூறியதில்லை. ஒருமுறை நித்தியவல்லி என்ற கரகாட்டக் கலைஞரிடம் பேச்சுவாக்கில் இவ்வளவு ஆபாசமாக நிகழ்ச்சி நடத்த வேண்டுமா என்று கேட்டுவிட்டேன். அவர் கொஞ்சநேரம் மவுனமாக இருந்துவிட்டு "இதெல்லாம் கடனக் கழிப்புக்காகப்

பணத்துக்கா நடத்துற பிழைப்பு; வெறுமனே ஆடுனா யார் கூப்பிடுறாங்க; நாடகத்துல நடிக்கிற மாதிரிதான் எங்க பொழைப்பு" என்றார்.

எனக்கு நித்தியவல்லி வித்தியாசமான கரகாட்டக் கலைஞர் என்று புரிந்தது. அவரது ஏஜெண்ட் அவரைப் பற்றிச் சொன்னதை மறக்க முடியவில்லை. "சார் இந்தப் பொண்ணு எங்க ஊருல இரண்டு பேர காலேஜில படிக்கவைக்கிறாள். அந்த இரண்டு பொண்ணுகளும் கரகாட்டக்காரிகளின் மக்கள். அப்பன் குடிகாரன். தாய்க்காரி அந்த இரண்டுபேரையும் எங்க தொழில்ல தள்ளப் பார்த்தாள். நித்தியவல்லிதான் நான் இவங்களப் படிக்க வைக்கேன்னா" என்றான்.

நித்தியவல்லி கடனக் கழிப்பிற்காக ஆடினாள்; பேசினாள்; சைகைகள் காட்டினாள். எல்லாம் வேஷம். அவருக்குச் செய்ய வேண்டிய கடன் எது என்பது நன்றாகத் தெரியும் என்று புரிந்து கொண்டேன்.

*காலச்சுவடு, ஜனவரி 2022*

2

# மூதேவி சாகாளோ

"... எதிர்ப்பைத் தெரிவிக்க கொடும்பாவி கொளுத்தினார்கள். போலீசார் விரைந்து சென்று கொடும்பாவியைக் கைப்பற்றினர். எரித்தவர்களைக் கைது செய்தனர்." இப்படியான செய்திகளைப் பத்திரிகைகளில் அடிக்கடிப் பார்த்திருப்பீர்கள்.

இந்தக் கொடும்பாவி யார்? அரசியல் தலைவர், சினிமா நடிகர், பொதுத் தொண்டு செய்தவர், தனிப்பட்டவர் இப்படி யாராகவும் இருக்கலாம். ஒரு குழுவிற்கு, கட்சிக்கு, அமைப்பிற்கு எதிரான கருத்துக்களைச் சொன்னதால் மட்டுமே இவர்கள் கொடும்பாவி ஆகிவிடுவார்கள்.

வாழ்க்கை முழுக்கத் தமிழ்மொழிக்கும் இலக்கியத்துக்கும் ஏதோ ஒருவகையில் பங்களித்தவர்கள் தமிழ்மொழி பிராகிருதத்திற்கும் சமஸ்கிருதத்திற்கும் கடன்பட்டது என்று சொல்லி விட்டால் போதும்; அவருக்குக் கொடும்பாவி கொளுத்திவிடுவார்கள். இப்படியாக ஒருவருக்குக் கொடும்பாவி கொளுத்தப்படும்போது அவரின் மொத்த வாழ்க்கையின் பங்களிப்புகள் சமூகத் தியாகங்கள் கணக்கில் எடுக்கப்படுவதில்லை.

இன்று கொடும்பாவி கொளுத்துபவர்கள் இதன் தாத்பரியம் என்ன, முந்தைய காலங்களில் யாருக்காக எதற்காகக் கொடும்பாவி கொளுத்தினார்கள் என்பதை எல்லாம் அறியார்கள். ஒருவரை அவமானப் படுத்துவதற்கு அவரது கருத்தை / பேச்சைப் புறக்கணிப்பதற்கு அடையாளமாகக் கொளுத்தப் படுவது என்ற அளவில்தான் அறிந்து வைத்திருக் கிறார்கள்.

தமிழகத்தில் உழவுத்தொழில் சார்ந்த நாட்டார் நம்பிக்கை களில் கொடும்பாவி கொளுத்துதல் முக்கியமானது. இதை உழவர் மட்டுமல்ல, பிற பொதுமக்களும் செய்தனர். நாட்டார் வழக்காற்றுச் செய்திகளைச் சேகரித்தவர்கள் மழைக்காக மட்டுமே கொடும்பாவி கொளுத்தினர் என்கிறார்கள்.

தொடர்ந்து மழை பெய்யாததால் துன்பப்பட்ட காலத்தில் மழைவேண்டி நேர்ச்சை செய்யும் வழக்கம் பழமையானது. இது பெரும்பாலும் விவசாயம் சார்பான சடங்குகளில் அடங்கும். தமிழகத்தில் இந்த நேர்ச்சை ஒரே மாதிரியாக நடத்தப்பட வில்லை. இதுபோன்ற வழக்காறுகள் கேரளத்தில் இல்லை என்கிறார்கள்.

மழைக்காகச் செம்பெடுத்தல், மழைக்கஞ்சி காய்ச்சுதல், இரண்டு கழுதைகளுக்குத் திருமணம் செய்து வைத்தல், ஒப்பாரி பாடுதல் எனப் பலவகையான பழக்கங்கள் நடைமுறையில் உள்ளன.

சில இடங்களில் ஆதரவில்லாத சிறுவனைக் கழுதையில் இருக்க வைத்து அவன் உடம்பெல்லாம் கறுப்பு வெள்ளைப் புள்ளிகள் குத்தி, எருக்கலை பூமாலை போட்டு, தாரை தப்பட்டை முழங்க ஊர் முழுக்க ஊர்வலமாகக் கொண்டு செல்லுவது என்ற வழக்கம் இருந்தது. பூமணியின் 'பிறகு' நாவலில் மட்டுமே இச்செய்தி பதிவு செய்யப்பட்டுள்ளது.

பூப்பெய்தாத மூன்று சிறுமிகள் பித்தளைக் குடத்தில் தண்ணீர் எடுத்துக்கொண்டுவந்து சடங்கு செய்வது திருநெல்வேலி மாவட்டப் பகுதியில் உள்ள கிராமங்களின் வழக்கம். நகரத்தார் சமூகத்தில் மழைக்கஞ்சி காய்ச்சுதல் இப்போதும் வழக்கத்தில் உள்ளது.

தென்மாவட்டங்களில் மழைக்காகக் கொடும்பாவி கொளுத்துதல் என்ற வழக்கம் இருந்தது.

மழை வேண்டிச் செய்யப்படும் இச்சடங்கு முன்கூட்டித் தீர்மானிக்கப்பட்டுத்திட்டமிடப்பட்டுப்பலரால்செய்யப்படுகிறது. வைக்கோல், பழைய துணிகள், மூங்கில் கம்பு போன்றவற்றால் ஒரு பொம்மை செய்வர். இது நான்கு முதல் ஐந்து அடி நீளம் இருக்கும். இதைக் கொண்டுசெல்ல வண்டி தயாரிப்பர்; அல்லது குப்பை வண்டியைப் பயன்படுத்துவர்.

இந்த வண்டியில் அந்தப் பொம்மையை வானம் பார்க்கப் படுக்க வைப்பர். ஊர்க்காவலர், விவசாய நிலக்காவலர், ஊர் துப்புரவுத் தொழிலாளர், புரதவண்ணார் என்பவர்களில் சிலர்

இச்சடங்கில் கலந்துகொள்ளுவர். ஒருவர் வண்டியை இழுத்துச் செல்லுவார்.

இந்தப் பொம்மை ஊர்வலத்தில் தப்பு அடிப்பதற்கும் ஒப்பாரி பாடுவதற்கும் கூலிக்காக ஆட்களை அமர்த்தி இருப்பர். ஊர்ச் சிறுவர்கள் ஆரவாரம் செய்தபடிப் பின்னே வருவர். கொடும்பாவி பொம்மை நிறைய நிலம் உடைய செல்வந்தர்களின் வீட்டு வாசலில் நிற்கும். குழுவின் தலைவர் போன்றவர் ஊர்வலத்தை முறைப்படுத்துவார்.

குழுவில் ஒருவர் கொள்ளிக்குடம் உடைப்பதற்குரிய மண்பானையை வைத்திருப்பார். கொடும்பாவி ஒவ்வொரு வீட்டின் நடையில் நிற்கும்போதும் மண்குடம் வைத்திருப்பவர் ‘கொடும்பாவிக்குக் காசு போடுங்க’ என்பார். ஆண்களே அந்தக் குடத்தில் அவரவர் வசதிக்குத் தக்க பணம் போடுவர்.

இப்படியாக ஊரின் பெரிய தெருக்களிலும் சந்து பொந்து களிலும் செல்லும் இந்தக் கொடும்பாவி வண்டி இறுதியில் சுடுகாட்டை அடையும். அங்கே ஒரு இடத்தில் குழிதோண்டிக் கொடும்பாவிப் பொம்மையை அதில் போடுவர். அப்படிப் போடும்போது கொடும்பாவியைத் தூக்கி எச்சில் உமிழ்ந்து அவமானப்படுத்தி எறிவர்.

இதன் பிறகு கூலிக்கு மாரடிப்பவரும் தப்படிப்பவரும் குழியைச் சுற்றி வந்து ஒப்பாரிவைத்துப் பாடுவர். ஒருவர் கொடும்பாவிக்குக் கொள்ளி வைத்து வாய்க்கரிசி போடுவார். பின்னர் கொடும்பாவியைத் திட்டிக் கொண்டே நெருப்பு வைப்பார். எரிந்து முடிந்ததும் எல்லோரும் விவசாயக் குளத்தில் குளித்துவிட்டு வீடுகளுக்குச் செல்லுவர்.

கொடும்பாவி வீதிவழிச் செல்லும்போது பாடப்படும் பாடலை புரதவண்ணான் சமூகத்தார் ஒருவரிடம் சேகரிக்கப் போனேன். அவருக்கு முழுதும் நினைவில்லை என்று முதலில் சொன்னார். அவருடன் பேச ஆரம்பித்தபோது அவரே நாலுவரி பாடினார். கொஞ்ச நேரத்தில் உற்சாகத்துடன் மேலும் பாடினார்.

கொடும்பாவி சாகாளோ
கோடிமழை பெய்யாதோ
கொடும்பாவி சண்டாளி
கொள்ளை நோய் வாராதோ
கொடும்பாவி சாகாளோ
கொஞ்ச மழை பெய்யாதோ
நாசகாரி சாகாளோ
நல்லமழை பெய்யாதோ
மூதேவி சண்டாளி
மூளி அலங்காரி

மூதேவி சண்டாளி
கொடும்பாவி கொளுத்துங்கோ
நல்லமழை பெய்ய வேண்டும்
நாடு செழிக்க வேண்டும்
ஊரு செழிக்க வேண்டும்
ஊருணி பெருக வேண்டும்
ஏரி நிறைய வேண்டும்
ஏக்கம் தீர வேண்டும்
மாரி பொழிய வேண்டும்
மறுகால் உடைக்க வேண்டும்

என்று இப்படியாகப் பாடல் நீண்டுகொண்டே இருக்கும். இந்தப் பாடலில் கொடும்பாவிக்குரிய பெயரடை இழிவானதாகவும் மழைக்குரிய பெயரடை நல்ல, கோடியளவு உயர்வுடையதாகவும் இருக்கும். சமூகத்தில் கொடிய பாவிகள் இருப்பதால் மழை பொழியவில்லை என்பது பாடலின் மையம்.

கொடும்பாவிகள் எரிந்து சாம்பலாக வேண்டும் என்னும் செய்தி பாடலில் இழையோடும். அதனால் பாடும்போது விளக்கு மாற்றால் கொடும்பாவியை ஒருவர் அடித்துக்கொண்டே இருப்பார்.

பொதுவாகக் கொடும்பாவி தொன்மங்களிலும் பாடல் களிலும் வாய்மொழிச் செய்திகளிலும் பெண்ணாகவே உருவகிக்கப் படுகிறாள். பாடல்களில் பெண்ணை முன்நிறுத்துவதாக வரும் பகுதிகள் வெளிப்படையாக உள்ளன. இதற்குத் தொன்மக்கதை உண்டு.

அயோத்தி மக்களைத் திருப்திப்படுத்த சீதையைக் காட்டுக்கு அனுப்பிவிடுகிறான் இராமன். அப்போது அவள் கர்ப்பிணி. வான்மீகி அவளுக்கு ஆதரவு கொடுக்கிறார். அவள் ஆசிரமத்தில் குழந்தை பெறுகிறாள். இரட்டைக் குழந்தைகள். குழந்தை களுக்குப் பால் கொடுக்கும் அளவுக்கு சீதைக்குத் திராணி இல்லை. என்ன செய்வதென்று அவளுக்குத் தெரியவில்லை.

ஆசிரமத்திலிருந்து முதிய பெண் ஒருத்தி, "இந்தக் காட்டில் மாயாவதி என்ற பெண் இருக்கிறாள். அவள் சுக்கிரனின் வைப்பாட்டி. அவளும் குழந்தை பெற்றிருக்கிறாள். அவள் திடகாத்திரமானவள். அவளிடம் இரட்டைக் குழந்தைகளுக்குப் பால் கேட்கலாம்" என்கிறாள். வான்மீகி 'அப்படியே செய்யுங்கள்' என்றார், சீதையின் தோழிகளும் சீடன் ஒருவனும் சுக்கிரனின் வைப்பாட்டி வீட்டிற்குச் சென்றனர்.

சுக்கிரனின் வைப்பாட்டி, தன்னிடம் இராமனின் புத்திரர்களுக்குப் பால் கேட்டு வந்த சீதையின் தோழிகளை அவமதிக்கிறாள். 'வான்மீகி கேட்டால் நான் கொடுக்க வேண்டுமா?'

என்கிறாள். மாயாவின் இந்தத் திமிரான பேச்சை வான்மீகி அறிந்தார். ‘என்னை வந்து பால் கேட்கச் சொல்லுகிறாளா? சீதையின் குழந்தைகளுக்குப் பால் இல்லை என்றாளா?’ என்றார்.

வான்மீகியின் கண்கள் சிவந்தன. உதடு துடித்தது. ‘மாயாவதியே நீ கொடும்பாவி. உன்னை எல்லோரும் பழிப்பார்கள். மழை இல்லையென்றால்கூட உன்னைக் காட்டி மக்கள் பழிக்கட்டும். உன் உருவத்தை எரிக்கட்டும்’ என்றார். இப்படி ஒரு கதை உண்டு.

நான் ஒரு வருஷம் முன்பு தற்செயலாகச் சந்தித்த புரதவண்ணார் சமூகத்து ஆள் ஒருவர், தன் அம்மா பாடிய ஒரு பாடலைச் சொல்லுகிறேன் கேளுங்கள் என்றார். அந்தப் பாடல்,

மூதேவி சண்டாளி
மூளி அலங்காரி
சுக்கிரனின் பொண்டாட்டி
கொடும்பாவி வாறாளே
காறிக் காறித் துப்புங்கடி
கண்டாற ஓளியை ஏசுங்கடி

இந்தப் பாடலில் கொடும்பாவியை மூதேவி, சுக்கிரனின் வைப்பாட்டி என்று கூறுவதைப் பாருங்கள். இந்த மூதேவி பெயரில் ஒரு பெண் தெய்வம் உண்டு. இவள் பாற்கடலில் பிறந்தவள். காளாஞ்சன நிறம். பாம்பு ஆபரணம். இவளை மட்டில் பெரியம்மை என அவ்வையார் பேரில் உள்ள தனிப்பாடல் கூறும். இவளது வாகனமாகக் கழுதை கூறப்படும்.

இந்த மூதேவி செல்வத்தைச் சீரழிப்பவள். பஞ்சத்தை உண்டாக்குபவள் என்பதால் இவள் கொடும்பாவி ஆனாள் என்பது ஒரு கதை. இவளது கொடியில் விளக்குமாறு இருக்கும். அதனால் விளக்குமாற்றால் கொடும்பாவியை அடிப்பது மரபு.

இன்றைய நடைமுறையில் உள்ள கொடும்பாவியைக் கொளுத்தும் வழக்கம் பழைய தொன்மத்திலிருந்து உருவானது தான். திருஷ்டிப் பொம்மை இதிலிருந்து வேறுபட்டது. இப்போது ஊடகங்கள் உருவ பொம்மை என்று எழுதுகின்றன. பெயர் மாறினால் தொன்மம் அழிந்துவிடுமா?

***உங்கள் நூலகம், ஜனவரி 2021***

3

# வைகாசி இராமாயணம் கேட்ட கதை

"சீ தூரமயக்குடி மூதேவி கொல்லு அவள" என்று வயதான பெண் பார்வையாளர்கள் காறித் துப்புவார்கள். அவர்களின் எச்சில் தரையில் அமர்ந்திருக்கும் சிறுவர்கள் மேல்படும். அவர்கள் என்ன பாட்டி இது என்பார்கள். பாட்டிகள் முந்தானையால் அவர்களின் உடலைத் துடைத்து விடுவார்கள். இதுபோன்ற நிகழ்ச்சிகளை நல்ல தங்காள் தோல்பாவைக் கூத்தில் ஆறு ஏழு முறை பார்த்திருக்கிறேன்.

தோல்பாவைக் கூத்து நிகழ்ச்சிகளில் அதிக வசூல் வருவது நல்லதங்காள் கதைக்கு மட்டும்தான். ஒரு ஊரில் இக்கதையை இரண்டு அல்லது மூன்று தடவைகள் நடத்துவதுமுண்டு. 80க்கும் மேல் பார்வையாளர்கள் வருவார்கள். சிறுவர்கள் குறைவு; பெரும்பாலும் பெண்கள்; அசோகவன சீதையின் துக்கத்தைப் பார்த்துக் கண்ணீர்விட்டவர்கள் நல்ல தங்காளின் ரசிகர்கள்.

நல்லதங்காள் பஞ்சம் பிழைக்க தன் அண்ணன் நல்லதம்பி வீட்டிற்கு வருகிறாள். அண்ணன் வீட்டில் இல்லை. அண்ணனின் மனைவி அலங்காரி நல்ல தங்காளை உபசரிக்கவில்லை. உளுத்துப்போன அரிசியைக் கொடுத்துக் கஞ்சி வைத்து ஏழு குழந்தை களுக்கும் கொடு என்கிறாள். பச்சை வாழைத் தடையைக் கொடுத்து அடுப்பில் நெருப்பு மூட்டச் சொல்லுகிறாள்.

இந்தக் காட்சி நடக்கும்போதுதான் பார்வை யாளர்கள் பழித்துப் பேசினார்கள். இதன் உச்சம்

கடைசிக் காட்சியில் வெளிப்படும். நல்லதங்காள் ஏழு குழந்தைகளுடன் தற்கொலை செய்துகொள்கிறாள். அண்ணன் நல்லதம்பி தங்கையின் இறப்பிற்குக் காரணமான அலங்காரியைப் பழிவாங்குகிறான்.

உளுவத்தலையனும் உச்சிக்கொப்புளானும் அலங்காரியைச் சுண்ணாம்புக் காளவாயில் தள்ளுவதற்கு இழுத்துச் செல்வார்கள். உச்சிக்குடும்பன் பாடுவான்,

என்னடி அலங்காரி உன்
கண்ணுல மையி இது
யாரு வச்ச மையி இந்த
மொட்டயன் வச்ச மையி – நீ
முன்னாலே போனா நாங்க
பின்னாலே வாறோம்
கட்டபுள்ள நெட்டபுள்ள
கழுதமேல போற புள்ள

என்று பாடும்போது உளுவத்தலையன் "ஏலே இப்படியா பாடுவா; கும்மியடிச்சு ஒப்பாரி பாடுலே" என்பான். அவனும் பாடுவான்.

மூளி அலங்காரி மூதேவி சண்டாளி
தாயாரம்மா தாயாரே
நல்லதம்பி பெண்டாட்டி
மூளி அலங்காரி மூதேவி சண்டாளி
தாயாரம்மா தாயாரே
தவிச்ச தண்ணி கொடுக்க மாட்டா
மூளியலங்காரி மூதேவி சண்டாளி
கடித்த பாக்கு கொடுக்க மாட்டா.

இப்படியே அவள் பாடும்போது உளுவத்தலையன் 'ஏய் கொல்லு விடாத பிடி' என்று சப்தமிடுவான்.

இந்த நேரத்தில் பெண் பார்வையாளர்கள் ஆவேசப்பட்டுக் கத்துவார்கள். கூ... கூ... என்னும் குரல்; கொல்லு கொல்லு என்னும் சப்தம் ஒருமித்ததாய்க் கேட்கும். இங்கு பார்வையாளர்கள் அலங்காரியைத் தங்கள் மருமகள்களுடன் ஒப்பிட்டுப் பார்ப்பதால் ஆவேசம் கட்டுக்கடங்காமல் ஆகும். மருமகள் மாமியார் சண்டை நிரந்தரமானது, அதனால்தான் நல்லதங்காள் கூத்துக்கு இன்னும் கூட்டம் கூடுகிறது.

இந்த மாதிரி ரசிகர்களில் தாரதம்மியம் கிடையாது; வேறுபாடும் கிடையாது. இசைபற்றி ஞானம் இல்லாத அரசன், ரசனை இல்லாமல் கவிதை இயற்றும் புலவன், ருசி பார்க்கத் தெரியாத கணவன் என இப்படிப்பட்டவர்களைப் பற்றி வாய்மொழிக் கதைகள் உண்டு.

பன்னிரு ஆழ்வார்களில் ஒருவரான குலசேகர ஆழ்வாரைப் பற்றி ஒரு வாய்மொழிக் கதை உண்டு, இது மலையாளத்திலும் வழங்குகிறது. குலசேகரர் கதாகாலட்சேபக்காரர் ஒருவரிடம் இராமாயணக் கதையைக் கேட்டுக்கொண்டிருந்தார். ஒருநாள் அவர் இராமன் கரனை வதைத்தது பற்றிய கதையைச் சொன்னார்.

கரன் தன் வீரர்கள் புடைசூழ சிங்கம் பூட்டிய தேரில் ஏறி இராமனை எதிர்க்க வந்தான். இராமன் தனிமையில் வில்லை வளைத்து போர் தொடுக்க நின்றான். தனியே அவன் நின்றுசெய்த போரைப் பின்னர் பார்க்கலாம் என்று சொல்லி நிறுத்தினார் கதை சொன்னவர். இதைக் கேட்டுக்கொண்டிருந்த குலசேகர ஆழ்வார், "அய்யோ ராமன் தனியாக மாட்டிக்கொண்டானே" என்று சொல்லிக்கொண்டே வாளை உருவினார். தன் படைத் தலைவனிடம் நம் வீரர்களைத் திரட்டு என்றார். தலைவர் "அரசே! இது கதை நிகழ்வு; கதை முடிந்ததும் போகலாம்" என்றார். கதை முடிந்தது; ஆழ்வார் தெளிந்தார்.

எம்.ஜி.ஆரின் 'நாடோடி மன்னன்' சினிமா வந்த புதிது. தூத்துக்குடி டூரிங் டாக்கீஸ் ஒன்றில் அந்தப் படம் ஓடியது. எம்.ஜி.ஆர். வில்லன் நடிகரின் முன்னே ஆயுதம் இல்லாமல் தவித்தபடி நிற்பார். தரைப்பகுதி பார்வையாளர்களின் நடுவில் இருந்த ரசிகர் ஒருவர் தன் மடியிலிருந்த கத்தியைத் திரைச் சீலையின் மேலே எறிந்துவிட்டு "வாத்தியாரே பிடித்துக்கொள்" என்று ஆவேசமாகக் கூவினாராம். திரை கிழிந்தது. இந்த நிகழ்ச்சி அன்று பிரபல பத்திரிகையிலும் வந்தது.

கீசகவதம் யட்சகான நிகழ்ச்சி ஒன்றில் பீமன் உண்மை யிலேயே தன்னை மறந்து கீசகனைக் கொன்றுவிட்டான் என்ற செய்தியை யாரோ சொல்லக் கேட்டிருக்கிறேன். நாட்டார் நிகழ்த்துக் கலைஞர்கள், கலை நிகழ்த்தும்போது தன்னை இழந்துவிடுவதைப் பலமுறை பார்த்திருக்கிறேன். இது சடங்கு சார்ந்த கலைகளுக்கு மிகவும் பொருந்தும். பார்வையாளர்களிடம் தன்னை இழக்கும் நிகழ்ச்சி இயல்பாகவே நடக்கிறது.

கலைஞன் கலைநிகழ்த்தலில் தன்னை இழப்பதுபோல பார்வையாளனும் தன்னை இழந்திருக்கிறான். இந்த ரசனை ஒற்றை நேர்க்கோட்டுச் சிந்தனை உடையதல்ல. செம்பருத்தி சீரியல் பார்ப்பவர்களுக்கும் புதுமைப்பித்தனைப் படிப்பவருக்கும் வித்தியாசம் உண்டு. தெருக்கூத்து ரசிகரும் தோல்பாவைக்கூத்து ரசிகரும் ஒருவரல்லர். சுந்தர ராமசாமியின் வாசகனுக்கும் சாண்டில்யன் வாசகனுக்கும் உள்ள இடைவெளி கலை, இசை ரசிகர்களுக்கும் உண்டு.

தோல்பாவைக் கூத்து பார்வையாளர்களின் ரசனை 40களில் இருந்ததுபோலவே 70களில் இருக்கவில்லை. நான் 1974இல் கோபால ராவையும் 80களில் பரமசிவ ராவ், சுப்பையா ராவ் போன்றோரையும் சந்தித்தபோதெல்லாம் தோல்பாவைக் கூத்து பார்வையாளர்களின் ரசனைபற்றித் தொடர்ந்து பேசியிருக்கிறேன்.

கோபால ராவ் (1882–1976) கோவில் திருவிழாக்காலத்தில், ஊரின் ஒரு புறத்தில் ஊர்மக்களின் வேண்டுகோளுக்காகக் கூத்து நடத்தியதைக் குறிப்பிட்டார். திருவிழா சமயத்தில் ஒடுக்கப்பட்ட சாதியினர் ஊரில் நடமாட அனுமதியில்லாத காலத்தில் தோல்பாவைக் கூத்து நடத்திய கணிகர் சாதியினர் தெருவில் நடமாடத் தடையில்லை. 90களில் விடுதலைப் போராட்டத் தியாகி நாகலிங்கம் அவர்களும் இதை உறுதி செய்தார்.

இன்று ஒடுக்கப்பட்டோர் பட்டியலில் சேர்க்கப்பட்டுள்ள இச்சாதியினர் நடத்திய கூத்தின் ரசனை – 30களில் வேறாக – இருந்தது. இருபதாம் நூற்றாண்டின் ஆரம்பத்தில் தோல்பாவைக் கூத்து நிகழ்வில் கதாபாத்திரங்களின் உரையாடல் மாற ஆரம்பித்திருக்கிறது.

நூறு ஆண்டுகளுக்கு முன்பு கோபால ராவ் நடத்திய கூத்தில் வந்த ஜாம்பவானுக்கும், அவரது மகன் பரமசிவ ராவ் 80களில் நடத்திய கூத்தில் வந்த ஜாம்பவானுக்கும் உள்ள இடைவெளியே கூத்தின் ரசனை மாற்றத்தைக் காட்டும்.

கோபால ராவின் கூத்தில் வந்த ஜாம்பவான் பாற்கடலைக் கடைய தேவர்களுக்கு உதவியவன். வாமன அவதாரத்தில் வாழ்ந்தவன்; பாகவதத்தில் வருபவன். இவனுக்கு ஜாம்பவி என்ற மகள் இருந்தாள். இவளை கிருஷ்ணன் மணம் செய்தான். சியாமாந்தக மணியைப் பெற கிருஷ்ணன் ஜாம்பவானுடன் சண்டையிட்டான் என இப்படியான பல கதைகளை இவனை அறிமுகப்படுத்திய கோபால ராவ் சொன்னதாக சுப்பையா ராவ் சொன்னார்.

பரமசிவ ராவ் முழுமூச்சாய்க் கதை நடத்த ஆரம்பித்த போது ஜாம்பவானின் நிலை மோசமாகிவிட்டது. அவன் மதிப்பிழந்த கதாபாத்திரமாகி விட்டான், உளுவத்தலையன் என்னும் தமாஷ் பாத்திரம் ஜாம்பவானை, "ஏ சம்பா அரிசி" என்று அழைப்பான். சிலசமயம் "கிழட்டுப் பிணமே" என்பான். ஜாம்பவான் மட்டுமல்ல, விபீஷணனின் மகள் திரிசடையைக்கூட உளுவத்தலையன் "கோணவாயி! குண்டி பருத்தா" என்று ஏசுவான்.

சுக்ரீவனின் படைகளின் நிலையை அறிந்துகொள்ள சுகன், சுகசாரணன் என்னும் இரண்டு உளவாளிகள் வருவார்கள். அனுமன் இவர்களை அடையாளம் கண்டு இராமனிடம் கட்டி இழுத்து வருவான். இராமன் அவர்களைத் துன்புறுத்தாமல் இராவணனிடம் அனுப்பிவைப்பான். இவர்களில் சுகன் இராவணனுக்கு அறிவுரை சொன்னதால் வெளியேற்றப்படு கிறான்.

இந்த சுகன் முந்தைய பிறவியில் பிராமண சந்நியாசியாக இருந்தவன். இராவணன் என்ற அரக்கனின் சூழ்ச்சியால் அகத்தியருக்கு மாட்டு மாமிசத்தைப் படைத்து அரக்கனாகும்படிச் சாபம் பெற்றவன்; இராமனைச் சந்திக்கும்போது முக்தி பெற சாப விமோசனம் பெற்றவன். இவனைப் பற்றிய இந்தக் கதை கோபால ராவுடன் முடிந்தது. சுப்பையா ராவ் (1908–98) இந்தக் கதையை அறிவார். ஆனால் சுகனைப் பற்றிப் பேசவில்லை.

பரமசிவ ராவின் கூத்தில் சுகன், சுகசாரணன் ஆகிய இருவரும் தமாஷ் பாத்திரங்களாகி விட்டனர். இருவரும் உடம்பெல்லாம் களிமண்ணைப் பூசிக்கொண்டு விசித்திர ஜந்து போல் வருகிறார்கள். சுக, சுகசாரணன் வேவு பார்க்கும் காட்சி முழுதும் தமாஷ் நிகழ்ச்சியாகவே காட்டப்படுகிறது.

இப்படியாக உள்ள வேறு காட்சிகளையும் சொல்ல முடியும். தோல்பாவைக் கூத்தில் நல்ல கதாபாத்திரங்கள் இப்படியாக இழிவாக – தமாஷ் பாத்திரங்களாக மாற்றப்பட வேண்டியதன் காரணம் என்ன? சுப்பையா ராவிடம் இதுபற்றிக் கேட்டபோது கூத்து பார்க்கிறவர்களின் ரசனைதான் காரணம் என்றார்.

ரசனை மட்டுமல்ல, பார்வையாளர்களை அனுசரித்துக் கூத்து நடக்க வேண்டிய நிலை உருவானதும் ஒரு காரணம். கோபால ராவ் காலத்தில் ஊர் மக்களே கலைக்குழுவைக் கூத்து நடத்த அழைப்பர். உணவு, தங்குமிடம், விளக்கெரிக்க எண்ணெய் என எல்லாம் இலவசம். மின்சாரம் இல்லாத காலம். ஒருநாள் விட்டு அடுத்தநாள் கூத்து நடக்கும். கூத்து முடிவில் பணமும் கிடைக்கும். ராமாயணக்கதையைச் சுருக்கக் கூடாது, பாடல்களை விஸ்தாரமாகப் பாட வேண்டும் என்னும் நிபந்தனைகளையும் ஊர்க்காரர்கள் கூறுவார்கள். இந்தக் காலகட்டத்தில் ஜாம்பவானுக்கு மதிப்பிருந்தது; சுகன், சுகசாரணன் தமாஷ் பாத்திரங்கள் ஆகவில்லை.

எல்லாம் இலவசம் என்னும் நிலை மாறிக் கூத்துக்கு டிக்கட் வசூலித்தபோது கதைப்போக்கு மாறியது. கூத்து நடத்தும் நேரமும் வரையறைக்கு வந்தது. பார்வையாளர்கள் சிறுவர்கள் ஆயினர்.

இராமாயணக் கூத்து தமாஷ் பாத்திரங்களின் பின்னணிக்குத் தள்ளப்பட்டது. சுப்பையா ராவ் ஒருமுறை "கூத்துல வைகாசி கதை என்னும் கதையைச் சொல்லுவோம்" என்று சொன்னார், நான் அந்தக் கதையைக் கேட்டேன்; சொன்னார்.

ஒரு ஊரில் வைகாசி என்பவன் இருந்தான். அவன் மந்தப்புத்தி உள்ளவன். எந்த ரசனையும் இல்லாதவன். அவன் மனைவியோ அவனுக்கு நேர் மாறானவள்; அவள் ஊர்க் கோவில்களில் நடக்கும் கதாகாலட்சேப நிகழ்ச்சிகளுக்குத் தவறாமல் போய் வருவாள் – கணவன் வீட்டில் இருப்பான்.

அவள் ஏன் விழுந்தடித்துக் கொண்டு கதை கேட்கப் போகிறாள் என்பது வைகாசிக்குப் புரியவில்லை. ஒருநாள் மனைவியிடம், "அந்தக் கதையில் அப்படி என்ன இருக்கிறது; சலிப்பில்லாமல் போகிறாயே; என்ன ரசத்தை அங்கே கண்டாய்" என்று கேட்டான்.

வைகாசிக்கு, மிளகு ரசம் ரொம்பவும் பிடிக்கும். அதனால் எதற்கெடுத்தாலும் ரசம் என்று சொல்லிப் பேசுவான்; அவளுக்கும் ரசமில்லாமல் சாப்பாடு இறங்காது. அதனால் அவளது பேச்சிலும் ரசம் அடிக்கடி வரும்.

இப்போது கணவனின் கேள்விக்கு அவள், "நீ அந்தக் காவியத்தின் ரசத்தைக் குடித்துப் பார்த்தால்தானே தெரியும்" என்றாள்.

"அப்படியானால் இன்று நான் கதை கேட்கப் போகிறேன்; கதை ரசத்தை வாங்கி வருகிறேன்" என்றான்.

அவள் விளையாட்டாக "ரசத்தை முழுவதும் குடித்து விடாதே; எனக்கும் கொஞ்சம் கொண்டுவா" என்றாள்.

வைகாசி பெரிய செம்புப் பாத்திரத்தை எடுத்து வைத்துக் கொண்டான். கதை சொல்லும் இடத்தில் ரசம் வாங்கிக் குடித்துவிட்டு மிச்சமானதை வீட்டிற்குக் கொண்டுவர வேண்டும் என்பது அவனது திட்டம். அவன் பாத்திரத்தைக் கொண்டு போனது மனைவிக்குத் தெரியாது. அவன் கதாகாலட்சேபம் நடந்த இடத்துக்குப் போனான். அங்கே சுமாராகத்தான் கூட்டம் இருந்தது. சாய்ந்து உட்காரும்படியான ஒரு இடத்தைத் தேர்ந்தெடுத்துக்கொண்டான்.

கதை சொன்னவர் சுவராஸ்யமாகவே கதை சொன்னார். தமாஷ் துணுக்குகளை இடையிடையே சொல்லிக் கதையை வளர்த்தினார். அவனுக்கு ஒன்றும் புரியவில்லை. உறக்கமும்

வந்தது. அயர்ந்து உறங்கிவிட்டான் அவனருகே ஒரு செம்பு பாத்திரமும் இருந்தது.

வைகாசியின் அருகே ஒருவன் ஆர்வமாய்க் கதை கேட்டுக் கொண்டிருந்தான். அவன் நல்ல ரசிகன். ஆர்வத்தோடு இருந்தான். அவனுக்கு மூத்திரம் முட்டியது. கதை கேட்கும்போது பாதியில் எழுந்து போக விருப்பம் இல்லை. பாதியில் போனால் கதைத் தொடர்ச்சி விட்டுவிடும் என்று அவனுக்குத் தெரியும்.

அந்தப் பார்வையாளன் தன் பக்கத்தில் ஒருவன் அயர்ந்து உறங்கிக்கொண்டிருப்பதைப் பார்த்தான். அவன் அருகே ஒரு செம்புப் பாத்திரம் காலியாக இருப்பதையும் பார்த்தான். மெதுவாக அதை எடுத்தான். அதில் மூத்திரம் பெய்துவிட்டு வைகாசியின் பக்கத்தில் வைத்துவிட்டான்.

இன்னொருவனும் இதைப் பார்த்தான். அந்தச் செம்பில் மூத்திரம் பெய்துவிட்டு வைகாசியின் பக்கத்தில் வைத்து விட்டான். செம்பு நிறைந்து வழிந்தது. வைகாசி இன்னும் உறங்கிக் கொண்டிருந்தான். கதாகாலட்சேபம் முடிந்தது. எல்லோரும் போய்விட்டார்கள்.

யாரோ வைகாசியைத் தட்டி எழுப்பினார்கள்; எழுந்தான்; செம்பைப் பார்த்தான். ரசம் நிரம்பி வழிந்துகொண்டிருந்தது; அவனுக்குச் சந்தோஷம், ரசத்தைக் கொஞ்சம் குடித்துப் பார்த்தான். உப்பு கரித்தது.

வைகாசி வீட்டிற்குப் போனான். செம்புப் பாத்திரத்தை மனைவியிடம் கொடுத்தான். "நான் கதை கேட்கும்போது உறங்கி விட்டேன். ஆனால் ரசம் செம்பில் நிறைந்துவிட்டது, கொஞ்சம் குடித்தேன்" என்றான்.

மனைவி நடந்ததைப் புரிந்துகொண்டாள். கணவனின் மடத்தனத்தை எண்ணித் தலையில் அடித்துக்கொண்டாள்.

"இந்த மாதிரி ரசனையாளர்கள் பெருகிய பின்னர்தான் தோல்பாவைக் கூத்தில் ஜாம்பவான் சீரழிய ஆரம்பித்தார்" என்றார் சுப்பையா ராவ்.

உங்கள் நூலகம், செப்டம்பர் 2021

# 4

## சதி மாதாவின் கணவனின் வைப்பாட்டி

மஞ்சம் போத்தியும் காளியும் சுசீந்திரம் கோவிலுக்குத் திருவிழா பார்க்கப் போனதை நாகேந்திர பிள்ளை விஸ்தாரமாகச் சொல்ல ஆரம்பித்தார். எதைப் பேசினாலும் முருகலிங்கத் தம்புரானைப் பார்த்துப் பேச வேண்டும் என்பது நாகேந்திர பிள்ளைக்கும் மற்றவர்களுக்கும் தெரியும்.

இங்கு மற்றவர்கள் என்று சொல்லப்பட்டவர்கள் பரதேசியா பிள்ளை, கோவிந்தன் ஆசாரி, பொன்னையா என ஏழெட்டு முதியவர்களை. அவர்கள் எல்லோருமே 85–90 வயதைத் தாண்டியவர்கள். ஒன்றிரண்டு பேர்களுக்கு நூற்றாண்டு விழா காண இன்னும் நாலைந்து வருடங்கள்தாம் பாக்கி.

நாகேந்திர பிள்ளை – காளியின் மார்பையும் பின்புறத்தையும் வருணிப்பதிலேயே நேரத்தை நீட்டுவது கோவிந்தன் ஆசாரிக்குப் பிடிக்கவில்லை. இடையிலேயே கேள்வி கேட்க ஆரம்பித்தார்.

காளி பறக்கைக் கோவில் ஐந்தாம் நாள் திருவிழாவில் வாகனத்துக்கு முன்னே சதுராடி வந்ததை அந்தக் கூட்டத்தில் பலரும் பார்த்திருக்கிறார்கள். காளியின் மேல் அவர்களுக்கு அபரிமிதமான ஆசையிருந்தாலும் கட்டுப்பாடாக இருந்ததற்கு யோக்கியதை மட்டும் காரணமல்ல.

பறக்கை மதுசூதனர் கோவிலில் காளி சதுராடிய காட்சியைப் பார்த்த நாகேந்திரபிள்ளை 11 கவர்கள் உள்ள தீவட்டியைப் பிடித்துக்கொண்டிருந்த தடியன்களிலிருந்து மூத்த பிள்ளைகள் வரை எல்லோரும் காளியைப் பார்த்துக்கொண்டிருந்த காட்சியை வருணித்தார். அவரது வயதைக் கணக்கிட்டுப் பார்த்தால் இது 1910–15ஆம் ஆண்டுகளில் நடந்திருக்கலாம் என்று ஊகித்தேன்.

பறக்கை கீழத்தெரு திருவாவடுதுறை மடத்தின் முன் மண்டபத்தில் நடந்த அரட்டையரங்கக் கூட்டத்தில் நான் ஒருவனே 18 வயது இளைஞன். நான் அந்தக் காலத்தில் அந்த சைவ மடமே தஞ்சமென்று கிடந்த காலம். அந்த முதியவர்கள் எல்லோருமே பேசிப் பேசி அலுத்துச் சமகாலத்தை வெறுத்துக் கொள்வதுடன் பேச்சு முடியும். இது அறுபதுகளின் பாதியில் நடந்தது.

அபிதானமேரு சதுர்வேதி மங்கலம் என்னும் பெயரைத் தாங்கிய அந்த ஊரில் உள்ள கோவில் 1100 ஆண்டுகள் பழைமை யுடையது. அங்கு 9ஆம் நூற்றாண்டு வட்டெழுத்துக் கல்வெட்டு உண்டு. இக்கோவிலில் ஏழு தேவதாசிக் குடிகள் 1930வரை பணிபுரிந்திருக்கிறார்கள். 15ஆம் நூற்றாண்டுக் கல்வெட்டு இவர்கள் கோவில் முதல் பிரகாரத்தில் நடத்திய கூத்து பற்றிக் கூறும்.

1925இல் கூட, சுசீந்திரம் சிவன் கோவிலில் நடந்த சாரங்கதரன் நாடகத்தில் நடிக்க பறக்கை ஊர் தேவதாசியான காளி போயிருக்கிறாள். சுசீந்திரம் கோவிலில் சம்பந்தர் சமணர்களைக் கழுவேற்றிய கதை 30களின் இறுதியில்கூட நடந்திருக்கிறது. இதில நடிக்க கோவில் பணியிலிருந்து நிறைவுபெற்ற தேவதாசிகள் சென்றிருக்கிறார்கள். காளிக்கு அந்தக் கதைகளின் பல பாடல்கள் மனப்பாடமாம்.

பறக்கைக் கோவிலில் கடைசியாகப் பணியாற்றிய சின்னக்குட்டி தனது தோழியான காளியைப் பற்றி 80களில் சொன்ன தகவல்களுடன் நாகேந்திர பிள்ளை சொன்ன விஷயங் களை ஒப்பிட்டுப் பார்த்தேன். தேவதாசி முறை பற்றிய சரியான தகவல்கள் வரவில்லையோ என்று தோன்றுகிறது.

தாழக்குடி பெரியகுளம் அருகே உள்ள ஒரு சதிக் கல்லைப் படம் எடுக்கச் சென்றபோது சதி குறித்துச் சில செய்திகள் கிடைத்தன. பழைய தென்திருவிதாங்கூர் குறித்த வரலாற்றில் கிடைக்காத செய்திகள் அவை. நான் சேகரித்த செய்திகளில் ‘சதி’ பற்றிய நியாயங்களும் இருந்தன. சதி நடந்த முறைகள்,

செயல்பாடுகள் எல்லாம் ஏற்கெனவே சொல்லப்பட்டவையும் அல்ல.

தாழக்குடி நம்பிகுளத்தின் அருகே ஓங்கி வளர்ந்திருந்த பழைமையான புளியமரத்தின் அடியில் சதிக் கல் இருந்தது; சதிக் கல்லுக்குரிய எல்லா அடையாளங்களும் அதில் இருந்தன. நான் அந்தக் கல்லைக் கன்னியாகுமரி அருங்காட்சியகத்திற்கு எடுத்துக்கொண்டு செல்ல முயன்றபோது ஊரில் சிலர் எதிர்ப்பு தெரிவித்தார்கள். இப்போது அந்தக் கல்லைக் காணவில்லை.

இந்த சதிக்கல் தொடர்பாக பத்மநாப பிள்ளை என்பவர் 1944இல் தான் எழுதிய நூலில் சில செய்திகளைக் குறிப்பிடுகிறார். அதற்கும் சற்று அதிகமான செய்திகளை நான் சேகரித்தேன். தாழக்குடி ஊரில் தெற்கு பள்ளத் தெருவில் படிக்கல் வீட்டில் சைவ வேளாளச் சாதியில் குலசேகரப் பெருமாள் என்பவர் இருந்தார். அவரது மனைவி மாணிக்கரசி.

ஒருமுறை குலசேகரப் பெருமாள் ஏதோ காரணத்தால் இறந்து விட்டார். அவரது மனைவியால் அதைத் தாங்க முடிய வில்லை. தான் கணவருடன் உடன்கட்டை ஏறப் போகிறேன் என்றாளாம். உறவினர்கள் அதற்கு அனுமதி வாங்க அழகிய பாண்டியபுரம் பெரிய வீட்டு முதலியாரிடம் கேட்டார்கள். அவர் அதற்கு இசைந்தார். அப்போது அவர் நாஞ்சில் நாட்டின் நிர்வாகப் பொறுப்பில் இருந்தார்.

மாணிக்கரசி மேலாடையில் நெருப்பை ஏந்திக்கொண்டு சுடுகாட்டுக்குப் போனாளாம். கணவனின் சிதையின் மேல் தானாய்க் குதித்தாளாம். இந்தச் செய்திகளை மிகைப்படுத்தலுடன் சிலர் சொன்னார்கள்.

அழகிய பாண்டிய முதலியாரின் நாஞ்சில் நாட்டு நிர்வாகப் பொறுப்பு பறிக்கப்பட்டது 1810இல். எனவே சதி நிகழ்ச்சி அதற்கு முன் நடந்திருக்கலாம். இந்தச் சதிக்கல் மட்டுமல்ல எட்டுக்கு மேல் சதிக்கற்கள் தென் திருவிதாங்கூரில் இருப்பதை என் நண்பர் செல்வதரன் அடையாளம் கண்டார். ஆனால் அவற்றின் செய்திகள் பெரிய அளவில் கிடைக்கவில்லை.

○

பறக்கைக் கோவிலில் தேவதாசியாக இருந்து ஓய்வுபெற்றபின் திருநெல்வேலி மாவட்டம் தேவர்குளத்தில் மகளுடன் வாழ்ந்த சின்னக்குட்டியை 80களின் ஆரம்பத்தில் நான் சந்தித்தபோது காளியைப் பற்றிச் சொன்னாள். காளி இறக்கும்போது 97 வயது. சின்னக்குட்டியை விட 10 வயது மூத்தவள் காளி.

எப்போதும் தன்னைத் தாழக்குடி தேவதாசியாகவே அடையாளப்படுத்திக் கொள்ளுவாளாம் காளி. தாழக்குடி ஜெயந்தீஸ்வரர் கோவில் திருக்கல்யாணத்திற்கு விரும்பியே ஆடப் போவாளாம். பறக்கை ஊர் காளி ஆட வருகிறாளென்றால் அதற்குத் தனி மரியாதைதான்.

காளியின் பூட்டி ஒருத்தி தாழக்குடியில் இருந்தாள். அவள் 18ஆம் நூற்றாண்டு இறுதியில் தேவதாசியாக இருந்தவள்; பேரழகியாம். முறைப்படிச் சங்கீதம் படித்தவள்; நாட்டியம் முறையாகக் கற்றவள். திருவிதாங்கூரின் தலைநகரான பத்மநாபபுரத்தில் நவராத்திரி விழாவிற்கு ஆடப் போனால் சுமக்க முடியாத பணத்துடன் வருவாளாம்.

இப்போதும் தாழக்குடி கோவில் திருக்கல்யாணத்தில் நடக்கும் அன்னதானம் அந்தக் காளியின் நிபந்தம்தான். அப்போதைய அரசர் ஒருவரின் தம்பிக்கு வைப்பாட்டியாக இருந்தவள்; தம்பி விருப்பப்பட்டபோது இரணியல் அரண்மனைக்குச் சாரட் வண்டியில் போய் வருவாளாம்.

தாழக்குடியில் ஜயந்தீஸ்வரர் கோவிலில் ஒன்பது பேர் குடித் தேவதாசிகள் பணி செய்தார்கள். அவர்களில் பெரும் பாலோர் வேளாள நிலச் சுவான்தார்களின் வைப்பாட்டிகளாக இருந்தார்கள். பறக்கைக் காளியின் அம்மாவும் தாழக்குடியில் மிராசுதாருக்கு வைப்பாட்டியாக இருந்திருக்கிறாள். அவர் சைவ வேளாளர்; அவரது மனைவிதான் சதியானாள் என்று சின்னக்குட்டி 80களில் சொன்ன கதையை ஜீரணிக்க முடியவில்லை.

பழைய தென்திருவிதாங்கூரில் வாழ்ந்த தேவதாசிகள் பெரும்பாலும் நாஞ்சில் நாட்டு நிலச்சுவான்தார்கள், வருவாய்த் துறை அதிகாரிகள் (அப்போது வருவாய்த் துறையும் அறநிலையத் துறையும் ஒன்று) ஆகியோர்களுக்கு வைப்பாட்டிகளாக இருந்தனர். வைப்பாட்டி என்பது நிரந்தரம் அல்ல; சில காரணங்களால் மாறுவதுண்டு.

கவிமணி தேசிகவிநாயகம் பிள்ளையின் 'மருமக்கள்வழி மான்மியம்' நூலில் கருடாஸ்திரப் படலத்தில் ஒரு உரையாடல். காரணவன் மருமகனிடம்

   அடே
  செப்பில் கிடந்த திருக்குப்பூ அன்று
  எப்படி இறங்கி இரண்டாம் – குடியாள்
  கொண்டையில் சென்று குடியேறியது

என்று கேட்டார். திருக்குப்பூ என்பது பெண்களின் தலையணி. இரண்டாம் குடி என்பது தேவதாசி குடும்பத்தைக் குறிக்கும் குறியீடு. இந்தக் காரணவரின் நாலாம் மனைவியைக் கவிமணி

> மஞ்சள் பூச்சும் மயக்குப் பேச்சும்
> சாந்துப் பொட்டும் தாசிகள் மெட்டும்
> கோல உடையும் குலுக்கு நடையும்

என்றெல்லாம் வருணித்துக்கொண்டே போகிறார். காரணவர் இறந்ததும்

> நாலாம் மனைவி நாடகக்காரி
> விடுமுறி போட்டு விலகி விட்டாள்

என்கிறது நூல்.

விடுமுறி என்பது விவாகரத்து, இந்த நாலாம் மனைவி தேவதாசி மரபினள். 1930க்கு முன் இவர்கள் விதவையாவது என்று வழக்கமில்லை. மருமக்கள் வழி மான்மியம் 1916இல் எழுதப் பட்டது. அதற்கும் முன்பே நடந்ததாகக் கற்பனை செய்யப்பட்டது. ஒரு வகையில் அன்றைய தேவதாசிகளின் நிலை இது.

சின்னக்குட்டி எண்பதுகளில் காளி சொன்னதாக என்னிடம் சொன்ன முக்கியமான சில செய்திகளைப் பேராசிரியர் கே.கே.பிள்ளை கூட பதிவு செய்யவில்லை. கோவில் நிபந்தங்களைப் பாதுகாக்கும் பொறுப்பில் தேவதாசிகள் இருந்தனர்; கோவில் பணிகளுக்குத் தேவதாசிகள் வீடு, நிலங்களை மான்யமாகப் பெற்றிருக்கிறார்கள்.

தேவதாசிகள் மான்ய வீடுகளில் குடியிருந்தனர். மான்ய விளைச்சல் – நிலங்களை அவர்கள் பயிரிடவில்லை. தேவதாசி களின் வீட்டு ஆண்கள் விவசாயிகள் அல்லர். அவர்களுக்கு வேளாண் தொழில்நுட்பமும் தெரியாது. அவர்கள் கோவிலில் பணியாளர்களாகவும் முறையான் பிள்ளை என்ற குற்றேவல் பணிகளிலும் இருந்தனர்.

தேவதாசிகளுக்குக் கொடுக்கப்பட்ட மான்ய நிலங்களைச் சிறு நில உரிமையாளர்களும் பெரும் பணக்காரர்களும் பயிரிட்டனர். இவர்களில் சிலர் தேவதாசிகளை வைப்பாட்டி களாகவும் வைத்திருந்தனர். மிராசுதாரர்கள் வைப்பாட்டிகளை மாற்றியபோது மான்ய நிலத்துக்குப் பிரச்சினை வந்தது.

திருவிதாங்கூரில் கிழக்கிந்தியக் கம்பெனி பிரதிநிதியாக மன்றோ இருந்தபோது கோவில்கள் அரசுடைமையாயின.

அப்போது மான்ய நிலங்களைப் பயிரிட்டவர்களுக்குப் பெரிய சிக்கல்கள் வரவில்லை. ஆனால் பாதித்தவர்கள் தேவதாசிகளே. திருப்பணிக் களவுமாலை என்ற கதைப்பாடலில் 19ஆம் நூற்றாண்டு தேவதாசிகளின் நிலை வெளிப்படையாகவே பேசப் படுகிறது.

பறக்கை ஏழாங்குடி முடுக்கில் குடியிருந்த காளியின் வீட்டின் மேற்குப் பகுதியில் தெற்கு பார்த்த சுவரில் யட்சியின் தாவரச் சாய ஓவியம் இருந்ததை அறுபதுகளின் ஆரம்பத்தில் பார்த்திருக்கிறேன். ஓடு வேயப்பட்ட அந்தச் சிறு அறையில் சுவரில் குடியிருந்த சுவரோவிய யட்சி கொடூரமாயிருந்தாள்.

நின்ற கோலம். வட்டக் கண்கள். நீண்ட நாக்கு. ஒரு கையில் குடுமியுடன் கூடிய தலை; அதிலிருந்து ரத்தம் சொட்டுகிறது. மறு கையில் கொடுவாள். விரிந்த தலை. காதுகளில் வேதாளக் குண்டலம். திறமையில்லாத ஓவியன் வரைந்தது என்றாலும் பயம் வரும் தோற்றம்.

இந்த யட்சியின் கதையை அறுபதுகளில் நான் மேலோட்ட மாகக் கேட்டாலும் முழுவதுமாக அறிந்தது தேவர் குளத்தில் சின்னக்குட்டியைச் சந்தித்துப் பேசியபோதுதான். நான் கேட்ட பல கேள்விகளில் இந்த யட்சியும் அடங்கும்.

இந்த யட்சி காளியின் அம்மா வழிப் பாட்டியுடன் தொடர்பு உடையவள். பெரும்பாலும் 19ஆம் நூற்றாண்டின் ஆரம்பத்தில் இந்த யட்சி வழிபாடு வந்திருக்கலாம். இக்காலத்தில் திருநெல்வேலி, மதுரை போன்ற இடங்களிலிருந்து தென்திருவிதாங்கூரில் குடியேற்றம் நடந்திருக்கிறது. அந்தக் குடியேற்றம் தொடர்பான கதை.

“...லேசான மழை தூறிக் கொண்டிருந்தது. அமாவாசைக்கு இரண்டு நாள்தான். ஊர் மூத்த பிள்ளை வலிகொலி அம்மன் கோவில் வழி வந்துகொண்டிருந்தார். ஐப்பசி மழையால் பெரியகுளம் நிரம்பி வழிந்தது. ஊருக்குச் செல்ல கல்பாலம் உண்டு; இரண்டு மூன்றுபேர்தான் நடக்கலாம். அவர் கோமணத்தைக் குறுக்கிக்கட்டியபோதுதான் குளத்தின் கரையில் இரண்டு கழுதைகளைப் பார்த்தார். கூடவே ஆணும் பெண்ணுமாக மூன்று நான்குபேர்.

மூத்த பிள்ளை நின்று பார்த்தார். வெளியூர்க்காரர்கள். தங்குவதற்கு வலிகொலியம்மன் கோவிலைப் பார்க்கிறார்கள் என்று புரிந்தது. அவர்களின் அருகே சென்றார். கறுத்த அழுக் கடைந்த சிறுமி கழுதையின் அருகே நின்றாள். மூத்த பிள்ளையே

அவர்களிடம் “இரவு தாமசத்துக்குத் தானே, என்னுடன் வாருங்கள்” என்றார்.

அவர்களில் ஒருவர்,“ஐயா நாங்கள் சூரமங்கலத்துக்காரர்கள். ஊரில் பாளையக்காரரைப் பகைத்துவிட்டோம். இன்று இரவு தங்கிவிட்டு நாளை பத்மநாபபுரம் போய்விடுவோம்” என்றார்.

மூத்த பிள்ளை, “ம் வாருங்கள் பின்னே” என்றார்; கழுதைகள் முன்செல்ல மற்றவர்கள் பின்னே வந்தனர். மூத்த பிள்ளை முதலில் அவர்களைத் தன் வீட்டிற்குப் பின்னே பத்தயப்புரையில் தங்க வைக்க திட்டம்; ஆனால் நடக்கும்போதே மனம் மாறியது; தன் வைப்பாட்டியின் வீட்டிற்கே அழைத்துச் சென்றார்.

அடுத்த நாள் கழுதையின் மேல் இருந்த பொதியின்மீது சந்தேகம் வந்தது; வைப்பாட்டி அதைக் கண்டுபிடித்து விட்டாள். அவர்களிடம் தங்கக் கட்டிகள் இருப்பது தெரிந்தது. அந்தக் கறுத்த சிறுமியின் உண்மை வடிவத்தையும் பார்த்து விட்டாள். அவள் பேரழகியாய் இருந்தாள்.

அந்தக் காலத்தில் வெளியூர் பயணத்தின்போது அழகான சிறுமிகளை அழைத்துச் செல்லும்போது அவளது உருவத்தை மாற்றும்படி சில காரியங்கள் செய்வார்கள். அவளது தலைமுடி யில் சாம்பலையும் சில பச்சிலை மூலிகைகளையும் தேய்த்துச் செம்பட்டை நிறத்தில் ஆக்குவர். உடம்பில் அடுப்புக் கரியைத் தேய்த்து அழுக்கு ஆடை அணிவித்து அடிமை வேலைக்காரியைப் போல் ஆக்குவார்கள். இது ஒரு பாதுகாப்பு.

சூரமங்கலச் சிறுமியும் அப்படித்தான் வந்திருந்தாள். இதை மூத்த பிள்ளையின் வைப்பாட்டி கண்டுபிடித்து விட்டாள். அத்தோடு கழுதையின் பொதியில் கொஞ்சம் தங்கக்கட்டிகள் இருப்பதும் தெரிந்தது. மூத்த பிள்ளைக்குச் சூசகமாகத் தெரிவித்தாள். அவர் இந்தப் பயணிகளை நல்ல நோக்கத்தில்தான் கொண்டு வந்தார். தங்கக் கட்டிகளின் ஆசை கண்ணை மறித்தது.

இரண்டு நாட்கள் அவர்கள் வைப்பாட்டியின் வீட்டில் இருக்கும்படியான சூழ்நிலையை உண்டாக்கினார். சிறுமியின் குடும்பத்து ஆண்களையும் ஒரு பெண்ணையும் ஏதோ காரணம் சொல்லி அப்புறப்படுத்தி வலிகொலி அம்மன் கோவில் குளத்தில் மூழ்கடித்தார். வைப்பாட்டி, சிறுமியைத் தன்வசம் வைத்துக் கொள்ளலாம் என்றும் நினைத்தாள். அவள் தன் பங்குக்குத் தங்கக் கட்டியை எடுத்துக்கொண்டாள்.

சிறுமிக்குக் கொஞ்சம் கொஞ்சமாக விஷயம் புரிந்தது. மூத்த பிள்ளையின் சதி தெரிந்தது. வைப்பாட்டியின் வீட்டு வைக்கோல் படைப்பில் நெருப்பை வைத்து அதில் சாடிவிட்டாள். அதன் பிறகு யட்சியாகி ஆதாளி செய்ய ஆரம்பித்தாள். வைப்பாட்டி தாழக்குடிக்குக் குடிபெயர்ந்துவிட்டாள். அவள் மகள் கோவிலுக்கு நிபந்தம் கொடுத்தாள். கல்வெட்டுச் சான்று உண்டு. இப்போதும் திருக்கல்யாண விழாவில் அன்னதானம் நடக்கிறது.

சிறுமி யட்சிக்கு வழிபாடு நடத்தினர். உயிர்ப்பலி கொடுத்தனர். யட்சி அடங்கிவிட்டாள்.

இந்தக் கதையைச் சொல்லிவிட்டு "அந்தக் குடும்பத்தில் வந்தவள்தான் நீ பார்த்த காளி" என்றாள் சின்னக்குட்டி.

**உங்கள் நூலகம், டிசம்பர் 2021**

# 5

## உச்சியும் உளுவனும்

உனக்கு இருக்கே எனக்கு இல்லையே
— உளுவத் தலையன்
என்ன டே எனக்கு இருக்கு
— உச்சிக்குடும்பன்
அதுதான் இருக்கே எனக்கு வேணும்
என்ன வேணும்னு சொல்லு டே
நீ வெளியில எப்படி போற
நடந்து போறேன்
கூட யார் வாரா
என் பொஞ்சாதி
அதுதான் எனக்கு வேணும்
ஏலே மூதேவி நான் ஓன் அண்ணன்டா
உன் பொண்டாட்டி மாதிரி எனக்கு ஒரு
பொண்டாட்டி வேணும்
ஏலே அப்படிச் சொல்லு
உனக்குக் கல்யாணம் பண்ணணும்
அப்படித்தானே
ஆமா ஆமா ஆமா
நான் உனக்குப் பொண்ணு பாக்குறேன்டே

இந்த உரையாடல் தமிழகத் தோல்பாவைக் கூத்து உச்சிக்குடும்பன் உளுவத் தலையன் கல்யாண கதை நிகழ்வில் வருவது. இது சுமார் பத்து முதல் பதினைந்து நிமிடங்கள் நிகழும், முக்கியமாக நல்ல தங்காள் கூத்தில் இது கட்டாய நிகழ்ச்சியாக நடக்கும். சில சமயம் பார்வையாளர்களின் வேண்டு கோளின்படியும் நடக்கும். இந்த நிகழ்ச்சியை நடத்திக் காட்டும் உச்சிக்குடும்பன் உளுவத் தலையன் இருவரும் முக்கிய தமாஷ் பாத்திரங்கள். இவர்களின் மாற்றுப்பிரதிதான் தமிழ் சினிமா காமெடி நடிகர்களான கவுண்டமணியும் செந்திலும்.

தோல்பாவைக்கூத்து நகைச்சுவை காட்சிகளை செந்தில், கவுண்டமணி ஆகிய இருவரும் பெருமளவில் நகல் எடுத்துள்ளனர். இவர்களின் சில நகைச்சுவைக் காட்சிகள் உச்சிக்குடும்பன் உளுவத்தலையனுக்குச் சொல்லிய அல்லது நிகழ்த்திக் காட்டியவைதாம். இந்தக் கதைகளில் சில பத்தொன்பதாம் நூற்றாண்டின் கடைசியில் இரத்தின நாயகர் சன்ஸ் (சென்னை) வெளியிட்டுள்ள ‘கட்டு வாக்கிய கதைகள்’ என்னும் நூலில் உள்ளன.

இன்றைய தோல்பாவைக்கூத்து கொஞ்சம் கதையும் நிறைய தமாஷ் காட்சிகளும் கலந்த கலவையாக நடக்கிறது. உத்தேசமாக எழுபது–எண்பது ஆண்டுகளுக்கு முன் இப்படி இல்லை. இப்போது இது சிறுவர் கலை.

முப்பதுகளின் ஆரம்பத்தில்கூடக் கூத்தில் ராகவிஸ்தாரங்களுடன் கூடிய அருணாசலக் கவிராயரின் இராம நாடகக் கீர்த்தனைப் பாடல்கள் பாடப்பட்டிருக்கின்றன. அப்போது கதை நிகழ்ச்சிகளுக்கும் உரையாடலுக்கும் நிறையவே இடம் கொடுத்திருக்கிறார்கள். இதையெல்லாம் சுப்பையா ராவ் எண்பதுகளில் என்னிடம் பல முறை சொல்லியிருக்கிறார்.

ஐம்பதுகளில் சுப்பையா ராவ் போன்றோர் இட்டுக்கட்டி நடத்திய சில தமாஷ் காட்சிகள் எந்த மாற்றமும் இல்லாமல் இன்றும் நடத்தப்படுகின்றன. போடுகா என்பவன், உளுவத் தலையனிடம் பத்து நயா பைசாவை (இன்று இந்த நாணயம் வழக்கில் இல்லை) கடன் கொடுத்துவிட்டுத் திருப்பிக் கேட்கும் ஒரு காட்சி இன்றைய வாசகருக்குப் புரியாமலேயே இருக்கும். நயா பைசா என்பதை இன்றைய வழக்கு நாணயமாகக கணக்கிட முடியாது. ஆனால் அந்தத் தமாஷ் காட்சி தொடர்கிறது. பத்து பைசா என்பதை மாற்றிப் பத்து ரூபாய் என்று சொல்லுமாறு தோல்பாவைக் கூத்துக் கலைஞர்களிடம் நான் பலமுறை சொன்னேன்; வீணாகிவிட்டது.

கூத்தில் முதலில் நகைச்சுவைப் பாத்திரங்கள் அறிமுகமாகும். அவர்களின் பாட்டு, கூட்டத்தைக் கலகலப்பாக்கிவிடும். இந்தப் பாடல்கள் பெரும்பாலும் ஸ்பெஷல் நாடகக் கூத்துக்களில் இருந்து எடுக்கப்பட்டவை.

இந்தப் பாடல்களைப் பாடும் கோமாளி தன் கைகளையும் காலையும் அசைப்பான். இச்செய்கை சிறுவர்களைச் சிரிக்க வைத்துவிடும். இதிலிருந்து கூத்தின் இறுதிவரை தனித் தமாஷ் காட்சிகளும் கதையுடன் கூடிய தமாஷ் காட்சிகளும் இணைந்து நடக்கும். இதுவே இந்தக் கூத்தின் இன்றைய நடைமுறை.

தோல்பாவைக் கூத்தின் மொத்தக்காட்சிகளில் உத்தேச மாக ஐம்பது விழுக்காடு தமாஷ் காட்சிகளே என்பது இன்றைய நிலை. ஒன்றரை மணி நேரக் கூத்தில் 30–40 நிமிடங்கள் தமாஷ் பாத்திரங்களே வரும்படியான சூழ்நிலை இன்று ஆகிவிட்டது.

முந்திய காலங்களில் தனியாகத் தமாஷ் காட்சிகள் நடத்தப் பட்டாலும் நிகழ்ச்சிகளாக நடத்தப்பட்டாலும் அதில்கூட ஒரு நாட்டார் தன்மை இருந்தது. அதுவும்கூட அந்தக் காட்சிகள் வட்டார வழக்காற்றிலிருந்து எடுக்கப்பட்டவையாக இருக்கும்.

முந்திய கால நிகழ்ச்சிகளைச் சிறுவர்கள் பார்க்க ஆரம்பித்த காலகட்டத்தில் ஏற்பட்ட மாற்றம் இன்றும் தொடர்கிறது. இப்படியாகச் சேர்க்கப்பட்ட காட்சிகள் குழுத்தலைவரின் மனோபாவத்திற்கு ஏற்ப வட்டாரரீதியாக வேறுபடும். ஆனால் இவற்றில் ஒரு பொதுத்தன்மை உண்டு.

தோல்பாவைக் கூத்துத் தமாஷ் காட்சிகளை இரண்டு வகையாகப் பிரித்துக் காட்டலாம். ஒன்று கதைத் தொடர்பு இல்லாமல் தனியாக நிகழ்த்திக் காட்டப்படுவது, இன்னொன்று கதாபாத்திரங்களின் உரையாடல் இடையே நிகழ்வில் காட்டப் படுவது. தோல்பாவைக் கூத்து, இராமாயணக் கதை நிகழ்த்திக் காட்டுவதற்கு உருவானது என்ற நம்பிக்கை கலைஞர்களிடம் ஆழமாக உள்ளது.

தோல்பாவைக்கூத்து இராமாயண நிகழ்வு பத்து நாட்கள் நடக்கும். பட்டாபிஷேகம் நிகழ்விற்குப் பின் அரிச்சந்திரன் கதை, லவகுசா கதை, மயில்ராவணன் கதை, மச்சவல்லவன் போர் என்பன நடக்கும். இவை இராமாயணம் தொடர்பான கதைகள்.

இவை அல்லாமல் நல்ல தங்காள் கதை உட்பட வேறு கதை களும் நடக்கும், இவற்றில் சில சோகத்தின் உச்சத்தில் உள்ளவை. இதனால் இக்கதைகளின் நடுவே தனித்துவமாகக் காட்சிகளைக் காட்டுகிறார்கள்.

ஒலிபெருக்கியும் மின்விளக்கும் இல்லாத காலங்களில் நிகழ்ச்சி தொடர்ந்து நடப்பதில்லை. கலைஞர்களுக்கு ஓய்வு தேவைப்படுவதால் ஒருநாள் விட்டு ஒருநாள் நடத்தியிருக்கிறார்கள்.

இக்காலங்களில் நாட்டார் தன்மையுடன் கூடிய பாடல் களுக்கும் வட்டாரரீதியான தொன்மங்களுக்கும் பொது மக்களின் நம்பிக்கை சார்ந்த செய்திகளுக்கும் இடம் அளிக்கப் பட்டது. அருணாசலக் கவிராயரின் ராம நாடகக் கீர்த்தனைகள் கூடப் பாடப்பட்டன. இதைக் கேட்பதற்கு மட்டுமே கூட்டம் கூடியிருக்கிறது.

கோவில் இருந்த சாலைகளில் திருவிழாக் காலங்களில் எல்லா சாதிக்காரர்களுக்கும் நுழைய மறுப்பு இருந்தபோது தோல்பாவைக் கூத்துக்காரர்கள் தெரு ஓரங்களில் நிகழ்ச்சி நடத்தியதை கோபால் ராவ் நினைவு கூர்ந்தார். கோவிலில் இருந்து சற்றுத் தொலைவில் அப்போது கூத்து நிகழ்ந்திருக்கிறது.

கடந்த 70 ஆண்டுகளாக நடக்கும் நகைச்சுவைக் காட்சிகளுக்கு என்று உருவாக்கப்பட்ட பாத்திரங்கள் இப்போதும் கூத்துக் கலைஞர்களிடம் உள்ளன. உச்சிக்குடும்பன், உளுவத்தலையன், உச்சியின் மனைவி அமிர்தம், சோமாசி, மொட்டையன் போடுகா, டில்லி முத்தம்மா, நரிக்குறத்தி, நரிக்குறவன் என 16க்கும் மேற்பட்ட நகைச்சுவைப் பாத்திரங்களை இன்றைய கலைஞர்கள் வைத்திருக்கிறார்கள்.

தோல்பாவைக் கூத்தில் பெருமளவில் பங்குபெறும் உச்சிக்குடும்பன், உளுவத்தலையன், கோமாளி மாமா போன்றோர் ஒருவகையில் தெருக்கூத்து நிகழ்வில் வரும் கட்டியங்காரன் போன்றவன் என்று கூறலாம். இவர்கள் கட்டியங்காரனை முழுதும் ஒத்துப்போனவர்கள் என்று சொல்ல முடியாவிட்டாலும் சில ஒற்றுமைகள் உள்ளன.

தெருக்கூத்து கட்டியங்காரன், விதூஷகன், காவல்காரன், சபை அலங்காரக்காரன், கோமாளி எனும் பெயர்களால் அழைக்கப்படுகிறான். இவன் கதையின் காட்சிகளைப் புரிந்து கொள்ள பார்வையாளனுக்குச் சில சமயம் உதவி செய்கின்றவன். அடுத்த நாள் கூத்து நிகழ்ச்சியைப் பார்வையாளருக்கு அறிமுகப் படுத்துபவன்.

கதாபாத்திரங்கள் உரையாடும்போது பார்வையாளர்களின் பிரதிநிதியாக வந்து சில சமயம் பேசுகிறவன்.

சமகால விஷயங்களையும் விழிப்புணர்வை ஏற்படுத்துவதற்காக உள்ள பிரச்சார விஷயங்களையும் உரையாடுகிறவன்.

இப்படியாகக் கட்டியங்காரனின் செயல்பாடுகள் உச்சிக் குடும்பனுக்கும் உளுவத்தலையனுக்கும் பொருத்தமாக இருக்கின்றன.

தோல்பாவைக் கூத்து நிகழ்ச்சி ஆரம்பத்திலிருந்து இறுதி வரை உச்சிக்குடும்பன், உளுவத்தலையன் ஆகிய பாத்திரங்களிலிருந்து பிரிக்க முடியாதபடிதான் இருக்கும். சில காட்சிகளில் இவர்கள் கதாபாத்திரங்களுடன் இணைந்தவர்களாகக் காட்டப்படுகிறார்கள்.

கூத்து நிகழ்வில் சில தடங்கல்கள் ஏற்படும்போதும் மழை போன்ற இயற்கை நிகழ்வு ஏற்படும்போதும் இந்தத் தமாஷ் பாத்திரங்கள் கை கொடுக்கின்றன.

பார்வையாளர்களின் ஏழ்மையை, இயலாமையைப் புரியவைப்பதற்குக்கூட இந்தத் தமாஷ் பாத்திரங்களே வந்து செல்கின்றன. இதுபோன்ற நிலைகளில் உச்சிக்குடும்பன் கட்டியங்காரனிலிருந்து வேறுபடுகிறான்.

இதற்கு ஓர் உதாரணத்தைச் சொல்ல முடியும். திருநெல்வேலி மாவட்டம் நாங்குநேரி வட்டத்தில் ஒரு கிராமத்தில் எண்பது களில் நான் பார்த்த நிகழ்ச்சி மறக்க முடியாதது.

குழுத்தலைவரான பரமசிவராவ் அந்த ஊரில் தனக்குத் தெரிந்த ஒருவரிடம் கூத்து நடத்த அனுமதியும் உதவியும் கேட்டிருக்கிறார். அவர் அங்கே செல்வாக்கு உடையவரல்லர். வேறு சில ஆட்களிடமும் அனுமதி பெற்றிருக்கிறார்.

பரமசிவ ராவ் ஊர்த்தலைவரை நேரடியாகப் பார்க்க வேண்டும் என்பதை முக்கியமாக நினைக்கவில்லை. நிகழ்ச்சி ஆரம்பித்த பிறகு அவருக்கு ஊரில் முழுமையாக உதவி கிடைக்க வில்லை. அப்போதுதான் தன் தவறு அவருக்குப் புரிந்தது.

பொதுவாகச் சில ஊர்களில் கலைஞர்களுக்குக் காய்கறி, அரிசி, மாமிசம் போன்றவை இலவசமாகக் கிடைப்பதுண்டு. ஆனால் இந்த முறை அதில் சிறு தடங்கல் ஏற்பட்டது. இதற்கெல்லாம் காரணம் அந்த ஊர் தலைவரைப் பார்க்காததுதான் என்று பரமசிவ ராவ் புரிந்துகொண்டார்.

ஒருநாள் பரமசிவ ராவ் கூத்து நிகழ்ச்சியில் இந்த விஷயத்தை லாவகமாக வெளிப்படுத்திவிட்டார். ராமன் மாரீசமானைப் பிடிப்பதற்காக வில்லுடன் செல்லுகிறான். பிடிக்க முடியவில்லை. ஓடிக் களைத்து ஓரிடத்தில் அமருகிறான்.

அப்போது மெல்ல யாரோ முனங்கும் குரல் கேட்கிறது. யாரது என்று கேட்கிறான் ராமன், அவன் காலின் கீழ் வில்லின் நுனியில் ஒரு தவளை. அது பேசுகிறது, "ராமா உன் கோதண்டத்தை என்மீது வைத்து விட்டாயே" என்று புலம்புகிறது. இராமன் சொல்லுகிறான், "தவளையே நீ ராமா என அழைக்கக் கூடாதா" என்று.

தவளை உடனே "அடுத்தவர் துன்புறுத்தினால் ராமனின் பெயரைச் சொல்லலாம். ராமனே என்னைத் துன்புறுத்தினால் யாரிடம் நான் சொல்லுவேன், பேசுவேன்" என்று சொன்னது.

இந்தச் சமயத்தில் உச்சிக்குடும்பன் வருவான். பார்வையாளர்களைப் பார்த்து, "இந்த ஊரில் இராமனைப் போன்ற தலைவர், பெரியவர், வள்ளல், நல்ல மனம் படைத்தவர், செயல்பாடுகளிலும் உள்ளவர். எங்கள் மீது அருள் பார்வை வைத்தால் எங்களுக்கு என்ன துன்பம் வரும். இராமனைப் போன்றவர் அல்லவா அவர்" என்று சொல்லிவிட்டு அவரின் பெயரையும் சொன்னான். உடனே பார்வையாளர்கள் ஆரவாரம் செய்தார்கள்.

அன்றுமுதல் பரமசிவ ராவுக்குக் கூத்து நடத்துவதிலுள்ள பிரச்சினை தீர்ந்துவிட்டது. எல்லாம் இலவசமாகக் கிடைத்தன.

நான் பின்னர் பரமசிவ ராவிடம், "சமயோஜிதமாகப் பேசி விட்டீரே" என்றேன். அவர், "இது என் கற்பனை அல்ல. என் அப்பா இதுபோன்ற சூழ்நிலையில் பேசியதை நான் என் சொந்தச் சரக்கு மாதிரி காட்டிக்கொண்டேன்" என்றார்.

உச்சிக்குடும்பன் சிலசமயம் கட்டியங்காரனின் நிலையிலிருந்து முழுக்க வேறுபட்டும் இருப்பான். கதை நிகழ்ச்சியில் வரும் சில செய்திகளைச் சமகாலத்தோடு பொருத்தி இப்படி இப்படி இருக்கலாமே என்று அறிவுரை கொடுப்பான். பெரும் பாலும் கணவன் மனைவி உறவு தொடர்பானதாக அவை இருக்கும்.

உச்சியும் உளுவனும் ராமாயணக் கதாபாத்திரங்கள் எல்லாவற்றையும் கிண்டலடிப்பார்கள். ஆனால் ராமன், சீதை, லட்சுமணன் என மிகச் சிலர் மட்டும் விதிவிலக்காக இருப்பார்கள்.

கதாபாத்திரங்களின் கருத்தாழம்கொண்ட அல்லது முக்கிய நிகழ்ச்சியில் உரையாடலின்போது இடையில் புகுந்து தீவிரத் தன்மையைத் தொய்வுறச் செய்யும் ஒரு காரியத்தையும் உச்சியும் உடும்பனும் செய்வார்கள். சாலமன் பாப்பையா பட்டிமன்றத்தில் செய்வது மாதிரி என்று எடுத்துக்கொள்ளலாம்.

சூர்ப்பனகை மூக்கு வெட்டப்பட்ட பின்பு இராவண தர்பாருக்கு வேகமாய்ச் சென்றுகொண்டிருப்பாள். அப்போது உச்சி அவளைப் பார்த்து, "வினை ஆரம்பிச்சாச்சு, இனி உங்க எல்லாரு தலையும் உருளப்போகிறது" என்று வரப்போவதைச் சொல்லிவிட்டு ஓடிவிடுவான்.

நல்லதங்காள் கதையில் அலங்காரி புழு நெளியும் அரிசிமாவை நல்லதங்காளிடம் கொடுத்து, காய்ச்சிக்குடி என்று சொல்லும்போது உச்சி இடையில் புகுந்து, "உனக்குச் சுண்ணாம்புக் காளவாய்தான் கடைசியில்" என்பான். கதையின் இறுதியில் இதுதான் நடக்கப் போகிறது என்பதை முன்னரே சொல்லுவான்.

பொதுவாக நாட்டார் மரபிலும் வைதீக மரபிலும் நகைச்சுவையை இழையோட விடுவது வித்தியாசமாகப்பட வில்லை. சிரிப்புக்கு ஹாசன் என்ற கடவுள் இருந்திருக்கிறார். வேதங்களில் வாஜசநேயி சம்ஹிதை, தைத்ரீய சம்ஹிதை இரண்டிலும் கோமாளி என்று ஒரு பாத்திரம் இருக்கிறது. வண்டி இழுக்கும். குதிரை லேசான பாரத்தை விரும்பும். அதுபோல நல்ல சிரிப்பை உண்டாக்கும் கோமாளியின் லேசான சொற்களை விரும்புவர் என்பது பழைய செய்தி.

சுப்பையா ராவ் ஒருமுறை உச்சிக்குடும்பனின் தோற்றம் பற்றிப் பேசினார். அது மிக பழகிய கதாபாத்திரம் என்பது அவருடைய கருத்து. சிவகணங்களில் ஒருவனான குண்டோதரன் விசுவாமித்திரரிடம் ஏதோ கிண்டல் பேச்சு பேச அவர், தமாஷ் பாத்திரமாக மாறும்படி சாபமிட்ட ஒரு கதையைச் சொன்னார் பரமசிவ ராவ்.

இந்தத் தமாஷ் பாத்திரங்கள் இராமனிடம் வரம் பெற்றவர்கள்; போரிலே உதவியவர்கள்; ராமனின் படைவீரர்கள் களைப்பு இல்லாதவாறு போர் செய்வதற்குச் சுவையான செய்தி களைச் சொல்லிக்கொண்டே இருந்தவர்கள். இதையெல்லாம் கவனித்த ராமன் இனிமேல் உங்களுக்கு ராமாயணக் கதையில் நிரந்தரமான இடம் உண்டு என்று வரம் கொடுத்தாராம்.

தோல்பாவைக் கூத்துக் கலைஞர்கள் தங்களுக்கு ஊர் மக்களிடமும் பார்வையாளர்களிடமும் ஏதோ காரணத்தால் வரும் சிறுசிறு பூசல்களைத் தங்கள் உரையாடல் மூலம் வெளிப் படுத்துவார்கள். இந்தச் செய்தியை நாட்டார் கலைஞர்களிடம் நான் கேட்டிருக்கிறேன். கூத்து நிகழும்போது கூத்தரங்கில் திரையை உயர்த்திவிட்டுத் திருட்டுத்தனமாகக் கூத்துப் பார்க்க வரும் சிறுவர்களை உச்சி விமர்சனம் செய்வான்.

தமாஷ் காட்சிகளையே காட்டிப் பழக்கப்பட்ட இந்தக் கலைஞர்கள் தீவிரமான செய்திகளைச் சொல்வதற்கு முடியாமல் ஆகிவிட்டனர். மிக அண்மைக் காலத்தில் பெண்கள் விடுதலை, குழந்தைகள் கல்வி, பொதுவான சமூக விழிப்புணர்வு போன்ற பிரச்சினைகளைப் பிரச்சாரம் செய்யுமாறு இவர்களிடம் அரசு பணம் கொடுத்து வேண்டிக் கொண்டது. பிரச்சார நிகழ்ச்சிகளில் பெரும்பாலானவை நகைச்சுவைக் காட்சிகள்தாம் என்பது குறிப்பிடத் தகுந்தது.

ஒருமுறை விவேகானந்தரின் வரலாற்றைத் தோல்பாவைக் கூத்தில் காட்ட வேண்டும் என்று என்னிடம் ஒரு அமைப்பு கேட்டுக்கொண்டபோது நான் ஒரு கலைஞருக்கு வேறொருவர் மூலம் பயிற்சியளித்தேன்.

பொதுமக்களிடம் அந்த நிகழ்ச்சியை நடத்துவதற்கு முன்பு ஒருமுறை அதை நானும் நண்பர்களும் பார்த்தோம். ஒரு காட்சியில் உளுவத்தலையன் ராமகிருஷ்ண பரமஹம்சரைக் கிண்டல் செய்து பேசுகின்ற உரையாடலைக் கேட்டேன். அவர் சுவாமி விவேகானந்தரிடம் ஒரு பாட்டு பாடச் சொல்லுகிறார். விவேகானந்தர் பாட ஆரம்பித்ததும் உளுவத் தலையன் இடையில் புகுந்து "காளி பாட்டு பாடும் ஓய்" என்றான். அதோடு நின்றால் பரவாயில்லை. கரகாட்டக்காரன் படத்தில் வரும் மாரியம்மா என்ற பாடலைச் சத்தமாகப் பாடினான்.

இந்த நிகழ்ச்சியை என்னுடன் பார்த்துக்கொண்டிருந்த நிகழ்ச்சிக்கு நிதி சிபாரிசு செய்த நண்பர், "இனிமேல் இந்த நிகழ்ச்சி வேண்டாம். இதுவரை நிகழ்ச்சி தயாரிக்க கலைஞர் செலவழித்த பணத்திற்கு நான் பொறுப்பு தந்து விடுகிறேன். இத்தோடு இந்தத் திட்டத்தை முடித்துக்கொள்வோம்" என்று சொல்லிவிட்டார்.

இதுபோன்று பல அனுபவங்கள் எனக்கு உண்டு. இதற்கு முக்கியமான காரணம், கலைஞர்களால் கருத்தாழம் மிக்க செய்திகளை நகைச்சுவை கலக்காமல் சொல்ல முடியாது என்ற நிலை இன்று ஆகிவிட்டது என்று தோன்றுகிறது.

**உங்கள் நூலகம், மே 2021**

# 6

## காலந்தோறும் பார்வையாளர்கள்

திருவனந்தபுரம் கண்ணு பிள்ளை சண்முகம் என்ற அவ்வை டி.கே. சண்முகம் தன் சிறுவயதில் நாரதராய் நடித்த ஒரு அனுபவத்தை எழுதி இருக்கிறார். இருபதாம் நூற்றாண்டு ஆரம்பம். அவர் அப்போது சங்கரதாஸ் சுவாமிகள் நடத்திய நாடக சபையில் பால நடிகராக இருந்தார். விருதுநகர் என இப்போது அழைக்கப்படும் விருதுபட்டியின் அருகே மல்லாங்கிணறு என்ற கிராமத்தில் சங்கரதாஸ் சுவாமிகள் நாடகசபையின் 'சத்தியவான் சாவித்திரி' நாடகம் நடந்தது. முதல்நாள் நிகழ்ச்சியின் ஆரம்பக் காட்சி.

பால நடிகரான சிறுவன் டி.கே. சண்முகம் நாரதர் வேடத்துடன் கழுத்தில் வீணை தொங்க பாடிக்கொண்டே வந்தான். பொதுவாக இந்தக் காட்சி ஆரம்பித்ததுமே களைகட்டிவிடும். "பால நடிகரைப் பார்த்ததுமே பார்வையாளர்கள் ஆரவாரம் செய்வார்கள்; கைதட்டி வரவேற்பார்கள்." ஆனால் மல்லாங்கிணறுப் பார்வையாளர்கள் அமைதியாக இருந்தார்கள். யாரும் கை தட்டவில்லை. ஆரவாரம் செய்யவில்லை.

மேடையில் ஓலைத்தடுப்பில் மறைவாக நின்றுகொண்டு பார்வையாளர்களை ரகசியமாகப் பார்த்துக்கொண்டிருந்த சங்கரதாஸ் சுவாமிகளுக்குத் திகைப்பாக இருந்தது, "பார்வையாளர்களின் அமைதி யின் காரணம் அவருக்குப் புரியவில்லை. அடுத்த காட்சியிலும் பார்வையாளர்கள் அப்படியே இருந்தார்கள்.

சத்தியவான் வந்தபோதும் சாவித்திரி வந்தபோதும் பார்வையாளர்களின் அமைதி குலையவில்லை. இப்போதும் சங்கரதாஸ் சுவாமிகளுக்கு ஒன்றும் புரியவில்லை. "நடிகர்கள் நன்றாகத்தானே பாடினார்கள்; நன்றாகத்தானே நடித்தார்கள்; சத்தியவான் சாவித்திரி எப்போதும் போலவே மேடைக்கு வந்தார்கள். இந்தப் பார்வையாளர்களுக்கு என்ன வந்தது? நடிகரிடம் எந்தக் குற்றத்தையும் என்னால் பார்க்க முடிய வில்லையே என்று தன்னைத்தானே கேட்டுக்கொண்டார். எதுவுமே அவருக்குப் புரியவில்லை.

யமன் வரும் காட்சி. யமன் வந்தான். காலில் சதங்கைகள் சப்தமிடத் துள்ளித் துள்ளி வந்தான்; ஆடிக்கொண்டே வந்தான்; மேடையில் குதித்துக் குதித்து ஆடினான். ஒரே ஆரவாரம். பார்வையாளர்கள் இரண்டு கைகளையும் தட்டி ஆரவாரம் செய்தார்கள். இதைப் பார்த்த சங்கரதாஸ் சுவாமிகளுக்கு ஒன்றும் புரியவில்லை. அடுத்த நாள் ஊர்மக்களிடம் பேசிய போதுதான் புரிந்தது.

நாடக நடிகர்கள் எல்லோரும் மேடையில் துள்ளித் துள்ளிக் குதித்துக்கொண்டே வருவதைத்தான் அந்த ஊர்பார்வை யாளர்கள் விரும்பினார்கள். பாத்திரங்கள் அமைதியாக வருவதை அவர்கள் விரும்பவில்லை; அப்படி வந்தால் அது நாடகம் அல்ல என்று நினைத்தார்களாம். சுவாமிகளுக்கு இந்த அனுபவம் புதிதாக இருந்தது.

டி.கே. சண்முகம் ஒரு பேட்டியில், "அந்தக் காலத்தில் நாடகப் பார்வையாளர்களின் ரசனையெல்லாம் ஒன்றல்ல. பால நடிகனாக இருந்த காலத்து முதலே இதைப் பார்த்திருக் கிறேன். ஊருக்கு ஊர் பார்வையாளர்கள் வேறுபடுகிறார்கள்; இடத்திற்கு இடம் மாறுபடுகிறார்கள்; இதைச் சரியாக வரையறை செய்ய முடியாது" என்று சொல்லியிருக்கிறார்.

தமிழகப் பார்வையாளர்களின் ரசனை ஒரே நேர்க்கோட்டில் செல்வது அல்ல. சினிமா பார்வையாளர்களுக்கும் நாடகப் பார்வையாளர்களுக்கும் வேறுபாடு உண்டு. சினிமா பார்வை யாளர்களின் ரசனையும் ஒரே போக்கில் உள்ளவை அல்ல. ரஜினிகாந்தின் பார்வையாளர்கள், கமல்ஹாசன் பார்வை யாளர்களிலிருந்து வேறுபட்டவர்கள். இந்தப் பார்வை கலை, அழகியல், ரசனை சார்ந்தது மட்டுமல்ல; தனிமனித, மதிப்பீடு, ஈடுபாடு சம்பந்தப்பட்டது. இந்த அளவுகோலில் தரம் என்பது இருக்காது.

பழைய ஏற்பாட்டில் உள்ள ஞானசவுந்தரி கதை தமிழகத்தின் தோல்பாவைக்கூத்து, நாடகம், அம்மானை என்னும்

வடிவங்களில் கலந்துள்ளது. இந்தக் கதை 1948இல் இரண்டு முறை திரைப்படமாக எடுக்கப்பட்டிருக்கிறது. முதலில் ஜெமினி வாசனின் தயாரிப்பில் வந்தது. கொத்தமங்கலம் சுப்பு திரைக் கதையையும் பாபநாசம் சிவன் பாடல்களையும் எழுதினார். இந்தப் படம் படுதோல்வி அடைந்தது.

இரண்டாவது முறை சிட்டாடல் பிலிம்ஸ் ஜோசப் தளியத் தயாரித்தார். நாஞ்சில் ராஜப்பா உரையாடல் எழுதினார். இதிலும் பாபநாசம் சிவனின் பாடல்கள் உண்டு. இந்தப் படம் அமோக வெற்றி பெற்றது. நாகர்கோவில் அழகப்பா திரையரங்கில் நூறு நாட்களுக்கு மேல் ஓடியது.

ஜோசப் தளியத்தின் சினிமாவில் லேனாள் என்னும் கதாபாத்திரம் மன்னிக்கப்படுகிறாள் என்னும் முடிவுதான் படத்தின் வெற்றிக்குக் காரணம் என்று பரவலாகப் பேசப் பட்டது. ஜெமினியின் படத்தின் முடிவு மூலக்கதையை ஒட்டி யதார்த்தமாக இருந்தது. இதில் லேனாள் நெருப்பில் தள்ளப் படுகிறாள். இந்த முடிவு இப்படத்தின் தோல்விக்குக் காரணம் என்றனர். இதில் பார்வையாளர்களின் ரசனை முக்கியமாக இருந்தது.

நாட்டார் வழக்காற்றியல் வடிவங்களில் ஞானசவுந்தரி கதையின் லேனாள் சிறு தண்டனைதான் பெறுகிறாள். இதையே பார்த்துப் பழகிய பார்வையாளர்களுக்குத் திரைப்பட முடிவு பிடிக்கவில்லை. ஆகவே பார்வையாளர்களின் ரசனை மரபு சார்ந்தது என்பதையும் மறக்க முடியாது.

காலம் தோறும், வட்டாரம் தோறும் தமிழ் பார்வை யாளர்களின் ரசனை மாறுபட்டும் மாறிக்கொண்டும் வருகிறது. இதற்கு வட்டாரரீதியான பண்பாடு, சூழல், சமூகத்தின் பொதுவான மாற்றங்கள், கல்வி, தொழில்நுட்பம் போன்ற காரணங்களையும் சேர்த்துக்கொள்ளலாம்.

சிலப்பதிகார உரையாசிரியர் கூறும் நாடகங்களின் பார்வையாளர்களும் பிற்காலச் சோழர்களின் கல்வெட்டுக்களில் வரும் நாடகங்களின் பார்வையாளர்களும் வேறுபட்டவர்கள்.

நாயக்கர்கால குறவஞ்சி நாடகப் பார்வையாளர்கள், நவாப் ராஜமாணிக்கம் பார்வையாளர்களிலிருந்து வேறுபட்டவர்கள். பம்மல் சம்பந்த முதலியாரின் பார்வையாளர் சோ, மனோகர் முதலியோரின் பார்வையாளர்களிலிருந்து வேறுபட்டவர்கள்.

இவர்கள் எல்லோரிடமிருந்தும் வேறுபட்டவர்கள் கூத்துப்பட்டறை பார்வையாளர்கள்; வீதி நாடகப் பார்வை யாளர்கள் தனியானவர்கள்.

இவர்கள் எல்லோருமே நாடகப் பார்வையாளர்கள்தாம். ஆனால் வேறுபட்டவர்கள். இவர்கள் ஒரே நேர்க்கோட்டில் இருப்பவர் அல்லர். பொதுவெளியிலிருந்து பெருமளவில் வேறு பட்ட இவர்கள், நாட்டார் கலைகளின் பார்வையாளர்கள்.

அடியார்க்கு நல்லார் உரைகளில் கூறப்பட்ட நாடகங்களில் நடித்தவர்களுக்குச் சமூக மரியாதை இருந்தது. பிற்காலச் சோழர் காலத்திலும் அப்படித்தான்; இதிலும் அப்படித்தான். ஆனால் 18, 19ஆம் நூற்றாண்டுகளிலும் 20ஆம் நூற்றாண்டு ஆரம்பத்திலும் நாடகப் பார்வையாளர்கள் நாடக நடிகர் களைப் பெரிய அளவில் மதிக்கவில்லை. டி.கே. சண்முகம் இதைப்பற்றி விரிவாக எழுதியிருக்கிறார். வேறு பலரும் இதை எழுதியிருக்கிறார்கள்.

சவரிராய பிள்ளை என்பவர் தன் வம்சவளி வரலாற்று நூலில் (19 ஆம் நூற்) "அப்போது நடிகர்கள் மேடையில் திங்கு திங்கென்று ஆடுவார்கள். ஒரு ஊரில் நாடகம் போட்டதுமே திருமணமாகாத பெண்களைப் பாதுகாப்பது பெரிய வேலை யாகிவிடும்" என்கிறார்.

நாட்டார் நாடகப் பார்வையாளர்களை இரண்டு வகைகளாகப் பகுத்துக்கொள்ளலாம். கோவில், சடங்குசார்ந்த கலைகள் தொடர்பான பார்வையாளர்கள் பொழுதுபோக்கிற்காக நடத்தப்பட்ட நாட்டார் கலைகளைப் பார்த்தவர்கள். இவர்கள் இருவருமே ஒரே நிலையில் அமைந்தவர்கள். ஒரு கிராமம் ஒரே சாதி ஒரே குலம் என ஒற்றுமை இருந்தாலும் இரண்டு வகைப்பட்ட கலைகளைப் பார்ப்பதில் வேறுபட்டி ருந்தார்கள்

தெருக்கூத்துக் கலை நிகழ்ச்சியில் திரௌபதி துகில் உரிதல் காட்சியைப் பார்க்கும் பார்வையாளனுக்கும் கயிற்றின் மேல் கழைக்கூத்து ஆடும் பெண்ணைப் பார்க்கும் பார்வை யாளனுக்கும் வேறுபாடுண்டு. திரௌபதியின் துகிலுரிதல் காட்சியில் பார்வையாளன் கதையுடன் ஒன்றிவிடுவான். நடிகர்களின் நடிப்பு பார்வையாளின் நரம்பைச் சிலிர்க்கச் செய்யும்; அவனிடம் ஒரு மாற்றத்தை உருவாக்கும். கழைக்கூத்தில் அப்படி இருப்பதில்லை.

தமிழகத்தில் சடங்குகள் தொடர்புடைய பார்வை யாளர்களின் ரசனை காலங்காலமாக மாற்றப்பட்டு வருவது குறிப்பிடத்தக்கது.

தமிழக நாட்டார் கலைகளில் சடங்குசார்ந்த கலைகளாக அம்மன் கூத்து, அன்னக்கொடி விழாக் கூத்து, கழுவேற்ற விழாக் கூத்து, இரணியன் நாடகம், கண்ணன் ஆட்டம்,

கணியான் ஆட்டம், களம் எழுத்தும் பாட்டும், சேர்வையாட்டம், சேவையாட்டம், தெருக்கூத்து, வாசகப்பா, வில்லுப்பாட்டு என உத்தேசமாக 12 நிகழ்த்துக் கலைகள் உள்ளன; மேலும் சில இருக்கலாம்.

இவையெல்லாமே கோவிலும் வழிபாடும் சடங்குகளும் சார்ந்தவை. வட்டாரரீதியாக நடத்தப்படுபவை. இவற்றின் பார்வையாளர்களும் வட்டார அளவில் ஆனவர்கள். தென் மாவட்ட கணியான் ஆட்டத்தைத் திருவண்ணாமலை, வேலூர் மாவட்டப் பார்வையாளர்கள் ரசிக்க முடியாது. தஞ்சாவூர் பகுதியில் நடக்கும் இரணியன் நாடகத்தைக் கன்னியாகுமரிப் பார்வையாளன் பார்க்க முடியாது.

முக்கியமாக இந்தக் கலைகளின் சடங்குகளும் கலை நிகழ்த்தும் முறையும் வட்டாரச் சார்புடையவை. குறிப்பிட்ட பார்வையாளர்களுக்காக நிகழ்த்தப்படுவன. இவற்றில் சடங்குகளும் கலை அழகியலும் குறிப்பிட்ட பார்வையாளனுடன் தொடர்புடையன. இத்தகைய ரசனை அடுத்த தலைமுறைக்குக் கடத்தப்படுவது.

கணியான் ஆட்டத்தில் ஆடப்படும் அம்மன் கூத்தைப் பார்க்கும் பார்வையாளன் அம்மனாக ஆடுபவனைத் தெய்வ மாகப் பார்ப்பான். அன்னக்கொடி விழாக் கூத்து (திருச்சி) பார்வையாளன் கூத்தின் சடங்குகளிலும் கலந்துகொள்வான். கூத்து நடிகன் மதிப்புக்கு உடையவனாவான். இங்கு கலைஞனால் பரிமாறப்படும் சீராளக்கறி பிரசாதமாகவும் மருந்தாகவும் கருதப்படும்.

கழுவேற்ற விழாக் கூத்தில் ஊரே ஆடுகளம் ஆகிவிடும். பார்வையாளர்களிலிருந்து நின்று பார்ப்பதில்லை பாத்திரங் களில் தங்களை இணைத்துக்கொண்டு ஒன்றாக மாறிவிடுவார்கள். அர்ஜுனன் தபசு தெருக்கூத்தில் இதைப் பார்க்க முடியும்.

ஆக இதுபோன்ற ரசனை, பார்வையாளர்களின் ஈடுபாடு இந்தக் கலைகளையும் சடங்குகளையும் பார்க்கும்போது மட்டுமே இருக்கும்.

இன்றைய தொலைக்காட்சிப் பெட்டியின் முன்னே அமர்ந்து இருக்கும் பார்வையாளரை டி.வி சீரியல் பார்வையாளர்களை (பெரும்பாலும் பெண்கள்) எந்த வகையில் அடக்குவது என்று தெரியவில்லை.

காவ்யா, ஏப்ரல் 2022

# 7

# கோவில் ஆய்வுச் சேகரிப்பின் சிக்கல்கள்

தமிழகக் கோவில்கள் பற்றி வந்த நூல்களை அவற்றின் உள்ளடக்கம், தரம் – அமைப்புச் செய்திகளைக் கூறும் முறை போன்ற காரணங்களின் அடிப்படையில் நான்கு வகைகளாகப் பகுக்கலாம்.

முதல் வகை. கோவில் வழிகாட்டியாக, சிறு பிரசுரமாக, குறைந்த பக்கம்கொண்ட நூல் வடிவில் இருப்பவை. இவற்றில் கோவில் தலபுராணங்கள் முக்கியப்படுத்தப்படும். இந்தக் கோவிலை வழிபடுவதால் கிடைக்கும் பயன்கள், வழிபாட்டு நேரம், நேர்ச்சை, பரிகாரம் எனப் பல விஷயங்கள் இந்தநூல்களில் குறிப்பிடப்பட்டிருக்கும். இந்த வகை நூல்களில் சிலவற்றுக்கு ஆசிரியர் பெயர் இருக்காது. இவற்றை எழுதுபவர்கள் ஆய்வாளர்கள் அல்லர். இவை கோவிலுக்கு வரும் பக்தர்களின் பக்தியை, நம்பிக்கையைக் குறிப்பதற்காக இருக்கும்,

ஒருகாலத்தில் திரிசிரபுரம் மீனாட்சிசுந்தரம் பிள்ளையிடம் தங்கள் கோவிலுக்குத் தலபுராணம் எழுத வேண்டும் என்று கோவிலைச் சார்ந்தவர்கள் கேட்டுக்கொண்டார்கள். அதற்காக எழுதிய தலபுராணக் கதையை ஒத்ததுதான் இந்த வகை நூல்களும். கோவில் வழிகாட்டிகள் கோவிலைப் பார்க்க வந்தவர்களிடம் கூறும் புனைவுகளை மிகைப்படுத்திக் கூறும். கோவில் நம்பிக்கை சார்ந்து வந்தவர்களுக்கு எழுதப்பட்டவை இவை. இந்த வகை நூல்களில் கோவிலின் பிரமிப்பையும்

நம்பிக்கையையும் மிகைப்படுத்துவதைக் காணலாம், கோவிலின் வருமானத்திற்கு உதவ இப்புத்தகம் பயன்படும்.

இரண்டாம் வகை நூல்கள் சோதிடனின் பார்வையில் உருவாக்கப்பட்டவை; அல்லது அவர்களின் செல்வாக்குப் பெற்றவை. இந்த வகை நூல்கள் கோவிலைப் பற்றிய வழிகாட்டியாக மட்டுமல்லாமல் ஜாதகக் கோளாறால் ஏற்பட்ட ஒருவரின் சிக்கலுக்குப் பரிகாரம் கூறும் முகமாகவும் உருவாக்கப்பட்டவை.

இவை பெரும்பாலும் இதழ்கள், பத்திரிகைகளில் வரும் கட்டுரைகளின் தொகுப்பாகவும் இருக்கும். இவை பின்னர் விரிவாகப் புனைவுடன் தொகுக்கப்படுவதும் உண்டு. வலை தளத்தில் ஒரு குறிப்பிட்ட கோவிலைத் தேடினால் பெரும்பாலும் இந்தப் புத்தகங்களின் சுருக்கத்தைப் போட்டிருக்கிறார்கள். திருநள்ளாறு, திருக்கடையூர் வரலாறு பற்றிய நூல்கள். இந்த வகையில் அடங்கும், இவை ஆய்வு நூல்கள் அல்ல.

மூன்றாவது வகை பல்கலைக்கழகங்களிலும் ஆய்வு மையம் இருக்கும். கல்லூரிகளிலும் தயாராகும் எம்.பில், பி.எச்டி ஆய்வேடுகள். பெரும்பாலும் இந்த வகை ஆய்வுகள், ஆய்வு மையங்கள் இருக்கும் இடங்களைச் சுற்றியுள்ள கோயில்களைப் பற்றியதாகவே இருக்கும். இந்த ஆய்வேடுகள் பட்டத்திற்காக மட்டுமே எழுதப்பட்டவை. பெரும்பாலும் இவை அச்சில் வருவதில்லை. சில புத்தகமாக வந்துள்ளன. அவையும் மூல வடிவத்திலிருந்து செப்பம் செய்யப்பட்டவை.

இத்தகு ஆய்வுகள் தமிழ்த்துறை, வரலாற்றுத்துறை என்னும் இரண்டு துறைகளிலும் நடக்கும். இத்தகைய எம்.பில் பி.எச்டி ஆய்வேடுகள் தமிழகத்தில் 400க்கு மேல் இருக்கலாம். இவற்றில் தரமான ஆய்வேடுகள் உண்டு. உதாரணமாக நெல்லையப்பர் கோவில், குற்றாலநாதர் கோவில், சங்கர நாராயணர் கோவில் ஆகியவை பற்றிய ஆய்வுகள். இவற்றில் மிக சாதாரணமான ஆய்வுகளும் உண்டு (கன்னியாகுமரி பகவதி அம்மன் கோவில் குறித்த ஆய்வு).

இந்த ஆய்வேடுகள் கோவிலின் கல்வெட்டுக்கள், செப்பேடுகள், ஓலை ஆவணங்கள், தலபுராணங்கள் போன்ற வற்றைக் கணக்கில் எடுத்து ஆய்வு மேற்கொண்டாலும் கோவிலுக்கும் சமூகத்திற்குமான உறவைப்பற்றிப் பெரும்பாலும் கவனம் செலுத்துவதில்லை. பெரும்பாலும் எல்லா கோயில் ஆய்வேடுகளுக்கும் ஒரே மாதிரியான இயல் பகுப்பும் கோவிலை யும் சிற்பங்களையும் விளக்கும் போக்கும் அமைந்திருக்கும்.

நான்காம் பகுப்பில் தொல்லியல்துறை ஆய்வாளர்களும் வரலாற்றுப் பேராசிரியர்களும் எழுதிய நூற்கள் அடங்கும். இந்த வகையில் எழுதியவர்கள் பெரும்பாலோர் தொல்லியல் துறை ஆய்வாளர்கள் ஆவர். இத்தகு நூற்கள் முக்கியமானவை. தொல்லியல் துறையினர் வெளியிட்ட நூல்கள், கோவிலின் கல்வெட்டுகள், செப்பேடுகள் ஆவணங்கள் போன்றவற்றை மட்டுமே சான்றாக எடுத்துக்கொள்ளும்.

இத்தகு நூற்களில் கோவிலின் சமூகப் பங்களிப்பு, சமூகங் களின் உறவு, தேவதாசிகளின் நிலை, கோவில் பணியாளர்களின் நிலை போன்றவை மிகக்குறைவாகவே சொல்லப்பட்டிருக்கும் அல்லது மேற்கோளாகக் காட்டப்பட்டிருக்கும். இவை நுட்பமாக விளக்கப்பட்டிருக்கா. இத்தகு நூல்கள் கோவிலின் கட்டுமானம் பற்றி அதிகம் கவனம் செலுத்தும். சிற்பங்களை விவரிப்பதில் பக்கங்களை நகர்த்தும். இதுபோன்ற நூல்களை எழுதும்போது பெரும்பாலும் சிக்கல்கள் வருவதில்லை. கோவிலின் காலத்தைக் கணிக்கின்றபோது மட்டும்தான் இவர்கள் சிக்கலுக்கு உள்ளாகிறார்கள்.

இவர்கள் அல்லாமல் முனைவர் பட்ட ஆய்வு அல்லது தன்னார்வத்தால் எழுதப்பட்ட நூல்கள் உண்டு. உதாரணமாக சுசீந்திரம் தாணுமாலயன் கோவில் (கே.கே. பிள்ளை 1943), காஞ்சி வரதராஜன் கோவில் (கே.வி. ராமன் 1975), கைலாசநாதர் கோவில் (சி மீனாட்சி 1983), அழகர் கோவில் (தொ. பரமசிவம் 1997) ஆகியன முக்கியமானவை. தன் ஆர்வத்தால் அல்லது வேண்டுகோளால் எழுதப்பட்ட நூல்கள் உண்டு. சுசீந்திரம் தாணுமாலயன் கோவில் (அ.கா. பெருமாள் 2007), திருவட்டாறு ஆதிகேசவப் பெருமாள் கோவில் (அ.கா. பெருமாள் 2009), தஞ்சை பெரிய கோவில் (குடவாயில் பாலசுப்பிரமணியம்), தாராசுரம் ஐராவதேஸ்வரர் கோயில் (குடவாயில் பாலசுப்பிரமணியம்), தமிழ்நாட்டுக் குடைவரைக் கோவில்கள் (இராசவேலு 2000) என சில நூற்களைச் சொல்ல முடியும்.

இந்தவகை நூற்கள் கோவிலின் வரலாறு துல்லியமாக எழுதப்பட்டவை. இவற்றில் சில முனைவர் பட்டத்திற்காக எழுதப்பட்டாலும் அவை அச்சில் வரும்போது முழுமையான வடிவத்தோடு வெளியிடப்பட்டுள்ளன. இவை முனைவர் பட்டத்திற்குரியன என்ற நிலையைத் தாண்டி வெளிவந்தவை. இத்தகு நூல்கள் எண்ணிக்கையில் குறைவு. இதுபோன்ற நூல்களை வெளியிடும்போது ஏற்படும் சிக்கல்கள் அதிகம்.

தமிழகக் கோவில்களைப் பற்றி ஆரம்ப காலத்தில் எழுதியவர்களிலிருந்து (ஜெகதீச அய்யர்) இன்றுவரை

எழுதுகிறவர்களிடம் ஏற்பட்ட ஆய்வின் சிக்கல்கள் பொதுவானவையல்ல. முந்தைய ஆய்வாளர்களுக்கும் இன்றைய ஆய்வாளர்களுக்கும் ஒரு விஷயத்தை வெளிப்படுத்தும்போது ஏற்படும் சிக்கல்கள் காலத்தின் அடிப்படையில் வேறுபடுகின்றன.

மானுடவியல், சமூகவியல், நாட்டார் வழக்காற்றியல் ஆகிய துறைகளில் ஆய்வு செய்கிறவர்களுக்கும் இது பொருந்தும். இன்றைய ஆய்வாளர்களுக்குக் கோவிலின் சமூகப் பங்களிப்பு, கோவிலுக்கும் ஜாதிகளுக்கும் உள்ள உறவு, தேவதாசிகளின் நிலை, பூசகர்கள் கோவிலுடன் கொண்ட உறவால் சாதிய அடுக்கைப் பேணிய வரலாறு போன்றவற்றைப் பற்றிய செய்தி களைச் சேகரிப்பதிலும் எழுதுவதிலும் சிக்கல் உண்டு.

வரலாற்றுப் பேராசிரியர் கே.கே. பிள்ளை, கன்னியாகுமரி மாவட்டம் சுசீந்திரம் ஊரிலுள்ள தாணுமாலயன் கோவிலைப் பற்றி இருபதாம் நூற்றாண்டு ஆரம்பத்தில் செய்தி சேகரிக்க ஆரம்பித்துவிட்டார். இக்காலத்தில் தேவதாசி ஒழிப்புச் சட்டம் வந்து பத்து ஆண்டுகள்தாம் ஆகியிருந்தன; என்றாலும் தேவதாசிகள் சிலர் குத்தகைப் பணியாளர்களாகக் கோவில்களில் வேலை செய்தனர். ஐம்பதுகள்வரை இந்த நிலை தென்குமரி பகுதியில் வழக்கில் இருந்தது. ஆகவே இவர்களிடம் கோவில் தேவதாசிகளின் செய்திகளைச் சேகரிப்பது எளிதான காரியம். கே.கே. பிள்ளை இதுபோன்ற செய்திகளைச் சேகரித்திருக்கிறார். ஆனால் அந்தச் செய்திகள் எல்லாவற்றையும் தன் புத்தகத்தில் முழுமையாகச் சொல்லவில்லை.

தேவதாசி ஒழிப்புச் சட்டத்துக்குப் பின்பு தேவதாசியாகப் பணியாற்றியவர்கள் நாஞ்சில் நாட்டில் உள்ள ஒரு குறிப்பிட்ட ஜாதியுடன் தங்களை இணைத்துக்கண்டனர். இந்த விஷயத்தை அவரால் வெளிப்படையாகச் சொல்ல முடியவில்லை. எழுபது களின் ஆரம்பத்தில் தேவதாசி ஒருத்தியை நான் பேட்டி கண்டு செய்தி சேகரித்தபோது நிறைய தகவல்கள் கிடைத்தன. அவர் சொன்ன பல விஷயங்களை கே.கே. பிள்ளை தன் நூலில் சொல்லவில்லை.

நான் தேவதாசிகள் பற்றிச் சேகரித்த செய்திகளின் அடிப்படை யில் உங்கள் நூலகம் மாத இதழில் இரண்டு கட்டுரைகள் எழுதினேன் (சின்னக்குட்டியும் கச்சவட முக்கும், சின்னக்குட்டி பிடித்த பச்சைப் பாம்பு). நானும் கூட இந்தக் கட்டுரைகளில் சில விஷயங்களைச் சொல்லாமல் விட்டிருக்கிறேன். கே.கே. பிள்ளை காலத்தில் இருந்ததைவிட என்னுடைய காலத்தில் இதுபோன்ற விஷயங்களைச் சொல்லுவதில் சிக்கல் அதிகமாகிவிட்டது.

அந்தக் கோவிலுக்கும் ஊருக்கும் உள்ள உறவு, கோவில் நிர்வாகிகள் அந்த ஊரையும் அதைச் சுற்றிய குக்கிராமங்களையும் நிர்வகித்ததனால் வந்த விளைவு எனப் பல விஷயங்களை இன்று சொல்ல முடியாது.

இதுபோன்ற சிக்கல்கள் மற்ற மாவட்டங்களைச் சார்ந்த ஆய்வாளர்களுக்கும் இருந்திருக்கிறது. திருநெல்வேலி மாவட்ட கோவில்களில் பணியாற்றிய தேவதாசிகள் தங்களை அங்கேயுள்ள ஒரு பெரிய சாதியினருடன் இணைத்துக்கொண்டனர். இதை நெல்லையப்பர் கோவிலைப் பற்றி எழுதியவரும் சொல்ல வில்லை. இது அவர்களுக்குத் தெரியாத விஷயமும் அல்ல. நெல்லையப்பர் கோவில் தேவதாசிகளின் நன்கொடை ஈடுபாடு கூட விரிவாக விளக்கப்படவில்லை. இப்படி எத்தனையோ விஷயங்களைச் சொல்லிக்கொண்டு போக முடியும். ஆய்வாளருக்கு ஏற்படும் சிக்கல்களில் இது முக்கியமான ஒன்று.

ஒரு கோவிலின் விழாச் சடங்குகள் பிராமணர்களை மட்டும் சார்ந்ததாக இருக்கவில்லை. கோவில் இருக்கும் ஊரில் உள்ள பல சாதிகளைச் சார்ந்து அல்லது இணைந்து நடக்கும் காரியங்களாகவும் இருந்தன. இவற்றையெல்லாம் பதிவு செய்வதில் சிக்கல் உண்டு. கன்னியாகுமரி மாவட்டத்தில் உள்ள கோயில்கள் சிலவற்றில் ஒடுக்கப்பட்ட சாதிகள் பலவற்றுக்கும் அக்கோவிலுக்கும் உள்ள உறவைப் பற்றி நான் நிறையவே சேகரித்தேன். இந்தத் தகவல்களின் அடிப்படையில் 'இவர்களுக்கு மரியாதை இருந்தது' என்னும் தலைப்பில் ஒரு கட்டுரையை *மானுடம்* மும்மாத இதழில் வெளியிட்டு இருந்தேன். இதன் விளைவுகளைச் சிலரிடமிருந்து நான் எதிர்நோக்க வேண்டி யிருந்தது. இதுபோன்ற சிக்கல்கள் முக்கியமானவை.

ஒரு கோவிலின் கட்டுமானக் காலத்தைத் துல்லியமாக கணிப்பது சிக்கலானது. முழுக் கட்டுமானமும் ஒரே காலத்தில் அரசர் ஒருவரால் கட்டப்படுவதில்லை. பரிவாரத் தெய்வங்களின் கோவில்களும் முக்கியமான மண்டபங்களும் பல்வேறு காலங் களில் கட்டப்பட்டிருக்கும். கட்டுமானப்பணியானது பல காலங்களில் நடப்பது. ஒரு கோவிலின் எல்லா பகுதிகளும் ஒரே காலத்தில் உருவாக்கப்பட்டவை அல்ல. பல்வேறு கால கட்டங்களில் பல்வேறு அரசுகளால் உருவாக்கப்பட்டவை. ஒரு ஆய்வாளருக்கு இந்த விஷயத்தை விளக்குவதில் பெரிய சவால் உருவாகும்.

கோவில் கட்டுமானத்தைக் கல்வெட்டுகளாலும் செப்பேடு களாலும் மட்டும் கணிக்க முடியாது. தமிழகத்தில் பல

கோவில்களில் உள்ள மண்டபங்களில் கட்டியவரின் பெயரோ வேறு அடையாளங்களோ இல்லை. இந்த மண்டபங்களைக் கட்டியவரின் பெயர்கள், காலம் இரண்டையும் தீர்மானிப்பதில் சிக்கல் உண்டு. இதுபோன்ற சமயங்களில் அரசர்களின் கட்டுமானப் பாணியை அடிப்படையாகக்கொண்டு பல்லவர் காலம், சோழர் காலம் எனப் பாகுபடுத்தும் உத்தியைப் பயன்படுத்து கிறார்கள்.

தஞ்சை பிரகதீஸ்வரர் கோவிலை முதலாம் ராஜராஜன் கட்டினாலும் நாயக்கர்கள், மராட்டியர்களின் கட்டுமானச் செல்வாக்குகளும் கோவிலில் உண்டு. இக்கோவிலின் உள் மண்டபத்தின் சுவர் ஓவியங்கள் முதலாம் ராஜராஜன் காலத்தில் வரையப்பட்டவை. அவற்றின்மேல் சுண்ணாம்பு பூசப்பட்டுப் பிற்கால ஓவியங்கள் வரைந்திருப்பது இருபதாம் நூற்றாண்டின் ஆரம்பக் காலத்தில் கண்டுபிடிக்கப்பட்டது. இதுபோல வேறு உதாரணங்களையும் கூற முடியும். சித்தன்னவாசல் குடை வரை ஓவியத்தைப் பல்லவர் காலத்தது என்று ஆரம்ப கால ஆய்வாளர்கள் பலரும் கூறினார்கள். இது முற்கால பாண்டியர் காலம் என அண்மையில் நிறுவப்பட்டுள்ளது.

கருவறைச் சிற்பங்களையும் பரிவாரத் தெய்வங்களின் சிற்பங்களையும் செப்புப் படிமங்களையும் துல்லியமாக அடையாளம் காண்பதில் சிக்கல் உண்டு. இந்த உருவங்கள் இருக்கும் இடத்திற்குப் பிராமணரல்லாத ஆய்வாளர் செல்ல முடியாது. அதனால் இங்கே ஆய்வாளன் பூசகரையே நம்ப வேண்டியிருக்கிறது. பூசகர் சொல்லும் தகவல்களை மட்டும் தான் சேகரிக்க முடியும். தமிழக பூசகர்களில் பலர் சிற்பங்களின் நுட்பங்களை அறியாதவர்கள். சாதாரண விவரங்கள் கூடத் தெரியாதவர்கள் உள்ளனர். இதனால் ஆரம்ப காலத்தில் பல தவறுகள் நிகழ்ந்திருக்கின்றன.

கோவிலின் அனைத்துப் பகுதிகளிலும் உள்ள எல்லா கல்வெட்டுக்களையும் கல்வெட்டுத் துறையினர் படியெடுக்க முடியாத நிலையில் இருந்திருக்கிறார்கள். பெரும்பாலும் இது பதிவு செய்யப்படவில்லை. பல கோவில்களில் கருவறை உட்பகுதியில் உள்ள கல்வெட்டுக்கள் இன்னும் படியெடுக்கப்பட வில்லை என்று சொல்கிறார்கள்.

கன்னியாகுமரி பகவதி அம்மன் கோவிலில் அர்த்த மண்டபத் தூண்களில் பித்தளைத் தகடு பொருத்தப்பட்டுள்ளது. இதை அகற்றிவிட்டு கல்வெட்டைப் படியெடுப்பதற்கு அறநிலையத் துறை, கல்வெட்டுத் துறைக்கு அனுமதி கொடுக்கவில்லை

(1969). இச்செய்தி பதிவு செய்யப்பட்டுள்ளது. அதனால் இந்த மண்டபத்தைப் பற்றிய தகவல்களை முழுதுமாக அறிய முடிய வில்லை என்கிறார்கள். இப்படியான சிக்கல்களை யாரும் பேசுவதும் இல்லை.

சில கோவில்களில் குறிப்பிட்ட மண்டபங்களை, இடித்து அகற்றிவிட்டு அதே மண்டபத்தில் உள்ள கற்களைப் பயன்படுத்தி வேறு மண்டபங்கள் அல்லது கோவில்களைக் கட்டியுள்ளனர். பழைய மண்டபத்திலுள்ள கல்லில் உள்ள கல்வெட்டில் இருக்கும் செய்திகளை வைத்துக்கொண்டு புதிய மண்டபத்தின் கட்டுமானக் காலத்தைக் கணிப்பது சிக்கலை உருவாக்கிவிடும். உதாரணம் திருவலஞ்சுழி பள்ளிபடை கோவில்.

இக்கோவில் பிற்காலச் சோழர் காலத்துக் கட்டுமானம்; ஆனால் கல்வெட்டு பல்லவர் காலத்தது. இதற்கு முக்கிய காரணம் சமணர்களின் கட்டுமான கோவில் உடைக்கப்பட்டு அந்தக் கல் இந்தக் கோவிலின் கட்டுமானத்திற்குப் பயன்படுத்தப் பட்டுள்ளது. ஆகவே கோவில் கட்டுமானக் கல்வெட்டை முழுமையான சான்றாகவும் பயன்படுத்தும்போது உண்மையை அறிய வேண்டி இருக்கின்றது. இதற்கு வேறு சான்றுகளும் உண்டு.

தமிழகத்தில் பெரும் கோவில்களில் நவக்கிரக மண்டபங்கள் நிறுவுவது என்ற காரியம் அண்மைக் காலத்தில் பெருகிவிட்டது. இது கோவில் வருமானத்திற்காகச் செய்யப்படுகின்ற ஒரு செயல்பாடு. நவக்கிரக வழிபாடானது நாயக்கர் காலத்திற்குப் பின்னால் ஏற்பட்டது. பெரும்பாலான கோவில்களில் வெளிப் பிரகாரம் முன்பக்கத்தில் நவக்கிரகச் சிற்பங்கள் அமைக்கப் பட்டிருக்கும். இந்த மண்டபமும் நவக்கிரக மண்டபமும் வேறு பட்ட காலத்தைச் சார்ந்தவை என்பதைப் பிரித்தறிய வேண்டிய நிலை உள்ளது.

பொதுவாகத் தமிழகக் கோவில்கள் சித்தர்களின் சமாதி என்ற கருத்தாக்கம் உண்டு. அரசர்களின் பள்ளிப்படையாகவும் கோவில்கள் இருப்பதுண்டு. பழனி கோவில் போகரின் சமாதி. கோவை மருதமலை பாம்பாட்டி சித்தரின் உறைவிடம். சுசீந்திரம் தாணுமாலயன் கோவில் பிருங்கி முனிவரின் சமாதி. இது போன்று சொல்லப்படும் சமாதிகளின் பெரும் பட்டியல் உண்டு. உண்மையில் இவை தலபுராணங்கள் உருவான காலத்தில் புனையப்பட்ட கதைகள் என்றும் எடுத்துக்கொள்ளலாம். இது போன்ற கதைகளை வெளிப்படையாகக் கூறுவதில் சிக்கல் உண்டு.

கோவிலைப் பற்றிய செய்திகளைக் கோவில் தொடர்பானவர்களோ கோவில் இருக்கும் ஊர்க்காரர்களோ துல்லியமாகச் சொல்லுவார்கள் என்பதை நம்ப முடியாது. ஆய்வாளர்களிடமிருந்தே அவர்கள் சிலவற்றைக் கேட்டுத் தெரிந்து கொள்கிறார்கள். மரபுவழியான விஷயங்களைச் சொல்லும்போது அவர்களின் சொந்தப்புனைவும் அவர்களின் சாதி குடும்பம் தொடர்பான புனைவுகளும் பெருமளவு கலந்து விடுகின்றன. இந்த இடத்தில் மிகக் கவனமாக இருக்க வேண்டி இருக்கின்றது.

இன்றைய நிலையில் நாட்டார் தெய்வ கோவில்கள் மேல்நிலையாக்கம் பெற்று, பெருநெறிக் கோவிலாக வழிபாடு பெறுவது என்ற சூழ்நிலை பெருகிவிட்டது. ஒரு கோவில் ஒரு காரணத்தால் பரவலாகப் பிரபலமாக ஆகிவிட்ட பிறகு அத்தெய்வத்தின் மூலம் நாட்டார் மரபு என்று கூறுவதில் பெரும் சிக்கல் இருக்கிறது.

நாகர்கோவில் நாகராஜா கோவில் சமணக் கோயில்; சந்தேகமில்லை. இதைப் பலரும் எழுதியிருக்கிறார்கள். கல்வெட்டுக்களும் சிற்பங்களும் இதற்குச் சான்று. இப்போது முழுக்கவும் இது இந்துசமயச் சார்புடையதாகிவிட்டது. இதைச் சொல்வதில்கூடப் பெரிய சிக்கல் இல்லை. ஆனால் இந்தக் கோவிலின் மூலமாக இருப்பது நாட்டார் தெய்வம் என்று சொல்லுவதில்தான் சிக்கலே ஆரம்பிக்கிறது. நானும் செந்தீ நடராசனும் இந்தக் கோவிலின் பல இடங்களில் நாட்டார் தெய்வ வழிபாடு இருந்ததைப் பல சான்றுகள் மூலம் தேடி கண்டுபிடித்திருக்கிறோம். இதை இன்று வெளியிட முடியாது.

கட்டுமான அமைப்பு மட்டுமல்ல சிற்பங்களை அடையாளம் காண்பதிலும் சிக்கலும் பிரச்சினைகளும் உள்ளன. முருகன் என்ற கடவுளின் ஆயுதங்கள் வஜ்ராயுதமும் சக்தி ஆயுதமும் ஆகும்; வேலாயுதம் பிற்காலத்தில் இணைக்கப்பட்டது. இந்திரனுக்கு உரிய ஆயுதங்கள் வஜ்ராயுதமும் சக்தி ஆயுதமும் ஆகும். இங்கு முருகனையும் இந்திரனையும் வேறுபடுத்த சிற்பங்களில் இருக்கும் வாகனத்தை அடையாளங்காண வேண்டும். முருகனுக்கு வாகனம் மயில், இந்திரனுக்கு வாகனம் யானை. சில சமயத்தில் வாகனம் காட்டப்படவில்லை யென்றால் இந்த தூணில் இருப்பவரைத் துல்லியமாக இனம் காட்ட முடியாது. இதே தூணில் இருக்கும் இன்னொரு சிற்பத்தைப் பார்த்து அடையாளங் காணலாம்.

சில சிற்பங்களுக்கு வட்டாரரீதியான பின்னணிக் கதைகள் உண்டு; தொடர்பும் உண்டு. இவை தொடர்பான கதைகளைக்

கல்வெட்டுக்களிலோ செப்பேடுகளிலோ காண முடியாது. கோவிலைச் சார்ந்தவர்களிடமும் ஊர் மக்களிடமும்தான் கேட்டுத் தெரிந்துகொள்ள முடியும்.

உதாரணமாக தென் மாவட்டங்களில் உள்ள கோவில்களில் குறவன் இளவரசியைத் தூக்கிக்கொண்டு செல்லும் காட்சி அமைந்த சிற்பங்கள் பரவலாகக் காணப்படுகின்றன. இந்தக் குறவனை இளவரசன் ஒருவன் துரத்தவும் செய்வான். இதற்குப் பின்னால் வட்டாரரீதியான ஒரு கதையைச் சொல்கிறார்கள். இந்தக் கதை இன்றைய குறவர் சமூகத்திற்குப் பாதகமானது. அவர்களைக் குற்றவாளியாகவும் சித்திரிக்கும் கதை. இந்தக் கதையின் எல்லா பரிமாணங்களையும் அப்படியே சொல்லவும் முடியாது. இதுபோன்ற சிக்கல்கள் பல.

உங்கள் நூலகம், மார்ச் 2023

# 8

## துச்சாதனன் வடக்கே பார்த்துக் கையைச் சுற்றினான்

ஒருமுறை நாகர்கோவில் ஒழுகினசேரி ஆற்றங்கரையின் அருகேயுள்ள புதேரி என்னும் சிறிய கிராமத்தில் இருக்கும் கிருஷ்ணன்கோவில் கல்வெட்டைத் தேடி செந்தீ நடராஜனுடன் சென்றேன். இருசக்கர வாகனத்தை ஓரத்தில் நிறுத்தி விட்டு வயல் வரப்பு வழியே கோவிலுக்குச் செல்ல எப்படிப் போகலாம் என்று யோசித்துக்கொண்டு இருந்தோம்.

தை மாதம் கன்னிப்பூ அறுவடை முடிந்த சமயம்; வயல்கள் வெட்டவெளியாகக் கிடந்தன. வரப்புகள் சரியாகத் தெரிந்தன. அங்கே நின்ற வயதான பெண் ஒருத்தியிடம் புதேரி கிருஷ்ணன் கோயிலுக்கு எப்படி போகலாம் என்று கேட்க ஆரம்பித்ததும், அவள், "நேரே வடக்கே போய் தெற்கு வரப்பில் திரும்பினால் போதும் கிருஷ்ணன் கோயில் தெரியும்; தை பிறந்தாச்சு வழியும் பிறந்தாச்சு," என்றாள்

எனக்கு அவள் சொன்ன பழமொழிக்கு அந்தச் சூழலில் வேறு பொருள் உண்டு என்பது புரிந்தது. சாதாரணமாக இந்தப் பழமொழிக்குக் கன்னிப்பூ அறுவடை முடிந்தால் பணக் கஷ்டம் தீர்ந்து விடும், வழி பிறந்துவிடும் என்பது பொதுவான அர்த்தம். இந்தப் பாட்டி இப்போது சொன்ன பழமொழிக்கு அந்தப் பொருள் இல்லை என்பது புரிந்தது. அவளிடம் கொஞ்சம் விரிவாகப் பேசிய போது விடை கிடைத்தது.

வயலில் பயிர் செழிப்பாக வளர்ந்து நிற்கும் காலங்களில் வரப்பு வழியே செல்லும்போது கொஞ்சம் தூரமும் அதிகம் நேரமும் அதிகம்; அறுவடை முடிந்துவிட்டால் வரப்பு வழி செல்ல வேண்டாம். பயிர் இல்லாத வயல் வழி சென்றால் நடையும் நேரமும் மிச்சம். அந்தச் சூழ்நிலையில் அப்பழமொழியின் அர்த்தம் இதுதான் என்பது புரிந்தது

சூழலில் கேட்கப்படும் சொற்களுக்கும் சொலவடைகளுக்கும் வழக்காறுகளுக்கும் அர்த்தம் வேறு. அகராதி இரண்டாம் நிலைக்கு வந்துவிடும். இப்படி எத்தனையோ விஷயங்களைக் கவனித்து இருக்கிறேன்.

ஒருமுறை பிரபல பத்திரிகை ஒன்றில் தெருக்கூத்து பற்றி வந்த கட்டுரையைப் படிக்கச் சொன்னார் பேராசிரியர் லூர்து. அவர் அப்போது பாளையங்கோட்டை தூய சவேரியார் கல்லூரியில் நாட்டார் வழக்காற்றியல் துறையின் தலைவராக இருந்தார்.

கட்டுரை ஒன்றரைப் பக்கம்தான். ஒரே மூச்சில் படித்து விட்டு லூர்துசாரை நிமிர்ந்து பார்த்தேன்; சிரித்தார். பக்கத்தில் இருந்த ராமச்சந்திரனும் வேறு சிலரும் புன்னகைத்தார்கள். அவர்களும் அந்தக் கட்டுரையைப் படித்திருந்தார்கள் என்பது தெரிந்தது. விஷயம் இதுதான்.

கட்டுரை எழுதியவர் சென்னை ஜெர்மன் ஹாலில் துரௌபதி புலம்பல் என்ற துகிலுரிதல் கூத்து நாடகத்தைப் பார்த்திருக்கிறார். நடேச தம்பிரானின் குழு என்று ஞாபகம். துச்சாதனன் துகில் உரியும் உச்சகட்ட காட்சி நடந்துகொண்டிருந்தது. துகில் உரியும் முன்பு துச்சாதனன் மேடையில் வடக்கு திசை பார்த்து இரண்டு கைகளையும் சுற்றினான். மற்ற நடிகர்கள் அந்தத் திசையைப் பார்த்து வணங்கினார்கள். பின்னர் துச்சாதனன் துகிலுரியத் தொடங்கினான்.

கட்டுரையாசிரியர் இந்த நிகழ்ச்சியை எழுதும்போது, துச்சாதனன் வேடம் தரித்தவன் மேடையின் ஒரு புறம் நின்று வலது கையைச் சுற்றிவிட்டு முணுமுணுக்கிறான். பிற நடிகர்கள் அவனருகே நின்று வணங்குகிறார்கள். பின் துகிலுரியும் நிகழ்ச்சி ஆரம்பமாகிறது என்று எழுதியிருந்தார்.

உண்மையில் நடந்தது என்ன? துரௌபதையம்மன் கோவில் வளாகத்தில் துரௌபதி புலம்பல் என்னும் துகிலுரிதல் கூத்து நடப்பதில் ஒரு சிக்கல் உண்டு. துரௌபதியம்மன் முன்னால் அவளது துகிலை உரிவது என்பது சரியா? துச்சாதனன் இந்த இக்கட்டிலிருந்து தப்புவதற்கு அம்மனைச் சரணடைந்தான்

துகிலுரியும் காட்சி தொடங்குவதற்கு முன்பு வடக்கு திசையைப் பார்த்து துரௌபதி அம்மன் கோவில் இருப்பதாக நினைத்து அம்மா நாங்கள் இப்போது நாடகம்தான் நடத்து கிறோம். உன் துகிலை உரிவது உண்மையல்ல இது நாடகமே; எங்களை மன்னிக்க வேண்டும் என்று கேட்டுக் கொள்வான்; மற்ற நடிகர்களும் அம்மனை வணங்குவார்கள்

துச்சாதனன் ஒரு தட்டில் சூடத்தை வைத்துப் பொருத்தி அம்மனுக்குக் காட்டுவான். சூட தீபத்தைப் பிற நடிகர்களும் கண்ணில் வைத்துக்கொள்வர். இதற்குப்பின் துகிலுரிதல் காட்சி நடக்கும். துகிலுரிதல் முடிந்தபின் துரௌபதி தவியாய்த் தவிப்பாள். பாஞ்சாலியாக வேடம் தரித்தவள் தன் முந்தானை துணியை விரித்துக்கொண்டு பார்வையாளர்களின் மத்தியில் போவாள். மக்கள் காசு போடுவார்கள். சிலர் புதுத் துணியையும் கொடுப்பார்கள்

பார்வையாளர்கள் இந்தக் காட்சியை எத்தனை முறை பார்த்தாலும் அழுது கலங்குவார்கள். அப்போது பாஞ்சாலி நடிப்பதாக நினைக்க மாட்டார்கள். சில ஊர்களில் துகிலுரிதல் காட்சியைப் பெண்கள் பார்க்க வருவதில்லை

இது இயல்பான சூழலில் கட்டுப்பாடற்ற நிலையில் நடப்பது. இதை ஜெர்மன் ஹாலில் பார்க்கும் மேல்தட்டுப் பார்வை யாளர்கள் எப்படிப் புரிந்துகொள்ளுவார்கள்? இப்படியான ஒரு சூழ்நிலையில் ஒரு கலையை மேடையில் மட்டும் பார்த்துக் கட்டுரை எழுதினால் இப்படித்தான் இருக்கும் என்றார் பேரா. லூர்து.

# 9

## திருவள்ளுவரின் ஞான வெட்டியான்

மதுரையிலிருந்த மூன்றாவது தமிழ்ச் சங்கம் அழிந்து போனதற்கு இலக்கண இலக்கிய உரையாசிரியர்களும் தமிழ் இலக்கிய வரலாற்றை எழுதியவர்களும் வேறு வேறு காரணங்களைக் கூறுகிறார்கள். ஆனால் வாய்மொழி மரபில் இதற்கு ஒரு கதை வழங்குகிறது. இந்தக் கதை பதினெட்டு அல்லது பத்தொன்பதாம் நூற்றாண்டில் உருவாக்கப் பட்டிருக்கலாம்.

திருவள்ளுவர் பறையர் சாதியைச் சார்ந்தவர் என்றும், வெட்டியான் தொழிலைச் செய்தவர் என்றும், இந்தக் கதை புலவர்களிடையே பரவலாக வழங்கப்பட்டதால் அவரைச் சங்கத்திலிருந்து நீக்குவதற்குக் கோரிக்கை வைத்தார்கள் என்றும் இந்தக் கதையை உருவாக்கியவர்கள் விளக்கம் கொடுத்தார்கள்.

நாகப்பட்டினம் சத்திரம் ஒன்றில் பகவான் என்னும் பெயருடைய பிராமணன் ஒருவன் காலை நேரத்தில் தன் அனுஷ்டானங்களைச் செய்து கொண்டிருந்தான். அப்போது அந்தச் சத்திரத்தின் பின்பகுதியில் பெருக்கிக்கொண்டிருந்த இளம்பெண் ஒருத்தி பிராமணனின் செய்கைகளைக் கவனித்துக் கொண்டிருந்தாள். அவனது செயல் அவளுக்கு அதிசயமாக இருந்தது. அவள் தன் வேலையை நிறுத்திவிட்டு அவனை வேடிக்கைப் பார்த்துக் கொண்டிருந்தாள்.

அப்படிப் பார்ப்பதைக் கவனித்த பிராமணன் தன் காரியம் தீட்டாகிவிட்டது என்று நினைத்தான். அவனுக்குக் கோபம் வந்தது உடனே தன் கையிலிருந்த அகப்பையை அவள் மேல் எறிந்தான். அது அவள் தலையில் விழுந்தது. அவள் பயந்துபோய், அந்தச் சத்திரத்தை விட்டு ஓடிவிட்டாள்.

இரண்டு நாள் கழித்துப் பிராமணன் பகவான் சத்திரத்திற்கு எதிரே இருந்த இருள் கவிந்த தோட்டத்திற்குப் போனான். அங்கே ஒரு இளம் பெண் நின்றுகொண்டிருந்ததைப் பார்த்தான். அந்த நேரத்தில் அவன் கண்ணுக்கு அவள் அழகானவளாகத் தெரிந்தாள். அவளுடன் ரகசியமாக உறவு கொண்டான். இப்படி இரண்டு மூன்று நாட்கள் சென்றன. ஒரு நாள் தற்செயலாக அவன் அவளது தலையைத் தடவியபோது அகப்பை பட்ட அடையாளத்தைக் கண்டான். அவனுக்கு அவள் யார் என்பது புரிந்துவிட்டது.

பகவானுக்கு வேறு வழியில்லை. அவளிடம் நமக்குப் பிறக்கும் குழந்தையை நடுக்காட்டில் எறிந்துவிட வேண்டும், இது என் கட்டளை என்றான். ஒன்றும் அறியாத அவளும் அதற்குச் சம்மதித்தாள். பகவானும் அந்தப் பெண்ணும் ஒருமுறை திருமயிலை ஊருக்குச் சென்றனர். வழியில் இலுப்பை மரக் காட்டுக்குள் தங்கினர். அங்கே அவளுக்கு ஒரு ஆண்குழந்தை பிறந்தது. கணவனின் நிபந்தனைப்படி அந்தக் குழந்தையை அவள் இலுப்பைக் காட்டுக்குள் போட்டாள். உடனே அந்தக் குழந்தை

எவ்வுயிரும் காக்க ஒரு ஈசன் உண்டோ இல்லையோ
அவ்வுயிரில் யான் ஒருவன் அல்லவோ – வவ்வி
அருகுவது கொண்டு இங்கு அலைவது ஏன் அன்னே
வருகுவது தானே வரும்

என்று பாடியது.

பகவான் அந்தக் குழந்தையைப் பார்த்து அதிசயப்பட்டான். அவளுக்குக் குழந்தை பேசியது புரியவில்லை. பகவானுக்கு அந்தக் குழந்தையை எடுத்துச் செல்ல விருப்பமில்லை. ஆனால் குழந்தை பிழைத்துவிடும் என்பது மட்டும் அவனுக்குத் தெரிந்தது.

அந்தக் குழந்தை இலுப்பை மரத்தின் பூவிலுள்ள தேனைச் சுவைத்து வளர்ந்தது. ஒரு முறை அந்தக் காட்டுக்கு வேளாளப் பெண் ஒருத்தி வந்தாள். குழந்தையைக் கண்டாள். அதை வீட்டுக்கு எடுத்துக்கொண்டு வந்தாள். அவளது உறவினர்கள் சாதி தெரியாத குழந்தையை நம் வீட்டில் வளர்ப்பதா, வேண்டாம் மாட்டுத் தொழுவத்தில் தொட்டில் கட்டிப் போடு என்றார்கள். அவளும் அப்படியே செய்தாள்.

வேளாளப் பெண்ணின் வீட்டில் வயல் வேலை செய்த பறையர் சாதிப் பெண் மாட்டுக் கொட்டகைத் தொட்டிலில் கிடந்த குழந்தையைப் பார்த்தாள். அதைச் சீராட்டி வளர்த்தாள். குழந்தை அவளது முகம் பார்த்துச் சிரித்தது. அதைத் தன் வீட்டிற்கு எடுத்துச் சென்றாள். யாரும் அதைத் தடுக்கவில்லை.

அந்தப் பெண்ணின் கணவன் சுடுகாட்டில் வெட்டியான் வேலை செய்து வந்தான். குழந்தை வளர்ந்தது. ஒருமுறை வெட்டியான் தன் மகனைச் சுடுகாட்டிற்கு அழைத்துச்சென்றான். இந்த மகனுக்குச் சுடுகாடு பழக்கமான இடமாக இருந்தது. வெட்டியானுக்கு அதைக் கண்டுபிடிக்க முடியவில்லை.

வெட்டியானின் மகன் அடிக்கடி சுடுகாட்டுக்குச் சென்றான். அங்கு அவனுக்கு ஞானம் கிடைத்தது. சுடுகாட்டுக்கும் அவர் மகனுக்கும் உள்ள உறவு வெட்டியானுக்குத் தெரியவில்லை. பிற்காலத்தில் இந்த மகன்தான் திருக்குறள் என்ற நூலை எழுதினான் என்று கதையும் உண்டு. அத்தோடு இவன் எழுதிய ‘ஞானவெட்டியான்’ என்ற நூல் அவனின் சொந்த அனுபவத்தில் எழுதியது.

திருவள்ளுவர் பெயரில் உள்ள ஞானவெட்டியான் என்ற நூலின் பாடல்கள் பத்தொன்பதாம் நூற்றாண்டில் கிராமங்களில் பாடப்பட்டிருக்கிறது. சாதாரண மக்கள் அறிந்திருக்கின்றனர். இந்த நூல் தெய்வத்தன்மை பொருந்திய திருவள்ளுவ நாயனார் எழுதிய ஞான வெட்டியான் 950 என்னும் பெயரில் 1852இல் வெளியாகியிருக்கிறது. புதுவை ராமசாமி முதலியார் குமாரர் நாராயணசாமி முதலியார் வெளியிட்டிருக்கிறார்.

1912ஆம் பதிப்பில் 1911 பாடல்கள் உள்ளன. இந்த நூலில் காப்புப் பாடல் பழைய சித்தர் மரபில் பாடுகிறது. குறிப்பாக இடைக்காடரைப் பாராட்டுகிறது. நூலின் ஆரம்பத்தில் “சபைதனிலே உள்ள ஆண்டைகளே என்னைத் தாழ்ந்த குலத்தவன் என்று சொல்லுகிறார். நாங்கள்,

செத்த மாடு அறுப்போம் சிவ சிவ
சுடுகாடு அனுதினமும் காத்திருப்போம்
கட்டையை அடுக்கிக் கொள்வோம் . பிணமதற்கு
காறபணம் முழுத் துண்டு வாங்கிக் கொள்வோம்
சுட்ட தொகு அஸ்திகளும் சேதம் வராமல்
துரிதமாய் பொறுக்கி சுட்டி விடுவோமே

என்று கூறுவதாக ஞானவெட்டியான் நூல் கூறும்

ஞானவெட்டியான் எழுதியவருக்குத் தன் சாதியைப் பழிக்கும் உயர்வர்க்கத்தின்மீது மிகுந்த கோபம் இருக்கிறது. இதை

அந்தணர் வேதியர் என் குலத்தை,
அசட்டுப் பறையன் என்று தள்ளினார்கள்

என்று சொல்லுகிறது. சாதியில் என்னைப் பறையன் என்று சொல்லும் சண்டாளர்களுக்கு இந்நூலைச் சாற்றுவேனே என்று ஆவேசத்துடன் பேசிக்கொண்டே தன் கருத்தைச் சொல்லுகிறது ஞானவெட்டியான்.

இந்த நூல் இந்திரியத்தை அடக்கி மூச்சை உள்ளிழுத்து இயற்றும் முறையை விரிவாகக் கூறுகிறது. இதில் வெற்றி அடைவதற்குப் பெண் இன்பத்தை ஒழிக்க வேண்டும் "விரகமது சுகமே இன்பம் அதுவே கடலில் அரவம் அது வாய் விளை என்றறி" என்பது ஞானவெட்டியான்.

இந்த நூலில் சாதி வேற்றுமை, சாதிய பழிப்புத் தொடர்பாக முப்பத்தாறு பாடல்கள் உள்ளன. பறையர் சமூகத்தைச் சார்ந்த ஒருவன் (வெட்டியான்) தன் பெருமையைப் பேசுவது போல் அமைந்தது ஞானவெட்டியான் நூல்.

பறையர் ஆகிய நாங்கள் சுக்கில குலத்தினர். அதாவது உற்பத்தி செய்யும் வம்சத்தினர். விஷ்ணுவும் ருத்திரரும் அக்னியும் எங்கள் குலத்தைச் சார்ந்தவர்கள். இது தெரியாமல இந்த உலகில் நீங்கள் எங்களைப் பறையர் என்று கூறலாமா? பரமேஸ்வரன் எங்களுக்கு முறைக்குத் தமையன் ஆவான்.

உள்ளம் பெருங்கோவில் உன் குலமும் என் குலமும் கண்டு அறிவது என் மொழியில்தான். அதனால் திருவள்ளுவன் ஆகிய நான் வெட்டியான் தொழில்செய்தாலும் ஞானம் அடைந்தவனாக இருக்கிறேன். அதனால் நான் சொல்வதைக் கேள்.

எங்கள் சாதி ஆணுக்கு விந்து என்ன கருப்பு நிறமா அல்லது உங்கள் சாதி ஆணுக்கு விந்து என்ன சிவப்புநிறமா, இல்லையே. இருவருக்கும் விந்து வெள்ளை நிறம்தானே பெண்ணின் சுரோணிகமும் ஆண் விந்துவும் இணைவதுதானே உற்பத்தி. பின் ஏன் பிறப்பால் ஜாதி பார்க்கிறீர்கள் என்று இந்தப் பகுதி முடிகிறது.

ஞானவெட்டியான் உயர்சாதியைப் பார்த்துக் கூறுவது போன்ற அமைப்பை உடையது. இதில் திருக்குறளின் செல்வாக்கும் உண்டு. இந்த நூலில் ஓர் இடத்தில் "சாயாமல் அதிவீரராம பாண்டியன் தமயந்தி சரித்திரம் நைடதமே" என வரும். இங்குக் குறிப்பிடப்படும் அதிவீரராம பாண்டியன் என்ற சீவல மாறன் கி.பி.1564–1604 ஆண்டுகளில் தென்காசியைத் தலைநகராகக் கொண்டு ஆண்டவன். எனவே இந்த நூல் பதினாறாம் நூற்றாண்டுக்கு முற்பட்டது என்று தெரிகிறது.

பதினெண் சித்தர்களின் வரிசையில் திருவள்ளுவருக்கும் இடம் உண்டு. சில மதிப்புகளில் வள்ளுவர் சித்தர் என்றே குறிப்பிடுகிறார்கள். சித்தர் பாடல் தொகுப்பில் திருவள்ளுவர் பாடியவையாக 20 பாடல்கள் உள்ளன. இதில் ஞானவெட்டி யானின் பிரதிபலிப்பு உண்டு.

ஞானவெட்டியானின் பாதிப்பையுடைய சிந்துப் பாடல்கள் தனி சிறு பிரசுரமாக வந்துள்ளன. ஞானம் அடைந்தவர்களுக்கு இறப்பு கிடையாது என்பது இச்சிறு பிரசுரத்தின் சாராம்சம். அத்தோடு ஒடுக்கப்பட்ட மக்களை ஒட்டுமொத்தமாகப் புராணக் கதாபாத்திரங்களாக ஆக்கிய செய்திகள் இதில் உள்ளன.

வினோத விசித்திர பார்சி தோட்டி தொட்டிச்சி பறையன் பாட்டு என்ற பிரசுரம் 1909இல் வந்துள்ளது. இது மதுரை புதுமண்டப புத்தக ஷாப், வெளியீடு. மொத்தம் 16 பக்கங்கள்; 29 பாடல்கள், 58 கண்ணிகள், சரணம், அனுபல்லவி உட்பட 120 வரிகள் கொண்ட சிறிய பிரசுரம்.

பூவுலகில் பிரம்மாவின் சிருஷ்டியால் மக்கள் பிறந்தனர்; ஆனால் சாதி பிறந்தது பிரம்மாவால் அல்ல.

> ஆதிசிவன் பறையன் அமரர்களே பறையர்
> அலமேலுவும் பார்வதியும் அவர்கள் பரக்கிழவியர்
> ஆறுமுகன் பறையன் கூறும் வள்ளியோ பறச்சி
> அரிச்சந்திரனை விற்றபோது வாங்க வந்த வீரபாகு பறையன்

என்று அடுக்கிக்கொண்டே போகிறது இந்தச் சிந்துப் பாடல்.

இந்தச் சிறு பிரசுரம் மிகுந்த ஆவேசத்துடன் ஒத்து ஒத்து என்று சொல்லி ஒதுக்கினீர் பார்ப்பர்காள்; கண்ணப்ப நாயனார் எங்கள் சாதி கூறுகிறது. இப்படியாகப் பறையரைப் பரிகசித்த வரைப் பதில் கொடுப்பேன் என்று சொல்லுகிறது. வேதத்தின் நுண்ணறிவேன். "விந்து நாடித்திரண்டும் விதமறிவேன்" அப்படி யானால் நானும் ஞானம் அடைந்தவன் என்று கூறி முடிகிறது இந்தச் சிந்து பாடல். இந்தப் பாடல்கள் முத்து வீராயி என்னும் வர்ணமெட்டில் அமைந்தது.

**நூலறிவன்**, (ரவிக்குமார் அறுபதுமலர் 2022)

# 10
## பண்பாட்டு வரலாற்றைத் தேடலாம்

இரண்டாயிரம் ஆண்டுகளுக்கு முற்பட்ட சங்கப்பாடல்களில் குறிப்பிடப்படும் சேர, சோழ, பாண்டிய, குறுநில மன்னர்களின் எண்ணிக்கை முழுமையாக வரையறை செய்யப்படவில்லை. இவர்களின் வீரம், வள்ளல் தன்மை, புலமை காரணமாகச் சில மன்னர்களை நினைவு வைத்திருக்கிறோம். ஆனால் இவற்றில் எந்தத் தகுதியும் இல்லாமல் பழியை மட்டுமே செய்து பேரைத் தக்க வைத்துக்கொண்டவர்கள் உண்டு.

நன்னன் என்ற பெயரில் மூன்று மன்னர்கள் இருந்தனர் என்கிறார் மயிலை சீனி. வேங்கடசாமி. இந்த மூவரையும் 11 புலவர்கள் பாடியுள்ளனர். இவர்களில் ஒருவன் பெண் கொலை புரிந்தவன். இவன் கி.பி. முதல் நூற்றாண்டில் வாழ்ந்தவன். கோசர் குலத்து இளம்பெண் ஒருத்தி ஆற்றில் குளித்துக் கொண்டிருந்தபோது தண்ணீரில் மிதந்துவந்த மாங்கனியை எடுத்துவிட்டாள். அந்தக் கனி நன்னன் என்ற அரசனின் காவல் மரத்திலிருந்து விழுந்தது. அதை எடுப்பது அரச குற்றம். அதனால் நன்னன் அவளைக் கொல்ல உத்தரவிட்டான். அவளது தந்தை நன்னனிடம் கெஞ்சினான். தன் மகளை விட்டுவிட்டால் அவளது எடைக்கு எடை தங்கம் தருவதாகச் சொன்னான். நன்னன் கேட்கவில்லை. அவளைக் கொன்றுவிட்டான். அவளது தந்தை கோசரின் உதவியுடன் நன்னனைப் பழிவாங்கினான். அவனைக் கொன்றான்.

அந்தக் காலத்தில் நடந்த இந்த நிகழ்ச்சியைக் குறுந்தொகை, அகநானூறு, புறநானூறு பாடல்கள் கூறுகின்றன. கோசர் பெண் கொல்லப்பட்ட நிகழ்ச்சியும் அவளது வழிபாடும் தொடருகின்றன. அந்தப் பெண் கொலைபட்ட பின் வழிபடு தெய்வமாகிவிட்டாள். அவள் கொல்லப்பட்ட இடம் ஆனை மலைப் பகுதியில் திங்கலாம் பாறை என்று கூறுகிறார்கள். கோசர் இருந்த பகுதி கேரள மாநிலத்தின் காசர்கோடு என்று ஊகிக்கிறார்கள். இந்தப் பெண்ணின் வழிபாடும் இவளைப் பற்றிய கதைகளும் இங்கே வழங்குகின்றன.

கோசர் பெண் இப்போது மாகாளியம்மனாக வழிபடப் படுகிறாள் என்கிறார் துளசி ராமசாமி; இவள் வட கேரளம், கர்நாடக எல்லை, கொங்கு நாட்டுப் பகுதிகள் ஆகிய இடங்களில் வழிபடு தெய்வமாக ஆகிவிட்டாள். இவளைப் பற்றிய கதைகள் இன்றும் வேறுவேறு வடிவங்களில் வழங்குகின்றன. கோசர் வாழ்ந்ததாகக் கருதப்படும் காசர்கோட்டில் உள்ள ராமையன் நாயர் என்பவர் இவளது கதையை நாடகமாக்கி இருக்கிறார். இது நன்னன் கதையிலிருந்து வேறுபட்ட வடிவம். ஆனாலும் பழைய மரபின் தொடர்ச்சியே.

வட கேரளத்தில் நீளேஸ்வரம் என்னும் பகுதியில் உள்ள ஒரு தெய்வம் பற்றிய கதைக்கு ஒரு பின்னணி வரலாறு உண்டு. பிராமணர் ஒருவரின் வீட்டின் முன்பகுதியில் நின்ற பலாமரத்தின் காயை, பிராமணர் அல்லாத ஒரு பெண் பறித்து விட்டாள்; அதனால் கொலை செய்யப்படுகிறாள். பின் வழிபாடு பெறுகிறாள். இவளைப் பற்றிக் கேரளத்துத் தெய்யம் ஆட்டம் உண்டு.

கொங்கு நாட்டு ஆளியாறு கிளை நதியான உப்பாற்றங்கரையில் உள்ள மாசாணியம்மன் (மயான) கோவில் கோசர் குலப் பெண் வழிபாடு என்கிறார்கள். இப்போது இக்கோவில் வெள்ளாளக் கவுண்டர் ஜாதிக்கு உரிய கோவிலாக உள்ளது. காசகோட்டில் உள்ள ஸ்மசான பகவதி என்பவள் ஸ்திரி ஹஸ்தி காரணமாக உருவான தெய்வம். கோசர் பெண் தொடர்பானது என்பது வழக்காறு.

கன்னியாகுமரி அருகே முட்டைப்பதி என்ற ஊரை அடுத்த இடங்களில் கோனாண்டி, கொந்தளப்பன் என்னும் இரு ஜமீன்கள் இருந்தார்கள். கோனாண்டிக்கு ஒரு மகள் இருந்தாள். கொந்தளப்பனுக்கு ஒரு ஆண்மகன் இருந்தான். கொந்தளப்பனின் மகன் கோனாண்டியின் மகளை விரும்பினான். அவன் மகளைத் தர மறுத்தான். அவளைச் சிறைபிடிக்க

நினைத்தான் கொந்தளப்பனின் மகன். அதற்கு ஒரு காரணம் வேண்டுமே என்று யோசித்தான்.

கோனாண்டியின் மகள் கொந்தளப்பனின் தோட்டத்துக் குளத்தில் குளிக்க வருவாள். கொந்தளப்பனின் மகன் ஓட்டன் ஒருவனின் உதவியால் அவள் நீர் முகரக் கொண்டு வந்த குடத்தில் ஒரு மாங்காயைப் போட்டுவிட்டான். அவள் குளித்து முடித்த பின்னர் நீர்க் குடத்துடன் சென்றாள். தோட்டக்காரர் அவளைப் பிடித்துச் சோதனை செய்தார். மாங்காயை எடுத்தார். அவளைத் திருடி என்று குற்றம் சாட்டினார். இதன் பிறகு கொந்தளப்பனின் மகன் அவளைச் சிறைபிடிக்கச் சென்றபோது அவள் தன்னை மாய்த்துக்கொண்டாள். அவள் தெய்வமானாள். இந்தக் கதை வில்லுப்பாட்டாக உள்ளது.

ஆகவே 2000 ஆண்டுகளாக ஒரு கதை வேறுவேறு வடிவங் களில் பரவி நாட்டார் தெய்வ உருவாக்கத்திற்குக் காரணமாய் இருக்கிறது. இப்படியான செய்தி செப்பேடுக்களிலோ கல்வெட்டு களிலோ இல்லை. ஒரு பண்பாட்டு நீட்சியின் அடையாளத்தை நாட்டார் வழக்காற்றில்தான் தேட முடியும் என்பதற்கு இது உதாரணம். இப்படி எத்தனையோ பழைய வாய்மொழி மரபுச் செய்திகள் உள்ளன. இது பண்பாட்டின் வேறுவேறு கூறுகளில் தொடர்வதைக் கண்டறிந்த பின்புதான் பண்பாட்டு வரலாற்றில் புரிந்துகொள்ள முடியும். அப்படியான ஒரு பண்பாட்டு வரலாறு முழுமையாக எழுதப்படவில்லை என்று தோன்றுகிறது.

தமிழ்ப் பண்பாட்டு வரலாற்றுக்கு ஆதாரமாகக் கல்வெட்டுக்கள், செப்பேடுகள், வெளிநாட்டாரின் பயணக் குறிப்புகள், பழைய ஆவணங்கள் ஆகியவற்றை அடிப்படையாகச் சொல்லுவது ஒரு மரபு. பெரும்பாலான வரலாற்று ஆசிரியர்கள் இவற்றை மட்டுமே ஆதாரமாகக்கொண்டு எழுதினர். நாட்டார் வழக்காற்றுச் செய்திகளைப் புறக்கணித்துவிட்டு எழுதுவது அண்மையில் உடைந்திருக்கிறது.

நாட்டார் வழக்காறுகள் பழைய பண்பாட்டினுடைய வரலாற்றின் எச்சம் அல்லது நீட்சி என்று கூற முடியும். நாட்டார் பண்பாட்டை இந்திய வழக்காறுகளில் தேட முடியும். மொத்த வரலாற்றை ஒற்றைப் பண்பாட்டுச் சிந்தனை யுடன் கட்டமைத்து உருவாக்கும்போது இந்தச் சில்லறைப் பண்பாடுகள் நழுவிவிழுந்துவிடும். இதைத் தேடுவது இன்றைய காலகட்டத்தில் அவசியம்கூட.

பழம் இலக்கியங்களில் உவமையாக, உருவகமாக வருகின்ற தொன்மங்கள் பின்னர் வாய்மொழியாக வடிவம் மாறிப்

புராணங்களில் நுழைந்திருக்கின்றன; தனிப்பாடல்களில் புனைவுகளாக மாறியுள்ளன. கொங்குதேர் வாழ்க்கை அஞ்சிறைத் தும்பி என்ற பாடல் வரி இப்படியாக உருப்பெற்ற தொன்மங்களில் முக்கியமானது.

அகநானூற்றின் பரணர் பாடலில் வரும் அஞ்ஞி மிஞிலி கதை ஒரு உதாரணம். கோசரின் தோட்டத்தில் யாரோ ஒருவரின் பசு மேய்ந்தது. கோசர் பசுவின் சொந்தக்காரரைக் கண்டுபிடித்து அவரது கண்களைப் பிடுங்கிவிட்டார். கண்களை இழந்தவரின் மகள் அஞ்ஞி மிஞிலி, திதியன் என்பவரின் உதவியுடன் கோசரைக் கொன்றாள். காசர்கோடு பகுதியில் இதன் மாற்று வடிவக் கதையை அண்மையில் சேகரித்துள்ளனர். 2000 வருடம் தொடர்ச்சி இந்தக் கதை.

ஆட்டனத்தி என்பவன் ஆடலிலே வல்லவன். ஒருமுறை கழாஅர் பெருந்துறையில் அவன் ஆடியபோது காவிரியாறு அவனைக் கவர்ந்து சென்றுவிட்டது. ஆட்டனத்தியின் மனைவி ஆதிமந்தி அவனைத் தேடிக் கண்டுபிடித்தாள். இந்த நிகழ்ச்சி அகநானூற்றில் வருகிறது. இதே விஷயம் இளங்கோ காலத்தில் தொன்மம் ஆகிவிட்டது. சங்கப்பாடலில் ஆட்டனத்தி குறு நில மன்னன் அல்ல. ஆதிமந்தி கரிகாலனின் மகளும் அல்ல. அப்போது அவன் கலைஞன் மட்டுமே. பின்னர் இதே ஆதிமந்தி ஏழு கற்புடைய (சப்த கன்னிகைகள்) பெண்களில் ஒருத்தியாகக் காட்டப்படுகிறாள்.

அச்சில் வராத 'வலங்கை புராணம்' என்ற கதையில் பெண் ஒருத்தி தன் கணவன் பாபநாசம் அருவியில் விழுந்தபோது அவனைத் தேடி அருவியில் சாடிவிட்டாள் என்ற நிகழ்ச்சி வருகிறது. இது பல மாற்றங்களுடன் தொன்மமாக, கதையாக வழங்குகிறது.

சங்கப்பாடல்களில் வரும் சூர் என்ற தெய்வம் ஒருவரின் உடம்பில் ஏறி அவரைத் தெய்வமாக மாற்றிவிடும். அவரைப் பற்றிய பயத்தை உருவாக்கிவிடும். இந்தத் தெய்வம் மலையில் வாழ்வது. இந்தக் குணங்களைக்கொண்ட தெய்வத்தை இப்போதும் கிராமங்களில் தேட முடியும். இது ஒரு பண்பாட்டுத் தொடர்ச்சியின் வரலாறு. பண்பாட்டின் நீட்சி. இப்படியான பெண் தெய்வங்களின் நீட்சியை ஒன்றாக வைத்து ஆராய்கின்ற போது ஒரு புதிய பண்பாட்டு வரலாற்றைக் கண்டடைய முடியும்.

குறுந்தொகை கூறும் கொல்லிப்பாவை என்னும் தெய்வம் இன்றைய மோகினி போன்றவள். இதுகுறித்த கதைகள் இன்றும் வழக்கில் உள்ளன. தமிழகத்தின் தென் மாவட்டங்களில் வழக்கில்

உள்ள இயக்கி அம்மன் என்னும் தெய்வத்தைப் பற்றிய கதை கொல்லிப்பாவையுடன் தொடர்புடையது. கொல்லிப்பாவை கண்டவரை மயக்குவது போல் இயக்கியும் மயக்குகிறாள்.

சங்ககாலத்தில் வழக்கில் இருந்த பிறை தொழும் வழக்கம் நாட்டுக்கோட்டைச் செட்டிகளிடம் உள்ளது. தமிழண்ணலும் ஆறு அழகப்பனும் இது குறித்து எழுதியுள்ளனர்.

சிலப்பதிகாரத்தில் வரும் கீரிப்பிள்ளை கதை மாரியம்மன் கதை என்னும் பெயரில் கதைப்பாடலாக உள்ளது. இது அச்சில் வரவில்லை. இக்கதை ஸ்ரீவைகுண்டம் அருகே ஒரு கிராமத்தில் நடந்ததாகக் கூறுகிறார்கள். இது வில்லுப்பாட்டாகவும் பாடப் படுகிறது. இந்தத் தொடர்ச்சி எப்படி வந்தது?

சிலப்பதிகார கண்ணகிக் கதை காலம்தோறும் மாறி வந்திருக்கிறது. கேரளத்தில் 18 வடிவங்களுக்கு மேல் கண்ணகி கதை கிடைத்துள்ளது. கேரளத் தோல்பாவைக் கூத்து தொடர்பான செய்திகள் தமிழகத்துடன் முழுக்கவும் தொடர்புடையன.

தமிழகத் தோல்பாவைக் கூத்தை இன்று மராட்டியர்களே நடத்துகிறார்கள். தமிழக நாட்டார் கலை ஆய்வாளர்கள் இதை மராட்டியரின் கலையாகவே கொள்ளுகிறார்கள். ஆனால் இது தமிழரின் கலை. தமிழ்நாட்டிலிருந்து கேரளத்திற்குச் சென்ற கலை என்பதற்குரிய சான்றுகளைக் கேரள தோல்பாவைக் கூத்து தொடர்பான செய்திகளிலிருந்து தேட முடியும். அப்படி தேடுகின்றபோது தமிழகத் தோல்பாவைக் கூத்து பற்றிய முடிவுகளை மாற்ற முடியும். இப்படியான பண்பாட்டுச் செய்திகளை நாட்டார் வழக்காற்றிலிருந்து மீட்டெடுக்கலாம்.

***காக்கைச் சிறகினிலே, மே 2023***

# 11

## பாரதியும் திருவிதாங்கூரும்

"1918 நவம்பர், ஒரு ஞாயிற்றுக்கிழமை, பகல் மூன்று மணி, நல்ல வெயில், திருவனந்தபுரம் சைவப்பிரகாச சபை கட்டடத்தில் நானும் நண்பர்களும் திருக்குறள் படிக்கக் கூடியிருந்தோம். வேறு யாராவது வருவார்களா என்று வாசலை எட்டிப் பார்த்தேன். வீதியில் போய்க்கொண்டிருந்த ஒருவர் நடுத்தர உருவம் கம்பீரமான தோற்றம், சைவப் பிரகாச சபை எனத் தமிழில் எழுதப்பட்டிருந்த பலகையைப் பார்த்து உள்ளே வந்தார். அவர் 'பாரதியாக இருக்கலாமோ' என்ற சந்தேகம் வந்தது.

திருவனந்தபுரத்திற்கு வரக் காரணம் இல்லையே என்று யோசித்தேன்; என்னிடம் அவர் நான் சுப்பிரமணிய பாரதி என்றார்".

பேராசிரியர் எஸ். வையாபுரி பிள்ளை திருவனந்தபுரம் மகாத்மா காந்தி சாலையிலுள்ள சைவப்பிரகாச சபை கட்டடத்தில் பாரதியைச் சந்தித்தது பற்றிய கட்டுரையின் ஆரம்பம் இந்தப் பத்தி. இது திருவனந்தபுரம் உயர்நிலைப்பள்ளி மாணவர்களின் பாடத்திட்டத்தில் இருந்த சித்திரா வாசகம் என்ற நூலில் வந்தது. இதன் அடுத்த பகுதி லோகோபாரி என்ற இதழில் வந்தது. இரு கட்டுரைகளும் 1922ஆம் ஆண்டிற்கு முன் வெளியானவை.

வையாபுரி பிள்ளை திருவனந்தபுரத்தில் வேலாயுதன் பிள்ளையின் மகளைத் திருமணம் செய்த பின் (1912) அங்கே சட்டக்கல்லூரியில் படித்தார். பின் நீதிமன்றத்தில் வழக்குரைஞராக இருந்தார். இந்தக் காலத்தில் பாரதியைச் சந்தித்திருக்கிறார்.

இது 1918இல் இருக்கலாம். தமிழ் அறிஞர்களிடமும் அபிமானி களிடமும் பாரதி பிரபலமாக இருந்தார். கேரளத் தமிழர்களில் சிலர் அவரை அறிந்துவைத்திருந்தார்கள்.

பாரதியின் மனைவி செல்லம்மா பாரதி எழுதிய பாரதியார்சரித்திரம் நூலில் (1941) பாரதி திருவனந்தபுரத்திற்குச் சென்ற நிகழ்ச்சியைக் கூறுகிறார். பாரதி அப்போது கடையத்தி லிருந்து செங்கோட்டை வழி திருவனந்தபுரத்திற்குச் சென்றிருக்க வேண்டும்.

திருவனந்தபுரம் பிராமண உறவினர்களிடம் கவிஞராக அறிமுகம் ஆனதை விட பிரிட்டீஷ் அரசின் எதிரி என்ற நிலையில் அறியப்பட்டிருக்கிறார். அதனால் அவர் பாராமுகமாகவே வரவேற்கப்பட்டிருக்கிறார். ஒரு முறை கேரளத்தின் பிரபலமான வழக்குரைஞரும் தமிழ் அபிமானியுமான கே.ஜி. சேஷய்யர் பாரதியைத் தற்செயலாகப் பார்த்ததும் தன் இரட்டைக் குதிரை பூட்டிய சாரட் வண்டியைக் கொடுத்து, "திருவனந்தபுரத்தில் இருக்கும்வரை இதைப் பயன்படுத்திக்கொள்ளுங்கள்" என்றாராம். இதன் பிறகு உறவினர்களுக்குப் பாரதியிடம் மரியாதை வந்திருக்கிறது.

பாரதி, இந்தியா, சக்கரவர்த்தினி என்னும் பத்திரிகை களில் திருவிதாங்கூர் பற்றி எழுதியிருக்கிறார். அவர் எழுதிய விஷயம் அப்போது தமிழகத்தில் பரவலாக அறியப்படாதது. மலையாளப் பிராமணர்களான நம்பூதிரிகளைப் பற்றி எட்கார் தர்ஸ்ட்டனைப் போன்ற இன வரைவியலாளர் மட்டுமே அறிந்த ஒரு விஷயத்தை பாரதி சக்கரவர்த்தினி பத்திரிகையில் (பெப்ரவரி 1906) ஒரு கட்டுரையில் குறிப்பிடுகிறார்.

நம்பூதிரி சாதியில் குடும்பத்தில் மூத்த மகன் மட்டுமே சொந்த சாதியில் முறைப்படி திருமணம் செய்துகொள்ள முடியும். மற்றவர்கள் நாயர் சாதியினரிடம் சம்பந்தம் செய்து கொள்ளுவார்கள். இதற்குப் பெயர் புடவை அல்லது முண்டு கொடுத்தல் என்பார்கள். இது திருமணம் இல்லை. நாயர் பெண்ணுக்கு வேட்டி கொடுத்து மனைவியாக வரித்துக் கொள்ளுவது இதன் நடைமுறை.

இதெல்லாம் பாரதிக்குத் தெரிந்திருக்கிறது. அதனால்தான் இது துன்மார்க்க பிரவிருத்தி, நம்பூதிரிகள் ஞானமற்ற முரட்டுத்தனமான மூடர்கள் என்கிறார். இந்த வழக்கம் இப்போது நிறுத்தப்படுவது பாரதிக்கு மகிழ்ச்சி. அதனால் பாரதி பாராட்டுகிறார்.

கேரளத்தை வர்ணிக்கின்ற இலக்கியகர்த்தாக்களும் வரலாற்றாசிரியர்களும் அதைக் கடவுளின் தேசம் என்று சொல்கிறார்கள். விவேகானந்தருக்கு அது பைத்தியக்காரர்களின் தேசமாக இருந்தது; என்றாலும் சமூக மாற்றத்தைக் கொண்டு வருவதில் அவர்களுக்கு வேகம் இருந்தது.

இருபதாம் நூற்றாண்டு ஆரம்பத்தில் ஸ்ரீ நாராயண குரு தர்ம பரிபாலனமானது (1903) புலையர் சமூகத்தில் உருவான சாதி ஜன பரிபாலன யோகம், சகோதரர் அய்யப்பன் உருவாக்கிய சகோதரர் சங்கம் (191) என்னும் அமைப்புகள் போன்றதுதான். நம்பூதிரிகளின் மறுமலர்ச்சிக்கு உருவான யோக சேமா (1907) என்ற அமைப்பும் இந்த விஷயங்களை எழுதவில்லையே. தவிர நம்பூதிரிகளின் சாதியினர் முடிவு செய்த ஒரு விஷயம் அவரை இந்தக் கட்டுரையை எழுதத் தூண்டியது.

நம்பூதிரி சாதியினரின் மூத்தமகனின் திருமணம் தந்தை வழி மரபினது. இளைய மக்கள் நாயருடன் கொள்ளும் மண உறவு தாய் வழி மரபினது. அதாவது கலப்பில்லாத நம்பூதிரிகள், மக்கள் வழியினர். கலப்புடைய இளைய நம்பூதிரியின் மக்கள் மருமக்கள் வழியினர். மூத்த நம்பூதிரிக்கும் நம்பூதிரிப்பெண்ணுக்கும் பிறக்கும் பிள்ளை நம்பூதிரி சாதியில் சேரலாம். இளைய நம்பூதிரியின் மனைவி வழிக்குழந்தை தாயின் சாதியை அடையாளம் காட்ட வேண்டும். தந்தை சாதியை அடையாளம் காட்ட முடியாது.

நம்பூதிரி சாதிப்பெண்களில் பலர் விதவைகளாக முதிர் கன்னிகளாக காலம் கழித்து இறந்தனர். இவர்களின் கற்பைப் பாதுகாக்க அல்லது கவனிக்க வழிமுறை இருந்தது. நம்பூதிரி சாதி ஆணோ பெண்ணோ தவறிழைத்தால் அவர்கள்மீது விசாரணை நடந்தது. இது ஸ்மார்த்த விசாரம் எனப்பட்டது. ஆண்களிடம் நடந்த சோதனை பிரத்யாயம் எனப்பட்டது ஸ்மார்த்த விசாரம் பெண்ணின் வீட்டிலும், பிரத்யாயம் (சுசீந்திரம், கன்னியாகுமரி மாவட்டம்) செங்கனூர் (கேரளம்) ஊர்க்கோவில்களிலும் நடந்தது.

பெண்களுக்காக நடந்த கடைசி ஸ்மார்த்த விசாரம் விசாரணை 1905இல் நடந்தது. இந்த இறுதி விசாரணை கல்பகச்சேர தாத்திக் குட்டி என்ற பெண்ணிடம் நடத்தப்பட்டது. இவளை அழகி என்று சொல்வது சரியல்ல. பேரழகி என்றுதான் இவளைப் பற்றி எழுதிய ஓர் ஆய்வாளர் கூறுகிறார். இவள் சிறிய வயதில் உறவினர் சிலரால் வல்லுறவுக்கு ஆளாக்கப்பட்டிருக்கிறாள்.

தாத்திக்குட்டியிடம் 50 நாட்கள் விசாரணை நடத்தினர். 49 நாட்கள் இவள் பதில் பேசவில்லை. கடைசி நாளில் தன்னை

வல்லுறவு செய்த 64 ஆண்களின் பெயர்களையும் ஆதாரங்களுடன் சொன்னாள். அதற்கு மேல் அவளைப் பேச விடவில்லை. அவளுக்குத் தேசப்பிரஷ்டம் தண்டனை கிடைத்தது. அவளால் குற்றம்சாட்டப்பட்ட 64 பேர்களும் ஜாதிப் பிரஷ்டம் செய்யப்பட்டனர். அவள் சொந்த ஊரிலிருந்து வெளியேற்றப்பட்டதும் சென்னைக்குப் போனாள். அங்கே ஒருவனைக் கல்யாணம் செய்துகொண்டாள். அவளது பேத்திகளில் ஒருத்தி 'செம்மீன்' மலையாளம் படத்தில் நடித்த ஷீலா என்பது ஒரு செய்தி.

முற்போக்கு எண்ணமுடைய மலையாள விமர்சகர் ஒருவர், இந்தத் தாத்திக்குட்டி ஒரு வகையில் பெண்களுக்காகக் குரல் கொடுத்த முதல் மலையாளி என்கிறார். இவளால் ஸ்மார்த்த விசாரம் நிறுத்தப்பட வேண்டிய சூழ்நிலை உருவானது என்கிறார். நம்பூதிரிகளின் திருமண முறை நிறுத்தப்பட்ட தற்கும் இந்தச் சூழ்நிலை காரணம். பாரதி இதைத்தான் பாராட்டி இருக்கிறார்.

பாரதியின் கட்டுரைத் தொகுப்புகளில் கேரளத்து நாராயண குரு பற்றி இரண்டு கட்டுரைகள் உள்ளன. கேரளத்தைப் பூர்வீகமாகக் கொண்ட நாராயண குரு (1854–1928) தமிழ், மலையாளம், சமஸ்கிருதம் ஆகிய மூன்று மொழிகளை அறிந்தவர் தமிழகத்தில் மதுரை, அம்பாசமுத்திரம், காரைக்குடி, குன்றக்குடி, ராமேஸ்வரம் போன்ற இடங்களுக்குச் சென்றிருக்கிறார். இலங்கை தமிழ் மக்களின் வேண்டுகோளுக்காக அங்கு சென்றிருக்கிறார். திருக்குறளின் முதல் மூன்று அதிகாரங்களை மலையாளத்தில் மொழிபெயர்த்திருக்கிறார். தேவாரம் என்னும் தலைப்பில் 80 தமிழ்ப்பாடல்கள் இயற்றியிருக்கிறார்.

பாரதியின் கலைகள் என்னும் தொகுப்பிலுள்ள கட்டுரைகளில் ராகவாஸ்திரியின் கதை, மலையாளம், நம்பூதிரிகளும் தீயரும், டிண்டிம சாஸ்திரியின் கதை ஆகிய தலைப்பில் உள்ள கட்டுரைகள் கேரளச் சாதிகளைப் பற்றிக் கிண்டலாக விமர்சிக்கின்றன.

ராகவ சாஸ்திரி, பிரம்மராய அய்யர், தேவ வல்லி அம்மா ஆகிய மூன்றுபேரும் கொச்சை ஆங்கிலத்தில் உரையாடுகிறார்கள். இந்தக் கற்பனை உரையாடலில் ஸ்ரீநாராயண குருவைப் பற்றிய செய்தி வருகிறது. பாரதி, நாராயண குருவை நாராயணசாமி என்று குறிப்பிடுகிறார். குரு தீயர்களின் சிவனைப் பிரதிட்டை செய்ததையும் நாராயண குரு தர்ம பரிபாலனம் அமைப்பை (SNDP) உருவாக்கியது பற்றியும் உரையாடலில் தருகிறார்.

இன்னொரு கட்டுரையில் நம்பூதிரிகள் தீயர்களின் தொடர்பைக் கிண்டலாக் கூறுகிறார்.

நாராயண குரு குறித்த பாரதியின் கட்டுரைகளில் ஜாதி பற்றிய கருத்து வெளிப்படுகிறது.

பாரதி திருவிதாங்கூர் பற்றி எழுதிய கட்டுரைகளில் திவான் கோபாலாச்சாரி பற்றிய கட்டுரை பெரிய அளவிலானது. இவரைப்பற்றி வந்த *இந்தியா* கட்டுரைகளை அறியும் முன்பு கோபாலச்சாரி குறித்த சில விஷயங்களைப் பார்ப்போம்.

கருக்கை கோபாலாச்சாரி தமிழ்நாட்டு அய்யங்கார். தாய் மொழி தமிழ்(பிறப்பு 1860). சட்டப்படிப்பு முடித்து மதுரை நீதிமன்றத்தில் வழக்குரைஞர் ஆனார். பின்னர் நீதிபதி ஆனார் (1885–1903). தொடர்ந்து திருநெல்வேலி மாவட்ட நீதிபதி. அப்போது பிரிட்டீஷ் கவர்னர் திருவிதாங்கூர் அரசர் மூலந்திருநாளிடம் இவரைத் திவானாக ஆக்க சிபாரிசு செய்தார்.

கோபாலாச்சாரி திருவிதாங்கூர் திவானாக ஓராண்டு தான் இருந்தார் (1904–1906) இவர் சில காரணங்களால் தள்ளப் பட்டார். பின்னர் ஸ்ரீபெருங்காவூர் ராஜகோபாலாச்சாரியார் என்பவர் திவான் ஆனார். சட்டப்படிப்பு முடித்ததும் ஐ.சி.எஸ். படித்தார்: தமிழகத்தில் சில இடங்களில் கலெக்டராகவும் கொச்சி சமஸ்தானத்திலும் திருவிதாங்கூர் சமஸ்தானத்திலும் திவானாகவும் இருந்தார் (1896–1914).

முன் குறித்த இருவரும் தமிழ்நாட்டுப் பிராமணர்கள். கோபாலாச்சாரியாரின் மேல் தென் கேரளத்துக்காரர்களுக்கு ஏதோ காரணத்தால் அதிருப்தி இருந்தது. இது பாரதிக்குத் தெரிந்திருக்கிறது. இதை அவர் குறிப்பிடுகிறார் (*இந்தியா* 30–6–1906).

கோபாலாச்சாரியார் வருவாய்த்துறையில் அனுபவம் இல்லாதவர்; என்றாலும் கவனித்துக்கொள்ளுவார். உழைப்பும் நேர்மையும் விவகார நுட்பமும் இவருக்கு உண்டு. இப்படி யெல்லாம் பாராட்டி விட்டு அடுத்த மாத *இந்தியா* இதழில் (1906 ஆகஸ்ட் 19) இவரை விமர்சிக்கிறார். மட்டுமல்ல திருவிதாங்கூர் தமிழர், மலையாளிகள் இடையே இருக்கும் மனக்கசப்பையும் சுட்டிக்காட்டுகிறார்.

திருவிதாங்கூர் வரலாற்றை எழுதியவர்கள் இப்படி ஒரு விஷயத்தை எழுதவில்லை. ஆனால் பாரதி இதை அறிந்திருக்கிறார். பாரதி “தமிழன் மலையாளி வெறுப்பைத் தூண்டுவதுபோல மலையாளப் பத்திரிகைகள் எழுதுகின்றன” என்கிறார். பெரும்பாலும் *மலையாள மனோரமா* இதழைத்தான் பாரதி

சொல்லியிருக்க வேண்டும் என்று ஊகிக்கலாம். பாரதி இந்தக் கட்டுரையை எழுதும் போது *மனோரமா* வார இதழாக இருந்தது.

பாரதிக்குக் கோபாலாச்சாரி திறமையானவரா இல்லையா, தமிழனா மலையாளியா என்பதெல்லாம் பிரச்சினையில்லை. அவர் பிரிட்டீசுக்கு விசுவாசமாக இருக்கிறார் என்பதுதான் அவர் மீதான வெறுப்பிற்குக் காரணம்.

திவான் திருவிதாங்கூரில் சம்பளம் வாங்குகிறார். இவரை நியமிப்பதை பிரிட்டீஷ் அரசே தீர்மானிக்கிறது. அப்படியானால் பொம்மை திவானாகத்தானே இருப்பார். சென்னை கவர்னரை பிரஞ்ச் அரசு நியமித்தால் எப்படி இருக்கும், அப்படித்தானே இதுவும் என்கிறார் பாரதி.

ஒருவேளை திருவிதாங்கூர் அரசுக்கும் சென்னை பிரிட்டிஷ் அரசுக்கும் மாறுபாடு வந்தால் திவான் யார் பக்கம் இருப்பார். நிச்சியமாக பிரிட்டீஷ் அரசு பக்கம்தான். திருவிதாங்கூரில் சாப்பிட்டுவிட்டு சென்னை அரசாங்கத்துக்கு விசுவாசமாக இருப்பவர்களை எப்படி நியமிக்கலாம் என்பது பாரதியின் கேள்வி.

லண்டனில் இருந்து வெளிவந்த *பஞ்ச்* பத்திரிகைக்கூடக் திருவிதாங்கூர் சமஸ்தான திவான் நியமனத்தைப் பரிகசித்து விமர்சித்ததை பாரதி படித்திருக்கிறார். அதை இக்கட்டுரையில் மேற்கோள் காட்டுகிறார். அந்தப் பத்திரிகை "நேட்டிவ் ஸ்டேட்டான (சமஸ்தானம்) திருவிதாங்கூரில் வேலை காலியாக இருக்கிறதாம். அதற்கு இங்கிலாந்து கன்சிரவேட்டிவ் கட்சியின ரான மிஸ்டர் பால்பர் விண்ணப்பிக்கலாம்; அவர் சும்மாதான் இருக்கிறார் என்று கிண்டலாக எழுதியிருக்கிறது. பாரதி அதைப் படித்திருக்கிறார்.

பாரதிக்குக் கோபாலாச்சாரி திவானாக வருவதில் வெறுப்பில்லை. அவர் பிரிட்டீஷ் கைப்பாவை என்பதால் பாரதிக்கு வெறுப்பு; திவானுக்குப் பின்னால் பிரிட்டீஷ் அதிகாரிகள் இருப்பார்கள். இந்தக் கட்டுரையின் மையம் பிரிட்டீஷ் வெறுப்புதான்.

திவான் கோபாலாச்சாரி வேறு ஒரு தவறையும் செய்திருக் கிறார். அது சென்னை பத்திரிகையாளர்கள் தொடர்பானது. பாரதி *இந்தியா*வில் (1972–1907) இதுகுறித்து எழுதியிருக்கிறார்.

இந்தக் கட்டுரை வந்த காலத்தில் சென்னை ராஜதானியின் கவர்னர் சர் ஆர்தர் லவ்லி ஆவார். இவர் 1906 மார்ச் 28இல் பதவி ஏற்றார். 1911 நவம்பர் 3வரை சென்னையில் இருந்தார். இவர் ஆஸ்ட்ரேலியாவில் கவர்னராக இருந்தவர்.

'திருவிதாங்கூர் கவர்மென்றார் பத்திரிகைப் பிரதிநிதி களை அவமதித்தனர் *(Travancore Government Disregard for the Press)*' என்ற கட்டுரையில் பாரதி கோபாலாச்சாரியைக் காரணகாரியத்துடன் குற்றம்சாட்டுகிறார். திவான் செய்த குற்றம் இது தான் திருதாங்கூர் அரசர் மூலம் கவர்னருக்கு திருவனந்தபுரத்தில் பாராட்டுக் கொடுத்திருக்கிறார்.

இந்த நிகழ்ச்சியில் கலந்துகொள்ள சென்னை பத்திரிகை யாளர் சிலர் வந்திருந்தனர். கவர்னரின் விருத்தில் கலந்து கொள்ள அனுமதி கொடுக்கவில்லை. மட்டுமல்ல கவர்னர் பேசிய விஷயம் பற்றிய செய்திகளைக் கூட நிருபர்களுக்குக் கொடுக்கக் கூடாது என்று சொல்லிவிட்டார்.

கோபாலாச்சாரியாருக்கு முன்பிருந்த திவான் "சென்னை நிருபர்களுக்கு எல்லா வசதிகளையும் செய்து கொடுத்திருக் கிறார். மதித்திருக்கிறார். அந்த நிருபர்கள் இதைச் சொல்லிக் காட்டுகிறார்கள். கோபாலாச்சாரியார் நிருபர்களுக்கு அனுமதி கொடுக்க ஏன் மறுத்தார். அரசரின் விருந்துக் கூட்டத்தில் கவர்னர் ரகசியமாய் எதாவது பேசினாரா ? பொதுமக்களுக்குத் தெரியாமல் தவறுகள் நடத்தத் திட்டமா ? நிருபர்களுக்குச் சொல்லக் கூடாத விஷயம் என்ன ?" என்னும் கேள்விகளை எழுப்புகிறார் பாரதி.

அத்தோடு இன்னொரு விஷயத்தையும் பாரதி கேட்கி றான். சென்னை டைம்ஸ் பத்திரிகைக்குத் திருவிதாங்கூர் அதிகாரிகள் சந்தாதாரராக இருந்தனர். அவர்கள் தங்களின் சந்தாவை நிறுத்திவிட்டனர். இதற்கும் திவான்தான் காரணம். இப்படியெல்லாம் நடந்தால் பத்திரிகைகள் செத்துப்போகுமே என்று கேட்கிறான் பாரதி.

பாரதியின் பெரும் கண்டனத்துக்கு உள்ளான கோபாலாச்சாரி ஓராண்டிற்குமேல் திவானாக இருக்கவில்லை. அவர் தமிழ்நாட்டுப் பத்திரிகைகளுடனான உறவைச் சரியாக வைத்துக்கொள்ளாததால் பொதுவாக விமர்சிக்கப்பட்டதும் திவான் பதவி இழந்ததும் காரணமாய் இருக்கலாம்.

திருவிதாங்கூர் விவசாய வியாபாரக் கம்பெனி, "*Travancore Agricultural Trading company*" என்னும் கட்டுரையைப் பாரதி இந்தியா பத்திரிகையில் எழுதியிருக்கிறார். (10–11–1906, புனலூரில் இருந்த இந்தக் கம்பெனி தன் வியாபார நோக்கம் பற்றிய செய்திகளை இந்தியா பத்திரிகைக்கு அனுப்பியுள்ளது. திருவிதாங்கூர் உயர் அதிகாரிகளுக்கு இந்தியா பத்திரிகையின் மேல் இருந்த நல்ல அபிப்பிராயமாக இதை எடுத்துக்கொள்ளலாம்.

புனலூரைத் தலைமை இடமாகக்கொண்டு இயங்கிய இந்த வணிக நிறுவனத்தின் நோக்கம் பணம் சம்பாதிப்பது மட்டுமல்ல தேச நலனுக்காகவும்தான். இந்த நிறுவனம் அதற்காகவே ஆரம்பிக்கப்பட்டது. இந்தக் கம்பெனி *இந்தியா*வுக்கு அனுப்பிய கடிதத்தில் முக்கியமாய் நான்கு செய்திகள் இருந்தன என்கிறான் பாரதி. இதன் சாராம்சம் *இந்தியா*வில் வந்திருக்கிறது.

இந்தக் கம்பெனியின் நோக்கம் கைத்தொழிலை மறுபடியும் தலையெடுக்கச் செய்வதுதான். நம் நாட்டுத்தொழில்களை ஒழிக்கத் திட்டமிடும் பிரிட்டிஷ் அரசின் நோக்கத்தை முறியடிப்பது. இந்தக் கம்பெனி அறிக்கையில் பிரிட்டீஷ் அரசு நம் மக்களுக்கு வறுமையைத் தீர்க்கவில்லை. தொழிலைப் பெருக்கவில்லையென்று குறிப்பிடுவதைப் பாரதி மேற்கோள் காட்டுகிறார்.

ராஜா ரவிவர்மா என்ற புகழ்பெற்ற ஓவியர் (1848–1906) தன் 58ஆம் வயதில் இறந்தபோது பாரதி ஐந்து பாடல்களை *இந்தியா* பத்திரிகையில் வெளியிட்டார் (6–10–1900). இதே பாடல்கள் *சுதேசமித்திரனிலும்* (9–10–1906) வந்திருக்கின்றன.

ரவிவர்மா கேரளம் கிளிமானூர் குடும்பத்துத் தம்பிராட்டியின் மகன். பெரும் எதிர்ப்பு, மனக்கசப்பு, எதிர் நீச்சலுடன் சாதனை படைத்தவர். பாரதி எழுதிய ஐந்து பாடல்களிலும் ரவிவர்மாவின் வாழ்க்கையைப் பாரதி முழுக்க அறிந்ததற்கு அடையாளங்கள் இல்லை. அவரது ஓவியங்களைப் பொதுவாகப் பாராட்டுகிறார்.

சீனி விசுவநாதன், காலவரிசைப்படுத்தப்பட்ட பாரதியின் படைப்புகள் பகுதி–1 சென்னை, 1998, பகுதி–2 (2001), பகுதி–3 (2002), பகுதி–4 (2003).

***மானுடம்*, ஆகஸ்ட் – அக்டோபர் 2022**

# 12

## அத்துவானக் காட்டில் நீலி

அந்த அத்துவானக் காட்டில் மரங்கள் செறிந்த ஒரு இடத்தில் நீலி ஆனந்தனை எதிர் பார்த்துக் காத்துக்கொண்டிருந்தாள். அவன் அந்த வழிதான் வர வேண்டும். பழவூருக்குச் செல்ல அது சுருக்கமான வழி. நீலி அடிக்கடி எட்டிப் பார்த்துக் கொண்டாள். யாரும் அவளது பார்வையிலிருந்து தப்ப முடியாது. மோகினியின் எல்லா லட்சணமும் பொருந்தியவள் அவள். தூரத்தில் அவன் வருவதைப் பார்த்து விட்டாள்.

இப்போது, நீலி ஒரு மரத்தின் பின்னே மறைந்து கொண்டாள். ஆனந்தன் தோளில் தொங்கிய பையுடன் வேகமாக வந்தான். அவள் மறைந்துநின்ற மரத்தின் அருகே வந்துவிட்டான். அவள் மான் போல் குதித்து அவன் முன்னே நின்றாள்.

ஆனந்தன் அவளைப் பார்த்தான். அவளை அழகி என்ற ஒரு சொல்லால் வர்ணிக்க முடியாது. அவ்வளவு பேரழகி. பதறிப் போனான். அவளை யார் என்றும் கண்டுபிடித்துவிட்டான்.

முந்திய ஜென்மத்தில் இரவு பகலாக அனுபவித்த தேவதாசி லட்சுமிதான் அவள். அவனது எல்லா சுகங்களுக்கும் ஈடு கொடுத்தவள். அந்தக் காட்டில்தான் அவளது தலையில் கல்லை எறிந்து கொன்றான். அவனும் பாம்பு கடித்து இறந்தான். இரண்டு பேருக்கும் இப்போது மறுபிறவி.

மலையாள மந்திரவாதி சொன்னது சரி. பழவூர் காட்டுவழி போகாதே. நீலி உனக்காகக் காத்திருப்பாள் என்று சொன்னானே. மாட்டிக்

கொண்டோமே என்று சொல்லிக்கொண்டே ஓடினான். அவன் களைத்து நின்றபோது அவள், அவன் அருகில் நின்றாள். அங்கே நின்ற கள்ளியை ஒடித்தாள்; இடுப்பில் வைத்துக் கொண்டாள். அது அழகான ஆண் குழந்தையாக மாறியது. அவனைப் பார்த்துச் சிரித்தது. அவன் மேலும் பயந்தான். மறுபடியும் அவன் ஓடினான். இப்போது, குழந்தையுடன் ஓடினாள் அவள்.

அவர்கள் பழவூருக்குள் போனார்கள். அவன் அந்த ஊர் பொது அம்பலத்துக்குப் போனான். அப்போது அங்கே ஊர்க் கூட்டம் நடந்துகொண்டிருந்தது. ஆனந்தன் அவர்களின் முன்னே போய் "அபயம் காப்பாற்றுங்கள்" என்றான். தலைவரும் மற்றவர்களும் இருவரையும் பார்த்தார்கள்.

ஆனந்தன் அவளைப் பார்த்து, "இவள் மோகினிப் பிசாசு; என்னைத் துரத்துகிறாள்" என்றான். அவள், "ஐயன்மீர் இவர் சொல்வது பொய்; இவர் கபடதாரி; இது இவரது குழந்தை; இவர் தாசி வீடே கதி எனக் கிடக்கிறார்" என்றாள். குழந்தையைத் தரையில் இறக்கிவிட்டாள். அது 'அப்பா' எனக் சொல்லிக் கொண்டு அவனைப் பற்றிப்பிடித்துக்கொண்டது.

அவர்கள் இருவரும் மாறிமாறிக் குற்றம் சாட்டிக் கொண்டதைப் பழவூர் பிரதானிகள் கவனித்தார்கள். "எங்களுக்கு வேறு ஒரு வழக்கு இருக்கிறது. இன்று இரவு மட்டும் ஊர் பொது வீட்டில் தங்கியிருங்கள்" என்றார்கள் பிரதானிகள். அவர்கள் இருவரும் அந்த வீட்டில் தனியே விடப்பட்டனர். ஊர் அடங்கியது. நடுநிசி. குழந்தை கள்ளியாக மாறியது. அந்த அழகியும் இயக்கி யாக மாறினாள். கோரப்பல்; நீண்ட நகம்; வட்டமான கண்கள்.

அவள் அவனைப் பார்த்தாள். "வணிகனே நீ முந்திய ஜென்மத்தில் என்னைக் கொன்றாய். இப்போது நான் பழிவாங்கப் போகிறேன். அது மட்டுமா? இந்த பழவூர் பிரதானிகளையும் கொல்லப் போகிறேன். அதற்காகவே வந்தேன்.

"பழவூர் பிரதானிகள் நானும் என் அண்ணன் நீலனும் தங்கிய காட்டை அழித்தவர்கள். குளிர்ந்த சுனையையும் மரங்களையும் இல்லாமலாக்கினார்கள். அவர்கள் குலத்தைப் பூண்டோடு அழிக்கப் போகிறேன்" என்று சொல்லிக்கொண்டே குரவையிட்டாள்.

(எற்றியவள் கழுத்தறுக்க ஏறினளே அவன் மார்பில்) (நெஞ்சதிலே பாய்ந்தேறி நிமலை அந்த இயக்கியம்மை) (கீறிய நெஞ்சதிலே கள்ளிக்கொம்பை நட்டுவைத்தாள்) (மறுபடியும் குரவையிட்டாள்)

“ஆனந்தனே, இந்த பழவூர் பிரதானிகளையும் கொல்லப் போகிறேன் பார்” என்றாள். பாலில் தந்திரமாக விஷம் கலந்து அவர்களைக் கொன்றாள்.

*(குளிர்ந்த சுனையளித்துக் குடியிருப்பை இல்லாதாக்கி) (காவு களத்தை எல்லாம் அறவே அழகொழித்து) (இல்லாமல் ஆக்கிய ஊர் பிரதானிகளைக் கொன்றாள்.)*

இது இயக்கியம்மன் வில்பாட்டின் கடைசி நிகழ்ச்சி.

தென்மாவட்டங்களில் காவுகளில் உள்ள மரங்களில் இயக்கி தெய்வமாக இருக்கிறாள். பெரிய மார்பகங்களும் பருத்த பிருஷ்டங்களும் ஒரு கையில் குழந்தையை இடுக்கிக்கொண்டு கோரவடிவுடன் சுடுமண் சிற்பமாய் இவள் இருப்பாள்.

இயக்கி காவுகளில்தான் இருப்பாள். அதிலும் ஊரின் எல்லைப் பகுதிகளில் இருப்பாள். பழங்குடியினரை விரட்டி விட்டுக் காடுகளை ஆக்கிரமித்துக் காவுகளை அழித்து இயக்கி களை இப்போது விரட்டிவிட்டனர். கொஞ்சம் மிச்சமுண்டு.

‘காவு’ என்பதற்குத் தமிழில் நாட்டார் தெய்வங்களுக்குக் கொடுக்கப்படும் பலி என்பது பொருள். மந்திரமை என்ற பொருளும் உண்டு. ஈழத்துத் தமிழ் மக்கள் கழியில் சுமையைத் தொங்கவிட்டுத் தூக்கிச் செல்லுவதைக் ‘காவு’ என்பர். பழைய தென்திருவிதாங்கூரான இன்றைய கன்னியாகுமரி மாவட்டத்தில் காவு என்றால் நாட்டுப்புறத் தெய்வங்கள் குடியிருக்கும் பகுதியைக் குறிக்கும்.

‘காவு’ சிறிய சோலையாக, காடாக ரம்மியமான சூழ்நிலையில் இருக்கும். இங்கு இயக்கி, நாகம், சாஸ்தா முதலாக உள்ள நாட்டுப்புறத் தெய்வங்கள் வழிபாடு பெறும். காவு தனிப்பட்டவருக்கோ குடும்பத்துக்கோ சொந்தமாய் இருக்கும்.

கன்னியாகுமரி மாவட்டத்தில் இன்னும் நூற்றுக்குமேல் காவுகள் உள்ளன. குடும்பத்தின் அன்றாடச் சடங்குகள், வாழ்க்கை வட்டச் சடங்குகள், சமயச் சடங்குகளுக்குக் காவு இடமளிக்கும். வாழ்க்கைக்கும் இயற்கைக்குமான உறவு இது. டாக்டர் லால்மோகன் என்பவர் இந்தக் காவுகளை விரிவாகக் கள ஆய்வு செய்து 100 Sacred Groves' என்ற நூலை வெளியிட்டு இருக்கிறார் (2017). இந்தக் காவுகளில் இருக்கும் அபூர்வமான செடி கொடிகள் மரங்கள் உயிரினங்களைப் பட்டியலிட்டிருக்கிறார்.

இந்தக் காவுகளைக் காப்பாற்றுவதே இங்கு குடியிருக்கும் தெய்வங்கள் பற்றிய தொன்மங்கள்தாம். காடுகளைப் பாதுகாக்க

வேண்டும் என்பதற்கான தனித்துறை உருவாகும் முன்பு காடுகளை யும் மரங்களையும் இயற்கையையும் பாதுகாத்தது இங்கே குடிகொண்ட தெய்வங்கள் பற்றிய தொன்மங்கள்தாம்.

இப்போது அறிவியல்ரீதியாகச் சொன்ன விஷயங்களைத் தொன்மங்கள் கற்பனையுடன் வேறு வடிவில் விளக்கின. பழைய சங்கப்பாடல்களிலிருந்தே இந்தத் தகவல்களைத் தேட முடியும். தமிழகத்தில் உள்ள நாட்டுப்புறத் தெய்வங்களில் பெரும்பாலானவை பெண் தெய்வங்கள். இவற்றில் மிகப் பெரும்பாலானவை காடுகளுடன் தொடர்புடையவை அல்லது வாழ்ந்தவை. உலகில் உள்ள நாட்டார் தெய்வங்களுக்கும் இது பொருந்தும்.

காலப்போக்கில் காடுகள் அழிக்கப்பட்டோ காடுகளி லிருந்து குடிபெயர்ந்தோ வழிபாட்டு முறைகள் மாறியதன் காரணமாகவோ தெய்வங்களுக்கும் காடுகளுக்கும் உள்ள உறவு அறுந்துவிட்டது. தமிழகத்தின் நிலை வேறு.

இன்றும் சமூகக்காடுகள் சில அழியவில்லை. இவற்றில் வாழும் தெய்வங்களுடன் செழிப்பு, மழை, சூழல் பாதுகாப்பு, மரபு வேளாண் தொழில் பேணல், குடும்பத்தினர் ஒன்றாகச் சேருதல் என்பன போன்றவை இன்றும் தொடருகின்றன.

பண்டைத் தமிழகத்தின் பெண் தெய்வங்களுள் காடுகிழாள் முக்கியமானவள். இவள் பழையோள் எனவும் குறிப்பிடப்படுகிறாள். இவள் காட்டிலே உறைந்தவள். இவளே முதல் தெய்வம். திவாகர நிகண்டு, காடுகிழாள் என்பதற்குப் பெண் தெய்வங்களின் பல்வேறு பெயர்களைக் கூறுகின்றன.

மரங்களில் தெய்வம் உறையும் என்ற நம்பிக்கை 2000 ஆண்டுகளாகத் தொடருகிறது. அரசு, ஆல், வேம்பு, கடம்பு போன்ற மரங்களில் பெண் தெய்வங்கள் உறைவதைப் பழம் பாடல்கள் கூறுகின்றன. சிவனை ஆலமர் செல்வன் (ஆலமரத்தில் உறைந்தவன்) எனப் புறநானூறு கூறும். அகநானூறு வேம்பைக் கடவுள் எனக் குறிப்பிடும். பெரும்பாணாற்றுப் படை, காட்டுத் தெய்வங்கள் குழந்தைகளைக் காப்பாற்றும் எனக் கூறும்.

கன்னியாகுமரி மாவட்டத்தில் காடுகளில் உள்ள தெய்வங் களின் பின்னால் நீண்ட கதைகள் உண்டு. 1979இல் இங்கு ரயில்வே இருப்புப் பாதை அமைக்கப்பட்டபோது சில காவுகள் அழிக்கப்பட்டன. எஞ்சியவற்றில் இடநாட்டில் (கல்குளம், விளவங்கோடு வட்டம்) உள்ளவை நன்கு பேணப்பட்டும் வருகின்றன.

எல்லா காவுகளுக்குப் பின்னாலும் ஒரு கதை உண்டு. அது பெரும்பாலும் பெண்களுக்கு இழைக்கப்பட்ட அநீதி தொடர்பானதாய் இருக்கும்.

ஒரு முறை வட்டெழுத்துக் கல்வெட்டைத் தேடி நண்பர் வேதசகாயகுமாருடன் திங்கள் சந்தை ஊருக்குப் போன போதுதான் கொல்லா ஏலாவில் உள்ள காவு பற்றிக் கேட்டேன். அது தொடர்பான கதைக்காகவே அந்தக் காவைப் பார்க்க ஆசைப்பட்டேன்.

பொதுவாகக் காவுகள் ஐந்து அல்லது பத்து சென்ட் நிலத்தில் இருக்கும். மரங்கள் அடர்த்தியாகப் பாதுகாக்கப் பட்ட இடம் ஆனதால் செறிவு தெரியும். நான் பார்க்கப் போன காவு கொல்லா ஏலா வயல் வெளியின் நடுவில் இருந்தது. தெரிந்தவர் வந்ததால் காவுக்கு எளிதாகப் போய்விட்டோம்.

அந்தக் காவு சுமார் ஒரு ஏக்கர் பரப்பில் இருந்தது. சிறிய காடு மாதிரி; ஆல், அரசு, நாவல், பூவரசு, மூங்கில், மருதாணி, திருவோடு, வாராய்ச்சி, வாகை என மரம், செடி, கொடிகள் நிறைந்து இருளாய் இருந்தது. ராமச்சம் புல் பறிப்பாரின்றிப் பரந்து கிடந்தது. சின்னக்குட்டையில் நீர் நிரம்பி வழிந்தது.

அங்கு ஒரு யட்சி கோவில் இருந்தது. அந்த யட்சியின் கோவில் நாலு தூண்கள் தாங்கிய ஓட்டுக் கட்டடம்தான். யட்சி சுடுமண் உருவாய் நின்றாள். நேர்த்தியான உருவம்; கூரிய மூக்கு; மலையாளப் பெண் சாயல்; இடுப்பின் கீழ் ஆடை; யட்சிகளுக்கே உரிய விம்மிய மார்பகங்கள்.

யட்சிக்கு வெள்ளிதோறும் பூசை. கோவிலருகே ஐந்தாறு நேர்ச்சை சுடுமண் உருவங்கள்; ஒரு அடி உயரம். ஒன்றை எடுத்துக் குட்டையில் கழுவினேன். திறமையான கலைஞனின் கைநேர்த்தி; முடிசரிந்த பாரம்; ஒரு கையில் சூலம்.

என்னுடன் வந்தவர் காவு பற்றிய கதையை விஸ்தாரமாகச் சொன்னார். திருவிதாங்கூர் ராஜ்யத்தை நிர்மாணித்த மார்த்தாண்ட வர்மா தனக்கு எதிராகக் கலகம் செய்த ஆண்கள் எல்லோரையும் கொன்றார். அவர்களின் பெண்களை ஒடுக்கப்பட்ட சாதியினரிடம் ஏலம் போட்டார். தப்பியவர்கள் பாண்டி நாட்டுக்கு ஓடினார்கள்.

பகை முடிந்து ஆட்சி நிலைபெற்றதும் ராஜா தன் பாவம் போக்க பெரிய யாகங்கள் செய்தார். கொல்லப்பட்டவர் களின் தரிசு நிலங்களிலும், தரைமட்டமாக்கப்பட்ட வீட்டு நிலங்களிலும் குளங்கள் தோண்டினார். இதனால் புண்ணியம் சம்பாதித்துக்கொண்டார்.

இந்தக் குளங்களின் கரையில் தற்கொலைசெய்து கொண்ட கலகக்காரர்களின் குடும்பத்து இளம்பெண்கள் யட்சிகளாகக் குடியேறினர். யட்சிகள் காடுகளில் அமர்ந்தார்கள். இதெல்லாம் 18ஆம் நூற்றாண்டு ஆரம்பத்தில் நடந்தவை.

இதுபற்றிய கதைகளும் வழக்காறுகளும் இன்றும் தொடருகின்றன. கேரள எல்லையில் உள்ள கன்னியாகுமரி மாவட்டக் கிராமங்களில் 'குளம் கோருதல்' என்ற வழக்காறு உண்டு. ஒருவனைப் பூண்டோடு அழித்து அவன் வீட்டைத் தரைமட்டமாக்கி அந்தப் பாவம் தீர அவனது நிலத்திலேயே சிறிய குளமோ குட்டையோ தோண்டுவது என்பது இதன் பொருள். இது தர்மகாரியமும்கூட; யாரையோ அழித்து வேறுயாருக்கோ நன்மைசெய்வது குளம் கோருதல்.

இந்தக் குளங்களின் அருகேயுள்ள திட்டுகள் காவுகள் ஆயின. இங்கே யட்சிகள் வழிபாடு பெறுகிறார்கள். அரசர் பாவம் தீர தோண்டிய குளங்களில் சில மூடப்பட்டு வீடுகள் முளைத்துவிட்டன. இந்தப் பாவம் யாருக்குச் சேரும் என்று தெரியவில்லை.

*காக்கைச் சிறகினிலே, ஆகஸ்ட் 2020*

# 13

# வட்டார வரலாறு கல்வியின் பகுதி ஆகட்டும்!

தமிழக வரலாற்றை ஆரம்பகாலத்தில் எழுதிய வரலாற்றுப் பேராசிரியர்களும் (பி.டி. சீனிவாசன், கே.ஏ. நீலகண்டன் உட்படப் பலரும்), 1950களுக்குப் பின் தமிழில் எழுதிய சிலரும் (ராஜமாணிக்கனார் உட்படச் சிலரும்) கல்வெட்டுகள், செப்பேடுகள், இலக்கியங்களின் அடிப்படையில் எழுதியவர்கள். இவர்களில் மிகச் சிலரே தமிழகம் முழுக்க அலைந்து செய்திகளைச் சேகரித்தார்கள். பழம் நினைவுச் சின்னங்களைப் பார்த்தார்கள். இவர்கள் எழுதிய வரலாறு ஏற்கெனவே எழுத்து வடிவில் இருந்ததன் பின்னணி யில் உருவாக்கப்பட்டது.

தமிழகத்தில் நாட்டார் வழக்காற்றியல், மானுடவியல், இனவரைவியல், சமூகவியல் துறை அறிஞர்கள் தமிழகப் பண்பாட்டு வரலாறு பற்றி யோசிக்க ஆரம்பித்தபோது, வட்டார வரலாறு புதிய வடிவம் எடுத்தது. பேரா. நா. வானமாமலை, அருள்பணி பிரான்சிஸ் ஜெயபதி, தே. லூர்து போன்றோர் இதற்கு வித்தூன்றினாலும் நாட்டார் வழக்காற்றியல் துறை முறையாகப் பயிலப்பட்டு, ஆய்வை ஆரம்பித்த பின்னர் ஒரு மாற்றம் ஏற்பட்டது.

பாளையங்கோட்டை தூய சவேரியார் கல்லூரி யில் எம்.ஏ. முதுகலை தொடங்கப்பட்ட பின்னர் இது பரவலானது. தமிழகப் பல்கலைக்கழகங் களில் தமிழ் முதுகலை பாடத்திட்டத்தில் இருந்த

மொழியியல் பாடம் நகர்ந்ததும், அந்த இடத்தை நாட்டார் வழக்காற்றியல் பாடம் பிடித்துக்கொண்டது.

அத்தோடு மானுடவியல், இனவரைவியல் பற்றியும் படிக்க வேண்டிய சூழ்நிலை உருவானது. இந்த நிலையில், பக்தவத்சல பாரதி போன்ற மானுடவியல் அறிஞர்கள் தமிழ்ப் பண்பாட்டுடன் தொடர்பான விஷயங்களை மானுடவியல் பார்வையில் தமிழில் எழுதியிருக்கிறார்கள். இது, தமிழ் முதுகலை மாணவர்களிடையே வட்டாரரீதியான பண்பாட்டு வரலாற்றைப் படிக்க வேண்டும், தொகுக்க வேண்டும் என்னும் கட்டாயத்தை ஒரு பொறி அளவில் உருவாக்கியிருக்கிறது.

தமிழ் எம்.ஏ., எம்.பில்., முனைவர் பட்ட ஆய்வு அறிக்கை தயாரிக்க மாணவர்கள் நாட்டார் வழக்காறு, பண்பாட்டு மானுடவியல் தொடர்பான தலைப்பை எடுத்துக்கொண்டனர். தாங்கள் வாழும் பகுதியின் வாய்மொழிச் செய்திகளையும் பிற வழக்காறுகளையும் சேகரிப்பது இவர்களுக்கு எளிதாக இருந்தது. கடந்த 30 ஆண்டுகளுக்கும் மேலாக இந்தக் காரியம் நடந்துகொண்டிருக்கிறது.

தமிழகத்தின் எல்லாப் பகுதிகளிலும் வழக்காறுகள், வாய்மொழி மரபு, கலைகள், புழங்குப் பொருட்கள் பற்றிய செய்திகள் சேகரிக்கப்பட்டு வருகின்றன. இந்தச் சேகரம் தென் மாவட்டங்களில் மிக அதிகம். இந்தச் சேகரிப்பு எல்லாவற்றை யும் ஒருங்கிணைத்து ஒரு வரலாறு உருவாக்கும் முயற்சியும் நடக்கவில்லை. தமிழகத்தில் பல்வேறு இடங்களில் சேகரிக்கப்பட்ட தகவல்களை ஒத்த பண்பாட்டின் வேர்கள் உள்ள இடங்களின் அடிப்படையில் பகுத்து ஒரு வரலாற்றை உருவாக்க முடியும்.

தமிழகத்தில் இப்போது 38 மாவட்டங்கள் உள்ளன. இது நிர்வாக வசதிக்காக உருவாக்கப்பட்டது. ஒரு காலத்தில் திருநெல்வேலி என்னும் பெரிய மாவட்டம் தூத்துக்குடி, தென்காசி எனப் பிரிந்தாலும் இவற்றின் பண்பாட்டு ஒற்றுமை பிரிய வில்லை. நாட்டார் வழக்காற்று ஆய்வாளர்கள் தமிழகத்தை மலை மண்டலம், பாண்டி மண்டலம், கொங்கு மண்டலம், தொண்டை மண்டலம், நடுநாட்டு மண்டலம், புதுச்சேரி மண்டலம், சோழ மண்டலம், சென்னை மண்டலம் என எட்டு மண்டலங்களாகப் பகுக்கலாம் என்கிறார்கள். தமிழகத்தில் இதுவரை சேகரித்த வழக்காற்று வகைமை தொடர்பான செய்திகளை இந்த மண்டலப் பகுப்பின் அடிப்படையில் பகுத்துப் பண்பாட்டு வரலாறு உருவாக்கப்படவில்லை.

பண்பாடு ஒற்றை நேர்க்கோட்டுச் சிந்தனையில் உருவான தல்ல. தமிழகம் பல்வேறு பண்பாடுகளைக் கொண்டது; பெற்றதும் உண்டு; கொடுத்ததும் உண்டு. தென்குமரி வடவேங்கடம் ஆயிடை தமிழ் கூறு நல்லுலகத்தில் தமிழர்கள் ஒரு மொழியைப் பேசுகிறவர்கள் என்றாலும், சாம்பாரின் சுவை எல்லா இடங்களிலும் ஒன்றல்ல; மீன் குழம்பும் அப்படித்தான். கூட்டு, குழம்புகள் பெயர்களிலும் வேறுபாடு உண்டு. கரிசலாங்கண்ணி என்று பொதுவாக அழைக்கப்படும் கீரைக்குத் தமிழகத்தில் வேறுவேறு பெயர்கள் உண்டு. மண்வெட்டி என்ற உழவு கருவிக்குப் பல்வேறு பெயர்கள் உள்ளன. இப்படி எத்தனையோ விஷயங்கள். இவற்றின் பன்முகத்தன்மை கொண்ட பண்பாடு முறையாகத் தொகுக்கப்பட்டு ஒருங்கிணைப்புடன் விரிவாக எழுதப்படவில்லை.

மனோன்மணீயம் சுந்தரனார் பல்கலைக்கழகத் தொடக்க விழாவில் பேசிய அப்போதைய அமைச்சர் நெடுஞ்செழியன், அந்தப் பல்கலைக்கழகம் செய்ய வேண்டிய பணி குறித்து முன்வரைவுத் திட்டம் தயாரித்த வ.அய். சுப்ரமணியத்தின் கருத்தை இப்படிப் பிரதிபலித்தார். “இந்தப் பல்கலைக்கழகம் தன் ஆளுகைக்கு உட்பட்ட மாவட்டங்களைச் சமூகஅறிவியல், சூழலியல்ரீதியாகக் கவனித்துக்கொள்ள வேண்டும். முக்கிய மாக, வரலாற்றுத்துறையும் தமிழ்த்துறையும் இணைந்து வட்டார வரலாறு, பண்பாடு போன்ற விஷயங்களைத் துல்லியமாகச் சேகரிக்கலாம்” என்றார். ஆனால் அது நடக்கவில்லை.

ஒரு இனம், சாதி, உட்பிரிவு ஆகியவற்றின் பண்பாட்டைப் புரிந்துகொள்வது மாவட்டத்தை நிர்வகிப்பவர்களுக்கு வசதி என்பது பிரிட்டிஷ்காரர்கள் காலத்திலேயே உதயமாகிவிட்டது. கிழக்கிந்திய கம்பெனி அதிகாரிகள் அடுபாயின் *‘Hindu Manners and Customs’* என்ற நூலின் பிரஞ்சு மூலத்தை ஆங்கிலத்தில் மொழிபெயர்த்தனர். தற்போதோ, அரசியல்வாதிகள் வாக்கு வங்கிக்காகப் புரிந்துகொண்டது மாதிரி அதிகாரிகள் புரிந்து கொண்டார்களா என்று தெரியவில்லை.

குருசாமி பிள்ளை (திருவனந்தபுரம்) எழுதிய ‘நம்பிமலை மர்மம்’ நாவலில் (1921) காவல் அதிகாரி ஒருவர் கொல்லப் பட்டவனின் வேட்டியில் இருந்த சலவைத் தொழிலாளியின் சலவைக் குறியை வைத்து ஆளை அடையாளம் கண்டுபிடிக்கிறார். கி. ராஜநாராயணன் ஒரு கட்டுரையில், பெண்ணின் பிணத்தை அடையாளம் காணத் தாலியை முதலில் பார்ப்பார்கள் என்கிறார். இதுபோன்ற பண்பாட்டு அடையாளங்களைக் கிழக்கிந்திய கம்பெனி அதிகாரிகள் புரிந்துவைத்திருந்தனர்.

‘ஒயிட் காலர் ஜாப்’ எனப்படும் உடலுழைப்பு இல்லாத வேலை சமூகத்தில் மதிப்புக்குரியதாக மாறிய பின்பு விவசாயம் செய்தவர்கள், உடலுழைப்பு செய்தவர்களின் இடம் பின்னகர்ந்தது. படிக்காத குழந்தையைப் பார்த்து ‘நீ மாடு மேய்க்கத்தான் லாயக்கு’ என்று சொல்லும் வழக்கம் இப்போதும் உண்டு. ஆடு, மாடு மேய்ப்பது சிரமமான தொழில் என்று பலருக்குத் தெரியாது.

பல வீடுகளிலிருந்து மாடுகளை ஒன்றாகச் சேர்த்துக் காட்டில் மேய்த்து, அவரவர் வீட்டு மாடுகளைச் சரியாகக் கொண்டுசேர்ப்பதில் நுட்பம் உண்டு. மாடுகளின் கொம்பு, சுழி, வாலின் அமைப்பு, நிறத்தில் வேறுபாடு, பின்புறச்சூடு என்னும் அடையாளங்களை நினைவில் இருத்தி மாடுகளின் உடைமையாளர்களின் வீட்டுக்குத் தினமும் மாலையில் மாடுகளை ஒப்படைப்பது எளிதான செயல் அல்ல. இதற்கு நினைவாற்றலும் தொழில்நுட்பமும் அவசியம்.

அதேபோல் சலவைத் தொழிலாளர் ஆடைகளில் போடும் அடையாளம் முக்கியம். வாடிக்கையாளர்களின் அடையாளக் குறியை நினைவில் வைத்துக்கொள்வதற்குத் திறன் வேண்டும். அறிஞர் ஆ. சிவசுப்பிரமணியன் தன் நூல் ஒன்றில், ‘படிச்சவனுக்கு மேல் ஏகாலி / ஏகாலிக்கு மேல் ஆட்டுக்காரன்’ என்னும் தெலுங்குப் பழமொழியைச் சுட்டிக்காட்டியிருக்கிறார்.

படித்தவரைவிட சலவைத் தொழிலாளி நினைவாற்றல் உள்ளவர். அதைவிட ஆடு மேய்ப்பவர் இன்னும் நினைவாற்றல் உள்ளவர். இது இந்தப் பழமொழியின் பொருள். அண்மைக் காலமாக எதையும் நினைவில் நிறுத்த வேண்டிய சூழல் இல்லாமல் போய்விட்டது.

மக்கள் தங்கள் சூழலுக்கு, காலநிலைக்கு, குடும்ப நிலைக்கு ஏற்றவாறு விவசாயம் செய்வது, தேவைக்கேற்பப் பொருட்களை உற்பத்திசெய்வது போன்றவை பொருள்சார் பண்பாட்டில் அடங்கும். காந்தி உட்படச் சிலர் இதன் நன்மைகளைப் புரிந்து கொண்டு பேசியுள்ளனர். இதை ஒழித்துக்கட்டுவதில் கிழக்கிந்தியக் கம்பெனி தீவிரமாய் இருந்தது.

காபி உயர் வர்க்கத்தினருக்கு, டீ தொழிலாளர்களுக்கு, சாம்பார் உயர் வர்க்கக் குழம்பு, இட்லி எல்லோருக்கும் கிடைக்காத உணவு என்றிருந்த காலம் உண்டு. இதுபற்றி சிந்துப் பாடல்கள் வந்திருக்கின்றன. (காபிக்கும் டீக்கும் சண்டை,

உப்புமாவிற்கும் பழையதுக்கும் சண்டை, விளக்கெண்ணெய்க்கும் மண்ணெண்ணெய்க்கும் சண்டை).

வட்டார வரலாற்று விஷயங்களை ஆ.சிவசுப்பிரமணியன், ஆ.இரா. வேங்கடாசலபதி உள்ளிட்டோர் எழுதியுள்ளனர். தமிழகத்தின் வட்டார வரலாற்றை விரிவாக எழுத வேண்டியது மட்டுமல்ல, அதனைப் பாடத்திட்டத்திலும் சேர்க்க வேண்டியதும் அவசியம்.

*தமிழ் இந்து திசை,* 2021

# 14

## மாட்டு வைத்தியர் பரதேசியா பிள்ளை

வள்ளியம்மை ஆச்சிக்கு அன்று கோவில் பாயசக்கட்டியைத் தின்றது மாதிரி முகத்தில் மலர்ச்சி. அவளுக்கு ஊரில் ஒரு பரபரப்பான காரியம் நடந்தால்போதும்; குறைத்தோ கூட்டியோ பத்து நாட்கள் பேசிக்கொண்டேயிருப்பாள். அன்று குளத்தங்கரையில் இருந்து நீட்டி முழக்கிப் பேசினாள். எப்போதும் போலவே அவளைச் சுற்றிக் கூட்டம் இருந்தது.

வைத்தியர் பரதேசியா பிள்ளை மாமாவை ஐந்து நாட்களாகக் காணவில்லை. எங்கு போனார் என்று தெரியாது. வைத்திய ஏடுகளோடும் இரண்டு வேட்டி, இரண்டு ஈரிழை துவர்த்து போன்ற சிலவற்றோடும் ஊரை விட்டே சொல்லாமல் கொள்ளாமல் போய்விட்டார். நெல் விற்ற பணம் அலமாரியில் அப்படியே இருந்தது. அவருக்கு என்ன பிரச்சினை என்று யாருக்கும் தெரியாது. ஊகமாய்த்தான் எல்லோரும் பேசிக்கொண்டார்கள்.

பரதேசியா பிள்ளை மாட்டு வைத்தியர் என்றாலும் மாடு அவரின் பெயரின் முன் ஒட்டாக இருக்கவில்லை. எப்போதாவது நாட்டு வைத்தியம் செய்தார். அதனால் அவர் வைத்தியர் என்றே அழைக்கப்பட்டார். அப்போது எங்கள் ஊரில் மாட்டு ஆஸ்பத்திரி வரவில்லை. அதனால் மாடுகளுக்கு ஒரே ஆபத்பாந்தவனாக பரதேசியா பிள்ளை இருந்தார்.

“அவர் எங்கே போனார், உயிரோடு இருக்கிறாரா, ஏன் போனார் என்பதெல்லாம் மர்மமாக இருந்தன. மகனிடம் ஏற்பட்ட மனத்தாங்கல் என்று ஞாபகம். நடந்து பதினைந்து இருபது வருஷங்கள் ஆகிவிட்டன. அவரை முழுதாக நான் மறந்துவிட்டேன். நானும் ஊரைவிட்டுக் குடிபெயர்ந்து விட்டேன்.

எழுபதுகளின் கடைசியில் இருக்கும். மதுரை காமராசர் பல்கலைக்கழகத்தில் ஒரு கருத்தரங்குக்குச் சென்றுவிட்டுத் திரும்பும் சமயத்தில் என் நண்பர் பேராசிரியர் சுப்பையாவைச் சந்தித்தேன். அவர் கோவில்பட்டி ஊர்க்காரரர். என்னைத் தன் ஊருக்கு அழைத்தார். நான் கழுகுமலை கோவிலைப் பார்க்கலாமா என்று கேட்டேன். சரி என்றார். கோவில்பட்டியில் அவர் வீட்டில் இரவு தங்கிவிட்டு அடுத்த நாள் காலையில் கழுகுமலைக்கு இருசக்கர வாகனத்தில் போனோம்.

கோவில்பட்டி – சங்கரன்கோவில் பாதையில் 20 கிலோ மீட்டர் தொலைவில் கழுகுமலை உள்ளது. கழுகுமலை பற்றி ஏற்கெனவே படித்து, கேட்டு அறிந்த செய்திகள் என் நினைவில் இருந்தன. அண்ணாமலை செட்டியாரின் காவடிச் சிந்துவைப் படித்தபோதுதான் கழுகாசலம் கோவிலுக்குப் போக வேண்டும் என்ற ஆசை எழுந்தது. கழுகுமலை ஊரில் தென்வடலாகக் கிடக்கும் 300 அடி உயரமுள்ள மலையின் அடிவாரத்தில் கழுகாசலம் கோவில் உள்ளது. மலையின் பாதியில் தீர்த்தங்கரர் களின் குடைவரைக் கோவிலும் தென்பகுதியில் வெட்டுவான் கோவிலும் உள்ளன. மூன்று கோவில்களைப் பற்றியும் ஏற்கெனவே செய்திகள் சேகரித்திருந்தேன்.

இன்று போல் அல்ல அன்று. கழுகுமலை அப்போது சுற்றுலாத்தலமாக மாறவில்லை. சிமெண்ட் இருக்கை, குரோட்டன்ஸ் செடிகள், வண்ணக்கல் பதித்த பாதைகள், அலங்கார வளைவுகள் எதுவுமே இல்லை. அப்போது கரடு முரடான பாதை வழிதான் தீர்த்தங்கரர் கோவிலுக்குப் போக முடியும். அங்கே ஒரு அய்யனார் கோவிலும் உண்டு. அந்தக் கோவிலுக்கு ஊர் மக்கள் செல்வார்கள். அதனால் பாதை ஓரளவு செல்லும்படியாக இருந்தது.பாதையின் இடையிடை சிறுமரங்கள் நின்றன. அதனால் வெயிலுக்கு இதமாகத் தங்கிச் செல்ல முடியும். அந்த மலையில் ஏறும்போது யாப்பருங்கலம் எழுதிய குணசேகரன் வாழ்ந்த இடம் நினைவு ஓடிக்கொண் டிருந்தது.

சுப்பையா திடகாத்திரமான ஆள். அவர் லாவகமாக நடந்து சென்றார். தகவலாளியைப் போல் நிறைய செய்திகளைச்

சொல்லிக்கொண்டே வந்தார். அப்போது கழுகுமலை பற்றி ஆழமான புத்தகங்கள் வரவில்லை. மயிலை சீனி வேங்கடசாமி, ஏகாம்பரம் எனச் சிலர் எழுதிய கட்டுரைகள் படித்திருந்தேன்.

எனக்கு அந்த மலையில் இருந்த கல்வெட்டுக்கள், சிற்பங்கள் பற்றிச் செய்திகள் சேகரிப்பதில் ஆர்வமில்லை. 1894ஆம் ஆண்டிலேயே இங்கு ஆய்வு நடந்துவிட்டது. கல்வெட்டுக் களைச் சேகரித்துவிட்டார்கள். எனக்குக் கழுகுமலை பற்றிய வாய்மொழிச் செய்திகளைச் சேகரிப்பதில் மட்டுமே ஆர்வம் இருந்தது. ஊர் மக்களுக்கு அந்த மலையைப் பற்றிய அபிப்பிராயம் என்னவென்றும் தெரிந்துகொள்ள வேண்டும்.

சுப்பையாவுக்குச் சரியான தகவலாளியைக் கண்டு பிடிக்கத் தெரியுமென்றாலும் அவரைத் தேர்ந்தெடுப்பது சவால் தான். அகழாய்வு நடத்தும்போது அபூர்வமான பொருட்கள் கிடைப்பது மாதிரி, தகவல் அறிக்கை கிடைப்பது மாதிரி சில சமயம் எனக்கு அப்படி வாய்ப்பு கிடைத்திருக்கிறது. சுப்பையா வயதான மூதாட்டியைக் கண்டுபிடித்தார். அவளது அப்பா காவடிக்காரர்களுக்குச் சிந்து பாடிச் செல்பவர். அவர் மூலம் அந்த மூதாட்டி நிறைய தகவல்களைச் சேகரித்திருப்பதைப் பின்னால் அறிந்தேன்.

கழுகுமலை வெட்டுவான் கோவில் ஒருவகையில் எல்லோரா அஜந்தா மாதிரி என்று சொல்லலாம். முற்காலப் பாண்டியர்கள் காலத்தது. ஒரு பெரிய பாறையைச் சுற்றிலும் தோண்டி நடுவில் கோவிலை அமைத்து உருவாக்கியதுதான் அதன் சிறப்பு. இது முழுமைபெறாத கோவில். இப்போது இக்கோவில் கருவறையில் விநாயகர் இருக்கிறார். இது பிற்காலத்தில் வைக்கப்பட்டது.

அந்தக் கோவிலின் சுற்றுவட்டாரப் பகுதியில் முளைத்துக் கிடந்த செடிகள், கொடிகள் எல்லாம் மருத்துவக் குணமுள்ளவை, பலருக்கும் தெரியாது என்றார் சுப்பையா. வெட்டுவான் கோவிலைப் பற்றி எனக்குக் கிடைத்த கதைவடிவம் வருமாறு:

அந்தச் சிற்பியின் மனைவி யாரையும் திரும்பிப் பார்க்க வைக்கும் அழகை உடையவள். அதுவே அவளுக்கு எதிரி யாயிற்று. பாரியா ரூபவதி சத்துரு என்று காளிதாசன் சும்மாவா சொன்னான்? சிற்பிக்கு ஒரு ஆண் குழந்தை உண்டு. அவன் மனைவியை வெறுத்தான். அவளுக்கு வேறுவழியில்லை. குழந்தையுடன் ஊரைவிட்டுக் குடிபெயர்ந்துவிட்டாள்.

மனைவியைப் பிரிந்தபின் சிற்பி கழுகுமலையின் நடுப் பகுதிக்குச் சென்றுவிட்டான். அங்கே ஒரு குகையில் காலத்தைக்

கழித்தான். கலைஞன் எப்படி சும்மா இருக்க முடியும்? சமணத் துறவி ஒருவரின் வேண்டுகோளின்படி அந்த மலைப்பகுதியின் பாதியில் தீர்த்தங்கரர்களின் உருவத்தைச் செதுக்கி வைத்தான். அந்த அற்புதமான சிற்பங்கள் குறித்துச் சமணத்துறவிகளிடம் பரவலாகச் செய்தி பரவியது.

ஒருநாள் அந்த ஊருக்கு இளம் சிற்பி ஒருவன் வந்தான். அரச கட்டளைப்படி அந்த ஊர் பாறையில் ஒரு கோவிலை குடைய வேண்டுமென்பது அவனது திட்டம். கோவிலின் பெரும்பாலான பகுதிகள் முடியும் தருவாயில் பாண்டிய அரசன் வந்து பார்த்துச் சென்றான்.

இந்தச் செய்தி வயதான சிற்பிக்குத் தெரிந்தது. அவரும் கோவிலைப் பார்க்கப் போனார். பாறையின் மேல் பகுதியில் நின்று பார்த்தார். கீழே இளம் சிற்பி நின்றுகொண்டிருந்தான். முதிய சிற்பிக்குப் பொறாமை தலைக்கேறிப் பேதலித்ததில் இளம்சிற்பியின் மேல் தன் உளியை எறிந்தான். அந்த அளவில் இளம் சிற்பி மண்ணில் சாய்ந்தான்.

கொஞ்ச நேரத்தில் ஒரு பெண்ணின் கூக்குரல் கேட்டது. முதிய சிற்பி பார்த்தான். அது அவனது மனைவி; வெட்டுப்பட்டு இறந்தவன் தன் மகன் என அறிந்தான். அறிந்ததும் முதிய சிற்பி தன் குகைக்கு ஓடிப்போனான். அங்கிருந்த ஓலைச்சுவடி களில் தீயை வைத்தான். அதில் சாடி உயிரைவிட்டான். இளம் சிற்பி வெட்டுப்பட்டு இறந்ததால் அது வெட்டுவான் கோயில் ஆயிற்று.

இதே கதையின் வேறு வடிவங்களும் எனக்குக் கிடைத்தன. இந்தக் கதையின் கற்பனை வடிவம் எந்தக் காலத்தில் உருவாக்கப் பட்டது என்று தெரியவில்லை. இதுபோன்ற அபூர்வமான கற்பனைக் கதைகள் வேறு உள்ளன.

கேரளத்தின் வடக்கன் கதை வரிசையில் பெருந்தச்சன் கதை உண்டு. ஒருவகையில் வெட்டுவான் கோயில் கதை போன்றது தான். கொட்டாரத்தில் சங்குண்ணி என்பவரின் ஐதிகமாலா என்ற நூலில் வரும் கதையும் இது போன்றதுதான்.

வட கேரளத்தில் இருந்த பெருந்தச்சன் ஒருவன்; மனைவி இறந்துவிட்டாள். அவன் மகனை வேறு ஒரு குடும்பத்தில் விட்டு விட்டு நாடோடியாக அலைந்தான். குறுநில அரசன் ஒருவனின் பாதுகாப்பில் கொஞ்சநாள் இருந்தான். அவனுடைய நாட்டில் வேலைப்பாடுள்ள கொட்டாரங்களைக் கட்டினான். ராஜாவின் மனைவிக்கும் தச்சனுக்கும் தொடர்பு இருக்குமோ என்று

சந்தேகம் ராஜாவிடம் எழுந்தபோது பெருந்தச்சன் ஊரைவிட்டுக் கிளம்பிவிட்டான்.

தச்சன் தன் மகனை அழைத்துக்கொண்டு வேறு ஒரு ராஜ்யத்தில் குடியேறினான். தன் மகனுக்குத் தன்னுடைய கலையைக் கற்பித்தான். மகன் தந்தையை விடப் பல மடங்கு மேலே சென்றுவிட்டான். அப்பாவுக்கு அவன் மேல் பொறாமை வந்தது. கொஞ்சம் கொஞ்சமாக வளர ஆரம்பித்தது. ஒருமுறை சிறு சமஸ்தானத்தில் சரஸ்வதி மண்டபத்தைக் கட்டும்போது மகன் தந்தைக்கு அறிவுரை சொல்ல ஆரம்பித்தான்.

தந்தை பொறாமை மேலோங்க மகனின் மேல் வீச்சு உளியை எறிந்தான். மகன் இறந்தான். பெருந்தச்சன் தன்னை எரித்துக்கொண்டான். இந்தக் கதை பெருந்தச்சன் என்னும் பெயரில் மலையாள திரைப்படமாக வந்திருக்கிறது (1990). எம்.டி. வாசுதேவன் நாயர் கதை உரையாடல் எழுதியிருக்கிறார்.

இந்தக் கதையை எனக்கு விரிவாகச் சொன்ன அந்த மூதாட்டி அண்ணாமலை செட்டியாரின் காவடிச் சிந்துவைப் பாடினாள். சங்கீதம் தெரியாமலே ரெட்டியாரின் பாடல்களைக் கேட்க இனிமையாகத்தான் இருக்கும். என்னைப் பற்றி அவள் விசாரித்தாள். நான் என் ஊரைச் சொன்னதும் இங்கேயே மலையாளத்து வைத்தியர் இருக்கிறாரே, அவர் சாமியாராக ஆகிவிட்டார் என்றாள்.

நான் சுப்பையாவைப் பார்த்தேன். வெட்டுவான் கோயிலுக்கு எதிரே குருமலையில் அவர் இருக்கிறார் என்றார் சுப்பையா. அந்த மலையைக் குருமலை என்று சொன்னதாக ஞாபகம். வைத்தியரைப் பார்க்க முடியுமா என்று கேட்டேன். வாருங்கள் நானும் பார்த்து நாளாகிறது என்றார்.

வெட்டுவான் கோவிலின் கிழக்கே எதிரில் உள்ள அந்தச் சிறிய மலை சுமார் 200 அடி உயரம் இருக்கும். மலை அடிவாரத்திற்குச் சற்று உயரத்தில் வைத்தியர் ஒரு குடிசையில் இருப்பதாக சுப்பையா சொன்னார். கரடுமுரடான பாதை, சுக்குநாறிப் புல்லும் நாட்டு உடைமரங்களும் செடிகளும் நிறைந்து கிடந்தன. ஒரு புங்க மரத்தை மட்டும் பார்த்தேன். (2021இல் நான் இதே இடத்திற்குப் போனபோது பழைய அடையாளத்தையே காணவில்லை.)

வைத்தியர் இருந்த ஓலைக்குடிசையின் முன்பகுதியில் பத்து பதினைந்து பேர்கள் தாராளமாய் உட்காரும்படியான இடம் இருந்தது. வாசலில் நின்று 'வைத்தியரே' என்றார் சுப்பையா. வாங்கோ என்று குரல் கேட்டது. உள்ளே போனோம. கயிற்றுக்

கட்டிலில் வைத்தியர் உட்கார்ந்திருந்தார். அருகே ஏட்டுச் சுவடிகள், நீண்ட நோட்டுப் புத்தகங்கள். குடிசையின் மூலையில் ஒரு பானை; குடிதண்ணீர். வேறு தட்டுமுட்டுச் சாமான்கள். காவி வேட்டி காவித் துண்டு, இன்னொரு சிறிய கட்டில், குடிசை சுத்தமாக இருந்தது. வைத்தியர் துறவியைப் போன்றுதான் இருந்தார். காவி வேட்டி, பஞ்சாய் நரைத்த தலை, தாடி என இருந்த கோலத்தில் அவரை அடையாளம் காண முடியவில்லை. சுப்பையாவிடம் "என்ன வாத்தியாரே பார்த்து ரொம்ப நாளாச்சு" என்றார்.

வைத்தியர் என்னைப் பார்த்தார். கட்டிலிலிருந்து எழுந்தார். என் அருகே வந்தார். என்னைக் கூர்ந்து பார்த்தார். என் இரண்டு தோள்களையும் பிடித்துக்கொண்டார். நீ இன்னார் மகன் அல்லவா என்று என் தந்தையின் பெயர் கூறிக் கேட்டார். நான் ஆம் என்றேன். அவரைப் பார்த்தேன். உடனே என்னால் அடையாளம் காண முடியவில்லை. எங்கள் ஊரில் காணாமல் போன பரதேசியா பிள்ளை என்பதைக் கொஞ்ச சிரமத்திற்குப் பின்னர் கண்டுபிடித்தேன்.

அங்கு ஒரு மௌனம் நிலவியது. ஒருவரையொருவர் பார்த்துக் கொண்டோம். பதினைந்து இருபது ஆண்டுகளுக்கு முன்பு பார்த்த முகம். சுப்பையா ஊகித்துக்கொண்டார். வைத்தியர் பழைய விஷயங்கள் எதையும் பேசவில்லை. என்னைப் பற்றித்தான் கேட்டுக் கொண்டார்.

நாங்கள் பொதுவாகப் பேசிக்கொண்டிருந்தோம். சுப்பையா கொஞ்ச நேரத்தில் வருகிறேன் என்று சொல்லிவிட்டுப் போய்விட்டார். போனதும் வைத்தியர் மௌனமாக இருந்தார். இருபது வருடங்களுக்கு முந்திய விஷயத்தைக் குறிப்பாகச் சொன்னார். தன் மனைவி, மகன் பெயரிலுள்ள வெறுப்புக்குக் காரணம் புரிந்தது; பணம் பெரிதல்ல.

மனித உறவில் அன்பும் மரியாதையும் எப்போது இல்லாமல் ஆகிறதோ அப்போது எல்லாம் மாறி விடுகிறது. அவரது மகன் நல்ல சம்பளம் வாங்கிக் கொண்டிருந்தான். மாட்டு வைத்தியர் என்று சொல்வதில் அவனுக்கு இளக்காரம் இருந்தது. அவன் அப்பாவிடம் பெரும்பாலும் பேசுவதில்லை. அவரின் மனஸ்தாபத்திற்கு இதுதான் காரணம். மனைவியும் மகனுக் காகப் பேசினார். ஒருநாள் வீட்டைவிட்டுக் கிளம்பியிருக்கிறார்.

வைத்தியர் சுருக்கமாகப் பேசினார். அவர் நல்ல விவசாயி. நல்ல வைத்தியர். இரண்டிலும் நிறைய சம்பாதித்தார். ஆனால் வீட்டில் அவருக்கு உரிய மரியாதை இல்லை. மகன் அவரைப்

பொருட்டாகவே கருதவில்லை. மனைவியும் அப்படி. அதனால் அப்படி ஆகிவிட்டது.

தன் சுயபுராணத்தைச் சுருக்கமாகச் சொல்லிவிட்டு நாட்டுவைத்தியத்தில் தான் செய்த ஆராய்ச்சி பற்றி விரிவாகப் பேசினார். கழுகுமலையின் சுற்றுவட்டாரத்தில் கிடைக்கின்ற மருந்துச் செடிகளின் அடிப்படையில்தான் அவர் தன்னுடைய வைத்திய ஆராய்ச்சியைச் செய்திருக்கிறார். கழுகுமலை அதற்கு வசதியாக இருந்திருக்கிறது.

பழைய கால வைத்தியம் மருந்து மட்டும் சார்ந்ததல்ல. நம்பிக்கை, தொன்மம், சடங்குகள், பழமையில் தீவிரம் என இப்படிப் பல விஷயங்கள் சார்ந்தது. இது மாட்டு வைத்தியத்துக்கும் பொருந்தும். இந்த விஷயங்களை இவர் மாற்றியிருக்கிறார். தான் புதிதாக எழுதிய வைத்திய நோட்டுப் புத்தகத்தைத் தந்தார். நான் முதல் பக்கத்தைத் திருப்பினேன்.

> மனிதனுக்கு வியாதி வந்தால் சொல்லுவார்கள்
> மகிமை தரும் வைத்தியம் உடனே தீர்க்கும்
> இனிய சுவைபால் கொடுக்கும் பசுக்களுக்கும்
> ஏர் இழுக்கும் எருமைகளும் காளைகளும்
> நுனிபுல்லைத் தின்று வாழும் ஆடுகளும்
> அப்பனே நோய் வந்தால் சொல்லாதப்பா
> கனியுமிந்த வைத்தியத்தை பரதேசி நான்
> கருணையாய்ச் சொல்கின்றேன் கேளுமப்பா

என்று இருந்தது.

ஏற்கெனவே உள்ள வாகாட மூலத்தைக் கொஞ்சம் மாற்றியும் தான் கண்டுபிடித்ததைச் சேர்த்தும் எழுதியிருந்தார். இதெல்லாம் நடந்து 40 ஆண்டுகளுக்கு மேல் ஆகிவிட்டன. நண்பன் சுப்பையா இறந்துவிட்டதாகக் கேள்விப்பட்டேன். வைத்தியரும் போயிருக்கலாம் அவரது ஏடுகள், கண்டுபிடிப்புகள் என்ன ஆச்சு என்பது தெரியவில்லை.

*காக்கைச் சிறகினிலே*, பெப்ரவரி 2022

# 15

## என் ஊருக்குப் பச்சைகுத்த வந்த கொந்தளக்காரி

நாலுபேர்கூடும் இடத்திலோ கடை வீதியிலோ 13–14 வயதுச் சிறுமி ஆடுவாள். பின்னணி இசைக்கருவி தோல் போர்த்த பானைக் கொட்டு சம்முள்மேளம். இந்த ஆட்டம் முடிந்ததும் ஆடிய சிறுமி கையேந்திக்கொண்டு பொதுமக்களிடம் செல்வாள்; கூடவே இரட்டைக் கொட்டு அடித்த வரும் அவரது மனைவியும் செல்வார்கள்.

தோல்பாவைக் கூத்து நிகழ்ச்சியில் சில சமயம் கொந்தளக்காரர்கள் பின்னணியாக இரட்டைக்கொட்டு அடிப்பதும் உண்டு. இதற்குத் தனியாக சன்மானம் கொடுப்பதில்லை. கூத்துக் கலைஞர்களுக்குக் கிடைக்கும் அரிசி, காய்கறிகளில் பங்கு கொடுப்பார்கள். 50களுக்குப் பிறகு இந்த மாதிரி காரியங்கள் நடக்கவில்லையென்று சுப்பையா ராவ் சொல்லுவார்.

என் ஊருக்குத் தோல்பாவைக் கூத்துக் கலைஞர்களுடன் வந்த கொந்தளக்காரர்கள் சம்முள் மேளம் நிகழ்த்தவில்லை. ஆனால் கூத்து நிகழ்வில் இரட்டைக் கொட்டு அடித்தார்கள். கணிகரின் 12 உட்பிரிவினரில் மண்டிகர் மட்டுமே தோல்பாவைக் கூத்து நடத்தலாம் என்பது மரபுவழி வந்த கட்டுப்பாடு. 12 உட்பிரிவினரும் மணவுறவு கொள்ளலாம். அதனால் மண்டிகருடன் கொந்தளக்காரர்கள் வந்தார்கள்.

என்னுடைய நினைவில் கொந்தளக்காரர்கள் ஊரில் ஆண்களுக்கும் பெண்களுக்கும் பச்சை

குத்திய நிகழ்ச்சி நிழலாடுகிறது. நான் தோல்பாவைக் கூத்து பற்றி விரிவான களஆய்வு மேற்கொண்டபோது பரமசிவ ராவின் அண்ணன் சுப்பையா ராவிடம் (1980–2003) நெருக்கம் ஏற்பட்டது. அப்போது அவர் எழுபதைத் தாண்டிவிட்டார். நினைவு துல்லியமாக இருந்தது.

நான் சுப்பையா ராவிடம் கொந்தளர்கள் பச்சைகுத்திய நிகழ்ச்சியைச் சொன்னேன். அவர் "கணிகர் சாதியில் யாரும் பச்சை குத்த மாட்டார்கள், சோதிடம் சொல்லுவார்கள். ஆனால் கொந்தளக் குடும்பத்துப் பெண்களில் சிலர் பச்சை குத்துவார்கள். அது பரம்பரையாய் வந்ததல்ல. பச்சை குத்தும் உட்பிரிவுக் குறவர்களுடன் அவர்களுக்கு ஏற்பட்ட தொடர்பால் வந்திருக்கலாம்; உப்பிலியக் குறவர் பேசிய மொழியில் எங்கள் மராட்டிய கலப்பு உண்டு. அதனால் ஒரு நெருக்கம்" என்றார்.

பரமசிவ ராவ் ஒருமுறை என்னிடம், "அண்ணனுக்கு உப்பிலியக் குறத்தி ஒருத்தியிடம் தொடர்பு உண்டு. நாங்கள் பாதிதான் நாடோடி; அவர் முழு நாடோடி" என்று சொன்னது ஞாபகம் வந்தது. நான் சுப்பையா ராவிடம் பல விஷயங்கள் பேசியிருக்கிறேன். பத்து அணாவிற்கு (இப்போது 60 பைசா) அரிஷ்டம் (ஒருவகை மது) உள்ளே போய்விட்டால் அவரிடம் களைகட்ட ஆரம்பிக்கும்.

அவர் அடிக்கடி சொல்வார், "அரிஷ்டம் குடித்தால் பல நன்மைகள் உண்டு. ஞாபகசக்தி மழுங்காது; புத்தி கூர்மை யாகும்; உற்சாகம் பிறக்கும்." இப்படியே சொல்லிக்கொண்டு போவார். எனக்கு அது மிகையாகத் தோன்றவில்லை. அவர் அரிஷ்டம் குடித்திருந்தபோதெல்லாம் பழைய விஷயங்களைத் தோண்டி எடுத்துப் பேசச் செய்திருக்கிறேன்.

கொந்தளக்காரர்கள் சம்முள்மேளம் நடத்தப்போன போதும், மண்டிகருடன் தோல்பாவைக் கூத்து நிகழ்ச்சியில் இரட்டைக் கொட்டு அடிக்கப்போனபோதும் உப்பிலியக் குறவர்கள் சிலரும் கூடவே போயிருக்கிறார்கள். இப்படியாகப் போனபோது கொந்தளக்காரர்கள் பச்சைகுத்தும் கலையை அறிந்திருக்கிறார்கள்.

கொந்தளக்காரர்கள், சம்முள் மேளம் நிகழ்த்தப்போகும் போதும் தோல்பாவைக் கூத்து நிகழ்ச்சிக்கு விளம்பரம் செய்ய இரட்டைக் கொட்டு அடித்துக்கொண்டே போகும்போதும் யார் வீட்டில் பச்சை குத்த வேண்டும் என்பதை நோட்டம் பார்த்து விடுவார்கள். உத்தேசமாக எத்தனை பேருக்கு என்பது தீர்மானபிறகு மூலப்பொருட்களைச் சேகரிக்க ஆரம்பிப்பார்கள்.

பச்சை குத்துவதற்குப் பயன்படுத்தப்பட்ட பொருட்கள் ஊருக்கு ஊர் வேறுபடும். அந்த ஊரில் கிடைக்கும் மூலிகைச் செடியைப் பொறுத்தது அது.

செய்முறை ஒன்றுதான். இதை விரிவாகச் சொன்னார் சுப்பையா ராவ். பச்சை குத்துவதற்குப் பொதுவாக ஐந்துவகை மூலிகையில் ஏதோ ஒன்று பயன்படுத்தப்பட்டது. ஒன்று தோறு மஞ்சளைப் பொடியாக்கி அகத்திக்கீரையுடன் சேர்த்துத் தண்ணீர்விட்டு மைபோல் அரைத்து அக்குழம்பை வெள்ளைத் துணியில் தேய்த்து வெயிலில் காயவைத்துத் திரிபோல் சுருட்டி எடுப்பர். பின் ஆமணக்கு எண்ணெய்யில் நனைத்து எரியவிடுவர். எரியும் தீபத்தின்மேல் மண்பானையின் மூடியைக் கவிழ்த்து வைத்துக் கரியை அதன் உட்பகுதியில் படியவிடுவர். கரி சூடு ஆறியதும் பனை ஓலையால் அதை வழித்துச் சேகரித்துத் தாய்ப்பாலையோ தண்ணீரையோ கலந்து அடர்த்தியானக் குழம்பாகத் தயாரித்துக்கொள்ளுவர். இந்த மையில் மூன்று முதல் ஐந்த ஊசிகளைத் தோய்த்துப் பச்சை குத்துவர்.

பச்சைகுத்த விரும்பியவர் வேண்டிய, விரும்பிய படத்தை உடம்பில் வரைபடமாக வரைவர். இதற்கு நீண்ட கரிக்கட்டையைப் பயன்படுத்துவர். பச்சை குத்தி முடிந்ததும் குத்தப்பட்ட இடத்தில் ஆமணக்கு எண்ணெய் அல்லது எண்ணெய் கலந்த மஞ்சள் பொடியைத் தடவுவர்.

இது பொதுவான முறை. அகத்திக்கீரைக்குப் பதில் அறுகம்புல், கரிசலாங்கண்ணிக்கீரை, கலியந்தாழை எட்டு, அவுரி இலை, சித்திரப் பாலாடையின் இலை போன்றவற்றையும் பயன்படுத்தினர். இவை எல்லாவற்றிலும் மஞ்சள் சேர்ப்பதில் கவனமாக இருப்பார்கள். இந்தச் சேருமானத்தில் விகிதாச்சார அளவு உண்டு.

தாய்ப்பால் சேர்ப்பது, மஞ்சள் தடவுவது, பச்சை குத்திய பகுதியின் பாதுகாப்புக்கு இப்படியாகப் பல விஷயங்களைச் சொன்ன சுப்பையா ராவ் உப்பிலி குறவர்களிடமிருந்து கொந்தளக்காரர்கள் பச்சை குத்தும் தொழிலைப் படித்தாலும் தொடர்ந்து அதைச் செய்யவில்லை என்று சொல்லி முடித்தார்.

***காக்கைச் சிறகினிலே, ஜூன் 2021***

16

# பிளேக் சிந்து

'சீதாதேவி எறிந்த எலியைக் கூரைக்குக் கொண்டுபோன கழுகு பயமில்லாமல் உட்கார்ந்திருந்தது. கருடாச்சாரியார் தலையைத் தூக்கி நிமிர்ந்து பார்த்தார். கழுகு, கழுகு, கழுகு... நீலவானம் நிறைய மிதந்துகொண்டும் பறந்துகொண்டும் வட்டமாகச் சுற்றிக் கீழே பாய்ந்து வந்துகொண்டிருந்தன. எல்லா இடங்களிலும் கழுகுகள்.

காக்கைகள், கழுகுகள் தவிர மனிதர்களைக் காண முடியாத அந்த அக்ரஹாரத்தில் பிராணேஷ் ஆச்சாரியார் ஒருவரே மிச்சமிருந்தார். கர்நாடகத்தில் பாரிஜாதபுரம் என்னும் பிராமணர் கிராமத்தில் பிளேக் வந்த நிகழ்ச்சியின் வருணனை இது. யு.ஆர். அனந்தமூர்த்தியின் 'சம்ஸ்காரா' நாவலின் ஒரு பகுதி. பெரும்பாலும் 1890–1900க்கு இடைப்பட்ட நிகழ்வு இது.

இதே காலகட்டத்தில் தமிழகத்திலும் பிளேக் பாதித்திருக்கிறது. 1893 முதல் 1925 வரை திருப்பத்தூர் (1900), நாமக்கல் (1910), சேலம் (1911, 1917), கோயம்புத்தூர் (1911, 1916), பொள்ளாச்சி (1911), குடியாத்தம் (1913), எடப்பாடி (1917) எனச் சில இடங்களில் பிளேக் பரவியதால், மரணமும் அழிவும் நிறைய நடந்திருக்கின்றன.

இக்காலங்களில் சப்தமில்லாத மரண ஓலம். இறந்தவர்களைப் பற்றிய துக்கம், தங்களின் உடலில் ஏற்பட்ட மாற்றம், மருத்துவ வசதியில்லை, அரசு ஆதரவு இல்லை, அரசு ஆட்களே ஓலை

வீடுகளுக்கு நெருப்பு வைத்தார்கள், எதுவுமே இல்லாமல் குடிபெயர்ந்த மக்கள்; இவற்றையெல்லாம் இந்தக் கால மாவட்ட கெசட்டீர்கள் துல்லியமாகப் பதிவுசெய்யவில்லை. 'சம்ஸ்காரா' போன்ற படைப்புகளும் வரவில்லை.

1893க்கும் 1926க்கும் இடைப்பட்ட 33 ஆண்டுகளில் வெளிவந்த 14 சிந்துப் பாடல்களில் கோயம்புத்தூர், தேனி, மதுரை மாவட்டப் பகுதிகளில் பரவிய பிளேக் நோய் குறித்த செய்திகள் பதிவு செய்யப்பட்டுள்ளன. இவையெல்லாம் பெரும்பாலும் நேரடியாகப் பார்த்து எழுதப்பட்டவை. இந்த சிந்துப் பாடல்களை எழுதியவர்கள் சொந்த அனுபவம் உடையவர்கள். சிலர் கேட்ட செய்திகளை எழுதினர், சிலர் குடிபெயர்ந்தவர்கள் சொன்ன செய்திகளை எழுதினர்.

இந்த 33 ஆண்டுகளில் கோயம்புத்தூர், ஈரோடு, தேனி, சேலம் மாவட்டங்களிலிருந்து குடிபெயர்ந்தவர்கள் வாய்மொழியாகச் சொன்ன செய்திகள் மற்றவர்களை நிலைகுலையச் செய்திருக்கின்றன. ஒரு சிந்துப்பாடல் 1896இல் பம்பாய், பெங்களூர் என இரண்டு நகரங்களிலும் பிளேக் பரவி அழிவுசெய்ததைப் பாடுகிறது. இது குடிபெயர்ந்தவர்கள் சொல்லிய செய்திகள். 'மகாமாரிச் சிந்து' என்ற இச்சிறு பிரசுரம், 1900இல் திருப்பத்தூரில் வெளியானது. எழுதியவர் பெருமாள் நாடார். இவர் பம்பாய் நகரத்துக்குச் சென்றவர்கள், திரும்பியவர்கள்வழி கேட்ட செய்திகளை இதில் சொல்லுகிறார்.

இந்தச் சிந்துப் பாடல்களில் கும்மி அல்லது அலங்காரம் என்னும் வகையைச் சார்ந்தவையே அதிகம். ஒரு சிந்து மட்டும் பிளேக் பரவிய சமயத்தில், மழையால் குளம் உடைந்து வெள்ளப்பெருக்கு ஏற்பட்டதையும் மக்கள் அடித்துச் செல்லப்பட்டதையும் கூறும். இது எடப்பாடி ஊரில் நடந்த நிகழ்வு. வெங்கடராமச் செட்டியார் என்பவர் எழுதிய பிளேக் சிந்தும் அலங்கோலச் சிந்தும் 1917இல் அச்சாயின. வெள்ளப்பெருக்கில் எலிகள், பிணங்கள், விலங்குகள் எல்லாம் அடித்துச் செல்லப்பட்டதால் பிளேக் ஒழிந்துவிட்டது என்று நகைதொனியுடன் இது விவரிக்கிறது.

மருதமுத்துப் பிள்ளை எழுதிய 'கடுகூர் காலராச் சிந்து' (1914) கடுகூரிலும் பக்கத்து ஊர்களிலும் பிளேக் மட்டுமல்ல, காலரா பரவியதையும் விவரிக்கிறது. இந்தப் பாடலாசிரியர் உத்தமபாளையத்துக்காரர். பிளேக்கும் காலராவும் சேர்ந்து பாதித்ததால் ஊரில் பாதிப் பேர் இறந்தனர், எஞ்சியவர் குடிபெயர்ந்தனர் எனக் கூறும். பொதுவாக, சிந்துப்

பாடல்கள் 12 பக்கங்களிலிருந்து 30 பக்கங்கள் இருக்கின்றன. பெரும்பாலும், பிளேக் பாதித்த வருடத்திலோ அடுத்த வருடத்திலோ இவை எழுதப்பட்டதால் இவற்றில் மிகைப்படுத்தல் இல்லை.

பிளேக்கும் காலராவும் மக்களைப் பயமுறுத்திக் கொண்டிருந்த இதே காலகட்டத்தில், இன்னொரு விஷயத்தை நான்கு சிந்துகள் பாடுகின்றன. இவை ஜோதிடச் சிந்துகள். பிளேக் பாதித்த காலகட்டத்தில் இந்தச் சிந்துகளும் வெளியாகியிருக்கின்றன (1897–1926). பிளேக் பரவியதற்கு, இத்தனை சாவு வந்ததற்குக் கிரகங்களின் சேர்க்கையும் பஞ்சாங்க மாறுதலும் காரணம் என்கின்றன இந்தச் சிந்துகள்.

பிளேக் தொடர்பான 14 சிந்துகளும் பிளேக் பரவலுக்கு எலிகளும் தெள்ளுப் பூச்சிகளும் காரணம் என்கின்றன. சோதிடச் சிந்துப் பாடல்களை வெளியிட்டவர்கள் எல்லோருமே சோதிடர்கள் அல்லது சோதிடர் சொல்ல எழுதப்பட்டவை. அழகர் ஆசாரி ஜோதிடர் வெளியிட்ட 'விநோதக் கும்மிச் சிந்து' 1900இல் வெளியானது. திண்டுக்கல்லில் அச்சானது. 30 பக்கங்கள். இதில, விகாரி வருடத்தில் பல தீயவிளைவுகள், நோய்கள் பரவுகின்றன; இவை தொடரும் என்ற பயமுறுத்தல் தொடக்கத்தில் வருகிறது. இந்தப் பயம், தோஷம் போக நிவர்த்தியும் சொல்லுகிறது இந்தச் சிந்து.

ராமச்சந்திர ராவ் எழுதிய 'ஐயாயிரம் பிரளிக்கும்மி' கலி வரப் போகிறது என்ற பயத்தை உருவாக்கும் தோரணையில் ஆரம்பிக்கிறது. இது 1897இல் வந்தது. இதே காலத்தில் பிளேக் கொங்குநாட்டுப் பகுதியில் பரவ ஆரம்பித்துவிட்டது. 16 பக்கங்கள் கொண்ட இந்தச் சிந்து, பொதுமக்களைப் பயமுறுத்துவதற்கு என்று எழுதப்பட்டதுபோல் உள்ளது.

காங்கேயம் கோவிந்த சாமி எழுதிய 'கொடுமை அதிகரித்த சிந்து' 1926இல் வந்தது. குரோதன ஆண்டில் மக்கள் அடையப் போகும் துன்பத்தைப் பயமுறுத்தும் விதத்தில் கூறுவது இந்தச் சிந்து. இந்த நூல் வந்த காலத்தில்தான் கொங்குப் பகுதியில் பிளேக் ஓய்ந்திருந்தது. இதே காலத்தில் 'கலிகால விபரீதச் சிந்து' (1926) வந்தது. இதுவும் நோய், வெள்ளப்பெருக்கைக் கலிகாலத்துடன் இணைக்கிறது. இதுபோல் 1925, 1926களிலும் பயமுறுத்தும் ஜோதிடச் சிந்துகள் வந்துள்ளன. இத்தகு சிந்துகள் எட்டுக்கு மேல் வந்துள்ளன. இவையெல்லாமே பிளேக்கையும் சுற்றிவருகின்றன.

பிளேக் சிந்து ஒன்றை மாதிரிக்குப் பார்ப்போம். தேனிக்கு அருகேயுள்ள அனுமந்தன் பட்டியில் பிறந்த அந்தோணி முத்துப் பிள்ளை வெளியிட்ட 'பிளேக் சிந்து' 1921இல் உத்தமபாளையத்தில் அச்சிடப்பட்டது. 1920இல் தேனி, பாளையம் பகுதியில் பிளேக் பரவியதையும், ஆயிரக்கணக்கான பேர் இறந்ததையும் பாடுவது. இந்தச் சிந்து 276 வரிகள் கொண்டது. ரவுத்ரி வருடம் அதர்மத்தின் உச்சம், அதனால் பிளேக் வந்தது என்றெல்லாம் சொன்னாலும், எலிகளின் உடம்பில் தோன்றிய தெள்ளுப் பூச்சியால் வந்தது இந்த பிளேக், இதற்கு மருந்து கிடையாது என்று கூறுகிறது.

பிளேக்கைப் பற்றிய சரியான புரிதல் இல்லாமலேதான் மொத்த மக்களும் இருந்தனர். சிந்துப் பாடகன் பிளேக்கின் வகைகளாகச் சிலவற்றைச் சொல்லுகிறான். அக்கினி பிளேக், எருமை பிளேக், நித்திரை பிளேக், ரத்த பிளேக், வெறி பிளேக் போன்றவை பல வகைகளில் பரவியதாகப் பாடகன் கூறுகிறான். மக்கள் அவர்களாகப் பெயரிட்ட பிளேக் வகைகள் இவை. என்றாலும் காய்ச்சல் வருதல், உடலில் கொப்பளம், கட்டி தோன்றுதல் என்னும் அறிகுறிகள் பிளேக் வரும் முன் தோன்றும் என்று அறிந்திருக்கின்றான். இவையும் வாய்மொழியாகப் பரவியவை. அரசு இதுபற்றி விழிப்புணர்வு ஏற்படுத்தியது. அப்போது ஊடகங்கள் இல்லை. அதனால் ஊரில் பறையறைந்து செய்தி சொல்லி இருக்கிறார்கள். சின்னமனூர், கோம்பை போன்ற இடங்களில் அரசு அதிகாரிகள் வரவே இல்லையாம்.

வருவாய்த்துறை அலுவலர்களும் போலீஸ்களும் ஊர் மக்களை ஊரைவிட்டுக் குடிபெயர்ந்து செல்லுமாறு கட்டாயப் படுத்தினர். மருத்துவ உதவி இல்லை; கிடைத்த கிழங்கு காய்கறிகளைப் பச்சையாகத் தின்றனர். வீட்டைப் பிரித்து, கம்புகளை எடுத்துப் பாடைகட்டி அதில் குழந்தைகளைச் சுமந்துகொண்டு நடந்தனர்.

காட்டு விலங்குகள் ஊரில் திரிந்தன. கோவில்கள் நாய்நரி களின் கூடாரமாயின, தடுப்பூசி போடாததே பிளேக் பரவக் காரணம் என அரசுத் தரப்பில் கூறியதாகச் செய்தி பரவியது. இறப்பு எண்ணிக்கையைச் சிந்துப் பாடகன் தயக்கமில்லாமல் சொல்லுகிறான். தேனியில் ஒரு நாளில் 70, உத்தமபாளையத்தில் 120 எனப் பட்டியலிடுகிறான்.

ஒரே குழியில் பிணங்கள் எல்லாவற்றையும் போட்டனர், நாய் நரிகள் பிணங்களை இழுத்துச்சென்றன என்கிறான்.

> அப்பா ஓர் குழிக்குள் ரெண்டு மூன்று பிணமே
> சப்பாத்திக் கள்ளிமேலே சில பிணமே
> முல்லையாற்றில் சில பிணமே
> ஆட்களில்லா வீட்டிலும் பிணமே கிடக்க...

இப்படியாகச் சொல்லிக்கொண்டே போகிறான்.

சிந்துப் பாடகன் இப்படியாகப் பார்த்த செய்திகளைச் சொல்லிய சமயத்தில் 'எப்படி வந்தது பிளேக்?' என்ற சிறுபிரசுரம் தேனியிலிருந்து வெளியானது (1922). சாமுர்வெல் எழுதிய இத்துண்டுப் பிரசுரம், அறிவியல்பூர்வமான செய்திகளைச் சொல்வதாகக் குறிப்பிடுகிறது. பிளேக் லத்தீன் சொல். இந்த நோய்க்கு மருந்து கண்டுபிடிக்கப்படவில்லை, இந்த நோயால் பம்பாயில் ஒரு லட்சத்துக்கும் மேல் இறந்தார்கள் என இப்படிப் பல செய்திகள்.

இருபதாம் நூற்றாண்டின் கால்பகுதி கடந்த பின், இயல்பு வாழ்க்கை ஆரம்பித்துவிட்டது என 1928ஆம் ஆண்டு சிந்து ஒன்று கூறும்!

*இந்து தமிழ் திசை*, 2020

17

# குழி தோண்டப் பணமில்லை

குப்பமேனிக் கிராமம் அல்லோலப்பட்டுக் கிடந்தது. ஊர் முகப்பில் நடப்பட்டிருந்த கம்பங் களில் நீண்ட குழல் விளக்குகள்; பெரிய மரங்களில் தொங்கிய பல வகையான நிறங்கள் கொண்ட சீரியல் விளக்குகள்; மரங்களின் உச்சியில் கட்டப்பட்டிருந்த குழாய் ஒலிபெருக்கிகள் என எல்லாம் அந்தக் கிராமத்தின் மொத்த இயல்பையே மாற்றிவிட்டன.

இவ்வூர் அம்மன் கோவிலின் வடக்கே ஓலை வேய்ந்த சிறிய ஆடம்பரம் இல்லாத மேடை புதிதாய் முளைத்திருந்தது. மேடை விளிம்பில் ஒழுங்காகக் கட்டப்படாததால் கில்ட் ஜிகுனா தாள் காற்றில் பறந்தது. குழல் விளக்கின் ஒளி அதன்மீது பட்டு ஜொலித்தது அழகாய்த்தான் இருந்தது.

நாகர்கோவிலிலிருந்து சங்குதுறை கடற்கரைக்குச் செல்லும் சாலையில் நான்கு கி.மீ. தொலைவில் இடதுபுறம் இருப்பது குப்பமேனி கிராமம். முக்கிய சாலையிலிருந்து நான்கு கி.மீ. காட்டுப்பாதை வழி நடந்தால் இந்தக் கிராமத்தை அடையலாம்.

ஒரு ஊருக்குள்ள எந்தக் குணாதிசயங்களும் அந்தக் கிராமத்துக்கில்லை. மொத்தமே 16 வீடுகள். அவற்றில் இரண்டு காங்கிரீட் கட்டடம். மிச்சம் ஓடு ஓலை வேய்ந்தவை. நாத்திக வியாபாரி ஒருவரின் உபயம் முத்தாரம்மன் கோவில். குப்பமேனிக் கிராமத்தின் அன்றைய கதாநாயக னான குப்புசாமி, வெள்ளை வேட்டி வெள்ளைச் சட்டை சகிதம் அங்குமிங்கும் ஓடி ஓடி ஆட்களை வரவேற்றுக்கொண்டிருந்தார். சிவப்புக்கல்

கடுக்கன் அவரது காதுகளிலிருந்து விழுந்துவிடுவது போல் ஆடிக்கொண்டிருந்தது. தமிழக அரசின் கலைமாமணி விருது பெற்றமைக்குக் குப்புசாமிக்கு அன்று பாராட்டு. எல்லாமே அவர் ஏற்பாடு; செலவும் அவருக்குத்தான்.

உள்ளூர் எம்.எல்.ஏ. ஒருவருக்குக் காத்திருந்தோம். பார்வையாளர்கள் அறுபதுக்கு மேலிருந்தனர். சிறுவர்கள் குறைவு; கலகலப்பில்லை; எல்லோரும் அலுத்துக்கொண்டபோது எம்.எல்.ஏ. வந்தார், பேசினார். தன் கட்சி இல்லையென்றால் தமிழகக் கலைகள் எல்லாம் அழிந்திருக்கும் என்றார். மற்றவர்கள் அவரவர் பங்குக்கு மிகைப்படுத்தலுடன் பேசினர்.

இந்த நிகழ்ச்சி நடந்தபோது (1995) குப்புசாமி புலவருக்கு வயது 67ஐக் கடந்துவிட்டது. புலவர் என்ற பின்னொட்டு அவருக்கு இருந்தாலும், அவருக்கு யாப்பு நன்னூல் எல்லாம் தெரியாது. தமிழ் கூட சுமார்தான். சுற்று வட்டாரத்தில் வில்லுப்பாட்டுப் புலவர் என்றால் தெரியும். வில்லுப்பாட்டிற் கென்ற பழைய மரபைத் தக்கவைத்துக்கொண்டவர்களில் முதலானவர்.

தமிழக நாட்டார் கலைகளில் நவீன இசைக்கருவிகள், சமகால விஷயங்களைப் பாடலும் விளக்கமுமாக வெளிப்படுத்தல், உரையாடலில் நவீனப் போக்கு என மாற்றமடைந்த நிலை ஆகியன சில கலைகளில் மட்டுமே உள்ளன. தெருக்கூத்தில் கட்டியங்காரன் சமகால விஷயங்களை நகைச்சுவையாகக் கூறினாலும் அதில் நுட்பமான மாறுதல் பெரிய அளவில் நிகழவில்லை.

இதற்கு நேர்மாறானது. வில்லிசைக்கலை இதில் இசைக் கருவிகள், ராகதாளம், சொல்லும் முறை, பாடும்பொருள், குடமடிப்பவரின் பேச்சு என எல்லாவற்றிலும் மாற்றம் ஏற்பட்டு விட்டது. இப்போதெல்லாம் நவீன வில்லிசை நிகழ்ச்சி என விளம்பரப்படுத்துகிறார்கள். முதன்மைப் பாடகர் பெண்ணாக இருக்க வேண்டும் என்பது கட்டாயமாகிவிட்டது.

குப்புசாமிப் புலவர் நவீன வில்லிசைக்கு எதிரானவர். இவர் மற்ற கலைஞர்களிடம் வேறுபட்டது இதனால்தான். பார்வையாளர்களில் சிலர் பாராட்டியதற்கும் மற்ற கலைஞர்கள் இளக்காரமாகப் பார்த்ததற்கும் இதுதான் காரணம். புலவர் என்ற பட்டம் இப்படியாகத்தான் இவருக்கு வந்தது.

நான் குப்புசாமியை 80க்களின் ஆரம்பத்தில் என் பி.எச்டி. ஆய்வின்போது முதலில் பார்த்தேன். அதன் பிறகு பலமுறை சந்தித்தேன். ஒருமுறை தற்செயலாக என் ஊர், அப்பா, மாமா

என்னும் விவரங்களைச் சொன்னபோது தன் சுயபுராணத்தை ஆரம்பித்தார்.

அவர் சிறு வயதில் வயலறுக்கப் போவார்; அறுப்புக்காரர் களின் கூறடியாக (குழுத் தலைவர்) இருந்தவர். இந்தச் சமயத்தில் தான் இராஜாக்கமங்கலம் சித்திரைக்குட்டிப் புலவரைச் சந்தித்தார். அவர் மரபு வழி வில்லிசைக் கலைஞர்; அவர் 90 வயதிலும் தன்னை மாற்றிக்கொள்ளவில்லை.

சித்திரைக்குட்டி குப்புசாமியை இனம் கண்டார்; தன் சீடனாக்கிக் கொண்டார். இது இந்தியா சுதந்திரம் பெற்ற சமயம் நடந்தது. திருவிதாங்கூர் இந்தியாவுடன் சேராது என அப்போதைய திவான் சி.பி. ராமசாமி அய்யர் அறிவித்த சமயம். எங்கும் போலீஸ் கண்காணிப்பு. இந்த நிலையில் வில்லிசை போன்ற கலைகளும் கண்காணிக்கப்பட்டனவாம்.

எண்பதுகளின் இறுதியில்கூட அவர் ஊர் ஊராய்ச் சென்று வில்லுப்பாட்டு ஏடுகளைச் சேகரித்துப் பிரதிசெய்து வைப்பதைப் பார்த்திருக்கிறேன். தென் மாவட்டங்களிலேயே அதிகம் வில்லிசை ஏடுகளை வைத்திருந்த கு. ஆறுமுகப்பெருமாள் நாடாருடன் இவருக்கு (1909–1983) நெருங்கிய தொடர்பு உண்டு.

ஆறுமுகப்பெருமாள் இறந்தபோது அவரிடம் இருந்த ஏடுகளைக் கேரளத்து ஆய்வாளர் பணம் கொடுத்து வாங்க வந்ததைத் தடுத்தவர் குப்புசாமி. ஒருமுறை தஞ்சை தமிழ் பல்கலைக் கழகத்துக்காக ஆறுமுகப்பெருமாளின் ஏடுகளை வாங்கிக் கொடுக்க உதவி செய்தவரும் குப்புசாமிதான். அப்போது அவர் "எல்லாம் தமிழ்நாட்டுல இருக்கட்டும்; எப்போதாவது பார்க்கலாம்" என்றார்.

நான் குப்புசாமியிடம் நெருக்கமாகப் பழக ஆரம்பித்த பின்னர் ஒருநாள் அவர் தன்னிடமுள்ள ஏடுகளையும் கையெழுத்துப் பிரதிகளையும் பழைய புத்தகங்களையும் காட்டினார். அவரிடம் 22 ஏடுகளும் 66க்கு மேற்பட்ட கையெழுத்துப் பிரதிகளும் (கதைப்பாடல்கள்) இருந்தன.

ஒரு கோவிலில் மட்டும் இருக்கும் நாட்டார் தெய்வங்களைப் பற்றிய கதை பெரும்பாலும் எல்லா வில்லிசைக் கலைஞர் களிடமும் இருப்பதில்லை. அந்தக் கதைப்பாடலைத் தெரிந்து வைப்பது தொழில்ரீதியாக லாபமில்லை என்று கருதினர். விதிவிலக்கு குப்புசாமி. இப்படியாகத் தனிப்பட்ட கோவில் களில் இவரால் மட்டும் கட்டிலவதாரம் பாட முடிந்தது. இசக்கி, எட்டுக் கூட்ட தம்பிரான் கதை, தம்பிமார் கதை, உடையார் கதை என இப்படிப் பல கதைகள் அவரிடம் இருந்தன.

மரபு வழி முறையில் வில்லிசை நடத்திய பழைய கலைஞர்களின் கடைசிக் கண்ணி அவர். இப்போதெல்லாம் வில்லிசை நிகழ்ச்சியில் வில் என்ற இசைக்கருவி பெயருக்குத்தான் இருக்கிறது. அதுவும் கையேந்தல் (portable) வில்லைத் தான் பயன்படுத்துகிறார்கள். 150 செ.மீ. நீளமுள்ள வில்லை மூன்றாக ஒடித்து, தேவைப்படும்போது பொருந்தும் அமைப்பில் தயாரிக்கிறார்கள். வில் நாணில் 5–7க்கு மேல் மணிகள் இருப்பதில்லை. மற்ற இசைக்கருவிகளின் எண்ணிக்கை அதிகம் ஆனபோது வில் மணியின் ஓசை அமுங்க ஆரம்பித்துவிட்டது.

இப்போது வில்லிசை நிகழ்ச்சியில் மரபான இசைக்கருவிகள் தவிர ஹார்மோனியம், ஆல்ரவுண்ட், தபலா, சலங்கை, மிருதங்கம், மோர்சிங், டேப், பம்பை, கிளாரிநட் எனப் பல்வேறு இசைக்கருவிகள் இடம்பெற ஆரம்பித்துவிட்டன. வில்லிசை என்ற பெயரில் மெல்லிசையாகி வருவது பார்வையாளர்களுக்கும் உடன்பாடுதான்.

வில்லுப்பாட்டு, சடங்கில் கரைந்த கலையாக இன்னும் வாழ்ந்து கொண்டிருப்பதே கோவில் தெய்வம் பற்றிய பாடல்களைப் பாடும் முறையாலும் சாமியாடியின் அருள்கூட வரத்துப் பாடல் பாடுவதாலும்தான்.

குப்புசாமி எப்போதும் மூலஏட்டில் உள்ள வரத்துப் பாடல் பகுதியிலிருந்துதான் பாடுவார். சுடலைமாடன் கோவில் விழா சாமியாட்ட நிகழ்ச்சியில் அவர் பாடும்,

“பரனுட மகனே சுடலை மாடா பார்வதி யாளுட மகனே
வாடா உரமுடன் வாடா உமையவளாணை
உன் வலுவானது நானறிவேனே அறிவேன் அறிவேன்
சுடலையில் மாடா
அக்கினிக் குழிக்குள் நீ நில்லாதே கொண்டாடிக் கொண்டாடி
நடந்து குணமுள்ள மாடா வெளியில் வருவாய்”

என்ற குப்புசாமியின் பாடலைக் கேட்கும் சாதாரணப் பார்வையாளனுக்கும் சாமி வந்துவிடும்.

குப்புசாமி வில்லுப்பாட்டுக்குரிய வில், உடுக்கை, ஜால்ரா, குடம், கட்டை என்னும் இசைக்கருவிகளை மட்டுமே கடைசி வரை பயன்படுத்தினார்.

அவரிடம் பயிற்சி பெற்றவருக்குச் சொல்லிக் கொடுக்கும் ஆரம்பப் பாடல்.

தானை தந்தானை தன்னா தன்னை
வில்லை அடித்துக் குடத்தோடு கட்டை உடுக்கை தாளம்
ஒன்றாயடித்து தோம் தனை தானை நன்றாய் அரிஓம்

என்பதும் ஒன்று.

குப்புசாமி வைத்திருந்த வில் ஐந்து அடி நீளமுடையது. பனங்கம்பு வில்; நாண் மாட்டுத்தோல் வடம். இந்த வில்லில் ஒன்பது வெங்கல மணிகள். அவரது துணைக் கலைஞர் இந்த வில்லைத் தூக்கிச் செல்ல சிரமப்படுவார். "இராமன் ஒடித்த வில்லைக் குப்புசாமிக்கு ஜனகன் கொடுத்துவிட்டார்" எனப் பரிகாசமாகக் கலைஞர்கள் பேசுவார்கள்.

போர்டபிள் வில்லுக்கும் ஒரே வில்லுக்கும் ஓசை வித்தியாசம் உண்டு என்பார் குப்புசாமி. குடம், தாளம், உடுக்கு என்ற இசைக்கருவிகளை மரபுவழி நுட்பத்துடன்தான் செய்வார். குடம் செய்வதற்குரிய தொழில் நுட்பத்தை வேளாருக்குச் சொல்லிக்கொடுப்பார். குடத்துக்கு உரிய மண் கலவையுடன் பத்து முட்டைகள், நான்கு லிட்டர் பதநீர் சேர்த்து அரைத்துத் தயார் செய்யும்போது அவர் பக்கத்திலேயே இருப்பார். சூளையில் குடத்தை வைப்பதிலும் ஒரு முறை உண்டு.

வில்லுக்குரிய நாணைக்கூட மாட்டுத் தோலில் செய்வார். நாணை ஆமணக்கு எண்ணெய்யில் நனைத்துத் துணியில் பொதிந்து சாணிக்குவியலில் உள்ளே வைத்து மூன்று மாதம் கழித்து எடுத்து ஆமணக்கெண்ணெய் தடவிச் சீயைக்காய் நீரில் கழுவிக் காயவைத்துப் பயன்படுத்துவார். உடுக்குக்கு உடும்புத் தோலைத்தான் போர்த்துவார். இப்பழைய தொழில் நுட்பம் இன்று அழிந்து வருகிறது.

ஒரு நாள் குப்புசாமியின் சீடரான குடக்கலைஞர் தங்கமணி வந்தார். "புலவர் சீரியசாக இருக்கிறார்; ஆஸ்பத்திரிக்குக்கொண்டு போகக்கூடகாசுக் இல்லை; மகள் சொன்னாள்" என்றார். நான் தங்கமணியுடன் குப்பமேனி கிராமத்துக்குப் போனேன்.

அவர் சிறிய ஓடு வேய்ந்த அறையில் கிடந்தார்; எலும்பும் – தோலுமாய். தங்கமணி வழியில் வாங்கிய இரண்டு இட்டிலியைக் கொடுத்தார். அவர் இரண்டு கைகளாலும் வாங்கினார்; கண்கள் பனித்தன. அவரைப் பல நாட்கள் சந்திக்காததால் பல விஷயங்கள் தெரியாமல் ஆகிவிட்டன.

அவருக்குப் பெண் பலவீனம் உண்டு. ஒன்று ரெண்டு கரகாட்டக்காரிகள், வில்லிசைத் துணைப்பாடகிகள்

தொடர்பு. எனக்கு முன்பே தெரியுமென்றாலும் வசதியாகத்தான் வாழ்ந்தாராம். கடைசியில் இடம் பாட வந்த 20 வயதுப் பெண்ணிடம் எல்லாவற்றையும் இழந்திருக்கிறார்.

இது நடந்து ஒரு வாரம் கழித்து தங்கமணி வந்தார். "குப்புசாமி போய்விட்டார்" என்றார். நான் அப்போது கிராமியக் கலைஞர்கள் சங்க ஆலோசகராக இருந்தேன். உடனே போய் ஆக வேண்டிய கட்டாயம்; போனேன்.

குப்புசாமியின் மகள் என்னைப் பார்த்ததும் "குழிவெட்டக் கூடப் பணம் இல்லை சார்" என்றாள். காதில் வைரக்கடுக்கன் கழுத்தில் ஐந்து சவரன் மாலை மூன்று விரல்களில் மோதிரம் பட்டு வேட்டி, வெற்றுடம்புடன் வில்லின் முன்னே அமர்ந்து கைகூப்பிப் பாடிய அந்தக் கலைஞன் தென்னை ஓலைப் பாயில் வற்றிய பிணமாகக் கிடந்தார்.

நான் பேராசிரியர் ஜெகதீசனிடம் உதவி கேட்டேன். கணிசமான ஒரு தொகை தந்தார். குப்புசாமியின் மகனிடம் கொடுத்தேன். கொஞ்சமாய்க் கலைஞர்கள் கூடியிருந்தனர். அவருக்குக் கலைமாமணி பாராட்டு விழாவில் மேடை போட்டிருந்த இடத்தில் நாங்கள் நின்றுகொண்டிருந்தோம். குடக்கலைஞர் ஒருவர் குப்புசாமியின் ரகசிய வக்கிரத்தைத் தீர்த்த துணைப்பாடகியை வருணித்துக்கொண்டிருந்தார்.

குப்புசாமியின் சொத்து வில்லிசை ஏடுகளும் கையெழுத்துப் பிரதிகளும்தான். அவற்றில் சிலவற்றை யார் யாரோ கொண்டு சென்றார்களாம். எஞ்சியவையெல்லாம் அவரை அடக்கம் செய்த குழிக்குள் போடப்பட்டனவாம். வில்லிசைக் கலைஞர்களின் இறப்பு நிகழ்ச்சிகளில் கலந்து கொள்கிறபோது இப்படியாக மண்ணுக்குள் போன கதைப் பல எனக்குத் தெரியும். அகஸ்மாத்தாக ஓரிரு இடங்களில் ஏடுகளைக் காப்பாற்றியிருக்கிறேன்.

குப்புசாமி வாழ்வு முழுக்கக் கதைகளைச் சேகரிக்க நேரத்தையும் பணத்தையும் வீணாக்கியிருக்கிறார் என்றாலும் அவரிடமிருந்த பலவீனம் அவரது சேகரிப்பை வீணாக்கி விட்டது.

**காவ்யா, அக்டோபர்–டிசம்பர் 2019**

# நாட்டார் கலைகள்

18

# ஓவியச் சக்கரவர்த்தி ராஜா ரவிவர்மா

அமெரிக்கா சிகாகோ நகரில் 1893 இரண்டு முக்கியமான நிகழ்ச்சிகளைப் பற்றிப் பேசினார்கள். அது இந்தியனே பெருமைப்படும்படியான காரிய மாக இருந்தது. அந்த இரு நிகழ்ச்சிகளைப் பற்றி சிகாகோ பத்திரிகைகள் எழுதின.

ஒன்று சுவாமி விவேகானந்தர் இந்தியாவின் ஆன்மீகப் பிரதிநிதியாய் ஆற்றிய உரை. அப்போது சன்னியாசி கோலத்தில் எளிமையாக இருந்த அவரது படம் பலரும் அறியும்படியாக விளம்பரம் ஆயிற்று.

இன்னொரு முக்கியமான நிகழ்ச்சி, ராஜா ரவிவர்மாவின் எண்ணெய்ச்சாய ஓவியங்கள் சிகாகோவில் நடந்த அகில உலக ஓவியக் கண்காட்சி யில் இடம்பெற்றிருந்தன. மட்டுமல்ல அந்த ஓவியம் முதல் பரிசாகத் தங்கப்பதக்கமும் பெற்ற நிகழ்ச்சி யாக அமைந்தது.

ராஜா ரவிவர்மா 1793இல் பம்பாயில் இருந்த போது அகில உலக ஓவியக் காட்சிப் போட்டிக்கு இந்தியப் பெண்கள் பற்றிய ஓவியங்களை அனுப்பி னார். பம்பாய் பாடகன், தென்னிந்திய சகோதரி நினைவுகள், குளியல் காட்சி, குழந்தையே வா வா என்னும் தலைப்புகளில் ஆறு ஓவியங்களை அனுப்பியிருந்தார். இவற்றில் இரண்டுக்குத் தங்கப்பதக்கங்கள் கிடைத்தன. திருவிதாங்கூர் மன்னரும் மக்களும் ரவிவர்மாவைத் திரும்பிப் பார்த்தனர்.

யார் இந்த ரவிவர்மா என்ற கேள்வியை நீங்கள் மட்டுமல்ல அன்றைய தெலுங்கு, கன்னட, வார இதழ்களும் கேட்டன.

புகழ்பெற்ற ஓவியரான ராஜா ரவிவர்மா கேரள மாநிலம் கிளிமானூர் என்ற ஊரில் பிறந்த அரச குடும்பத்தினர். திருவனந்தபுரத்திலிருந்து 40 கிலோமீட்டர் தொலைவிலுள்ள பழமையான பாரம்பரியம் உடையது கிளிமானூர். பரம்பரையாகவே அரச குடும்பத்தில் பிறந்தவர்களும் வாழ்ந்தவர்களும் வாழ்கின்ற ஊர் அது.

இந்த ஊரில் 1753இல் கட்டப்பட்ட பிரம்மாண்டமான மாளிகை ஒன்று உண்டு. ஆறு ஏக்கர் பரப்புடைய அழகிய தோட்டத்தில் இந்த மாளிகை உள்ளது. கேரளத்திற்கு உரிய நாலுகட்டு அமைப்புடையது. மூன்று மாடிகளைக்கொண்டது. இந்த வீட்டில்தான் ராஜா ரவிவர்மா பிறந்தார்.

கிளிமானூரின் அரச குடும்பத்தில் பிறந்த உமா அம்மா பாய் தம்புராட்டி இருந்தார். இவர் துள்ளல் ஆட்ட கலையில் பாடுவதற்குரிய பார்வதி சுயம்வரம் என்ற சிறு இலக்கியத்தை எழுதியுள்ளார். இவர் மலையாளம், சமஸ்கிருதம் இரண்டும் அறிந்தவர்; இலக்கிய ரசனை உடையவர். குழந்தை மருத்துவம் அறிந்தவர்.

உமா அம்மா பாயின் கணவர் ஏழுமாவில் நீலகண்டன் நம்பூதிரி என்பவராவார். இவர் வேதங்களைப் பாராயணம் செய்தவர். சமஸ்கிருதப் பண்டிதர்; மீமாம்ச என்னும் தத்துவத்தை நன்றாக அறிந்தவர்; அறிவார்ந்த இந்தத் தம்பதிகளுக்குப் பிறந்தவர்தான் ராஜா ரவி வர்மா (1848 ஏப்ரல் 29).

ராஜா ரவி வர்மாவின் மாமா ராஜராஜ வர்மா அக்காலத்தில் தலைசிறந்த மலையாளப் பண்டிதராக அறியப்பட்டவர். இவர் தன் மருமகனுக்குச் சிறுவயதில் மலையாளமும் சம்ஸ்கிருதமும் கற்பித்தார் . அந்தக் காலத்தில் இந்துப் புராணக் கதைகளைக் கற்கும் சூழல் கிளிமானூர் அரண்மனையில் இருந்தது.

ரவிவர்மா தன் மூன்றாவது வயதில் சுவரில் கரியால் கீறிக் கொண்டே இருப்பாராம். ஆனால் முடிவில் அது ஓவியமாக அமைந்துவிடும். அவரது செய்கை குழந்தைத்தனமானது என்று மாமா நினைக்கவில்லை.

ரவிவர்மா பிற்காலத்தில் மாபெரும் ஓவியன் ஆவான் என்பதை மாமா அடையாளம் கண்டுகொண்டார். ரவி ஓவியம் வரைவதற்குரிய சூழ்நிலையை மாமா உருவாக்கிக் கொடுத்திருக்கிறார்.

ரவி தன் 13ஆவது வயதில் திருவனந்தபுரத்திற்கு வந்தார். திருவிதாங்கூர் அரச குடும்பமும் கிளிமானூர் அரச குடும்பமும் பரம்பரையாகவே ரத்த உறவு உடையன. அந்த உரிமையில் தான் திருவிதாங்கூரின் தலைநகரான திருவனந்தபுரத்துக்கு வந்தார். அப்போது, திருவிதாங்கூர் அரசராக ஆயிலியம். திருநாள் (1860–1880) இருந்தார்.

இந்தக் காலத்தில் திருவிதாங்கூர் கேரளத்தின் கலை இலக்கிய மையமாக இருந்தது. 19ஆம் நூற்றாண்டின் ஆரம்பத்தில் தஞ்சை மாவட்டத்திலிருந்து இசைக்கலைஞர்கள், நாட்டார் கலைஞர்கள், நடனக்கலைஞர்கள், ஓவியர்கள் எனப் பலரும் திருவனந்தபுரத்திற்குக் குடிபெயர்ந்திருக்கிறார்கள்.

தஞ்சையிலிருந்து குடிபெயர்ந்த கலைஞர்களைச் சுவாதித் திருநாள் என்ற அரசர் ஆதரித்திருக்கிறார். இப்படியாக வந்தவர்களில் சிலர் இங்கேயே தங்கிக் கலை வளர்த்து வந்தார்கள். இந்தச் சூழலில்தான் ராஜா ரவி வர்மா திருவனந்தபுரத்திற்கு வந்தார்.

ஆயில்யம் திருநாள் அரசராக முடிசூட்டிய புத்தாண்டில் ரவிவர்மா முதன்முறையாக அரசரைச் சந்தித்தார். அப்போது ரவிவர்மாவுக்கு வயது 14 தான் அவர் மலையாளம், சமஸ்கிருதம் இரண்டிலும் வல்லவராய் இருந்தார். ஓவியம் வரைவதில் திறமையாளராய் இருந்தார்.

எல்லாம் இருந்தாலும் அரசர் இவருடைய வயது கருதிப் பெரிதாய்க் கண்டுகொள்ளவில்லை. இரண்டாவது முறையாக ரவி அரசரைச் சந்தித்தபோது நடந்த உரையாடலாலும் ஏற்கெனவே வரைந்த ஓவியங்களாலும் அரசரிடம் ரவியின் மீதான பெரிய மரியாதையை உண்டாக்கிவிட்டன.

ஆயில்யம் திருநாள் ரவிவர்மாவைத் திருவனந்தபுரத்தில் தங்கும்படிக் கேட்டுக்கொண்டார். அப்போது அரண்மனையில் இராமசாமி நாயுடு என்ற ஓவியக் கலைஞர் இருந்தார். இவர் தஞ்சையிலிருந்து குடியேறிய சிறந்த கலைஞர்.

ரவிவர்மா, நாயுடுவிடம் ஓவியம் கற்பதற்கு ஏற்பாடு செய்தார் அரசர். ராமசாமி நாயுடு தனது எதிர்கால எதிரியாகச் சிறுவன் ரவிவர்மாவைக் கருதியதால் தந்திரமாகப் பயிற்சி யளித்தார். ஒருவிதத்தில் நாயுடுவிடம் ஓவியக் கலையைத்தான் முழுமையாக கற்றுக்கொள்ளவில்லை என்று ரவி பிற்காலத்தில் சொல்லியிருக்கிறார்.

இந்தக் காலகட்டத்தில் திருவனந்தபுரம் அரண்மனையில் ஆறுமுகம் பிள்ளை என்ற ஓவியரும் இருந்தார். ரவி பிற்காலத்தில்

தலைசிறந்த ஓவியனாக ஆகிவிடுவான் என்பதில் அவருக்கு நம்பிக்கை இருந்தது. அதனால் அவர் ரவிக்கு ரகசியமாக ஓவியம் வரையும் எளிய முறையைக் கற்றுக்கொடுத்தார். ரவிக்கு ஓவியப் பயிற்சியளித்த இன்னொரு ஓவியர் அழகிரி நாயுடு.

அந்தக்கால வழக்கப்படி ரவிவர்மாவிற்கு 18 வயதில் (1866) திருமணமாகிவிட்டது. மனைவி பூரட்டாதி தம்புராட்டி. திருவிதாங்கூருக்குப் பெருமளவில் கொடையளித்த இடமான மாவேலிக்கரை அரச குடும்பத்தைச் சார்ந்தவள் அந்தத் தம்பிராட்டி.

திருவிதாங்கூரின் அரசரும் கர்நாடக இசைக்கலைஞருமான சுவாதித் திருநாளின் மேதைமை பற்றி அவரது மனைவி நாராயணிக்குத் தெரியாது. அதுபோன்ற நிலைதான் ரவிவர்மாவிற்கும்! அவரது கலை வாழ்விற்கு எந்த நிலையிலும் அவரது மனைவி உதவவில்லை. ரவிவர்மா தன் வாழ்க்கையின் பெரும்பாலான பகுதிகளைக் கிளிமானூரிலும் இந்தியாவின் வேறு இடங்களிலும் கழித்திருக்கிறார்.

ரவிவர்மா திருவனந்தபுரத்தில் இருக்கும்போது (1868) தியோடர் ஜென்சன் என்ற டச்சு ஓவியர் அரச விருந்தினராக வந்திருக்கிறார். அரசர் தன் ஓவியத்தை தியோடர் வரைய வேண்டும் என்று கேட்டிருக்கிறார்.

இந்த டச்சு ஓவியரிடம் ரவிவர்மா சில நாட்கள் ஓவியம் வரைய கற்றிருக்கிறார். தியோடர் ஓவியம்வரையும்போது ரவிவர்மா அருகே இருப்பதற்கு மறுப்பு சொல்லவில்லை. ஆனால் எண்ணெய்ச் சாயங்களைக் கலந்து புதிய நிறங்களை உருவாக்கும் நுட்பத்தை மட்டும் கற்றுக்கொடுக்கவில்லை. அதை இரகசியமாகவே செய்திருக்கிறார்.

ஒருமுறை அந்த டச்சு ஓவியர் தன் அறையில் தனிமையாக இருந்து நிறங்களைக் கலக்கும் வேலையைச் செய்துகொண்டிருந்தார். அவரது அறையின் முன்கதவு மூடப்பட்டு இருந்தது. ரவி அவர் இருந்த அறையின் மேல் கூரையில் ஏறி உள்ளே பார்த்து நிறங்களைக் கலக்கும் தொழில்நுட்பத்தை அறிந்து கொண்டார்.

ரவிவர்மா தன்சிறு வயதில் தாய்மாமா வழியாக இந்துப் புராணங்களைப் படித்திருக்கிறார். திருவனந்தபுரத்தில் இருந்தபோது அரண்மனை நூல் நிலையத்தில் ராமாயணம், மகாபாரதம் போன்ற காவியங்களையும் காளிதாசன் பவபூதி போன்றோரின் நாடகங்களையும் சமஸ்கிருத மொழியில் படித்திருக்கிறார்.

இயல்பாகவே கடவுள் பக்தியும் மதத்தின் மேல் முழு நம்பிக்கையும் உள்ள ரவிவர்மா அரசியலில் ஈடுபடவில்லை. நிர்வாக விஷயங்களில் தலையிடவில்லை. இந்தக் காரணங்களே இவரைப் பழம் காவியங்களையும் புராணங்களையும் படிப்பதற்குரிய சூழ்நிலையை உருவாக்கியிருக்கிறது.

காவிய புராணங்களில் வரும் கதாபாத்திரங்களின் மீது ஆழ்ந்த ஈடுபாடு வருவதற்குரிய சூழ்நிலை திருவனந்தபுரத்தில் இருந்தது. அங்கு பத்மநாபசுவாமி கோவிலில் விழாக்காலங் களில் நடந்த கலை நிகழ்ச்சிகளும் கதாகாலட்சேப நிகழ்ச்சி களும் இவருக்கு அறிவார்ந்த ஒரு புராணப் பின்னணியை உருவாக்கியிருக்கின்றன.

ரவி இளைஞனாக இருந்தபோது மூகாம்பிகை கோவிலுக்குச் சென்றிருக்கிறார். அந்தக் கோவிலைச் சுற்றிய காட்டுப் பகுதிகளுக்குப் பயணம் செய்திருக்கிறார். நதிக்கரையில் அமர்ந்து தன் நேரத்தைச் செலவழித்திருக்கிறார். இந்தப் பின்னணி அனுபவம் அவருக்குப் புராணப் பாத்திரங்களின் காட்டுப் பின்னணியை வரையக் காரணமாய் இருந்திருக்கிறது.

கிளிமானூரில் ரவியின் குடும்பத்தினரில் சிலரைத் தவிர பெரும்பாலோர் இவரின் மேதைமை தன்மையைச் சரியான நிலையில் புரிந்துகொள்ளவில்லை. ரவியின் தாய்மாமா இவரை முழுக்க அடையாளம் கண்டிருக்கிறார்.

ரவியின் மைத்துனியும் திருவிதாங்கூரின் ராணியுமான சேது லட்சுமி பாயின் கணவர் கேரள வர்மா வலிய கோவில் தம்பிரான் என்பவரும் ரவியின் மேதைமையை நன்றாகப் புரிந்து கொண்டிருக்கிறார். இவர் சென்னையில் இருந்து நிறப்பெட்டி ஒன்றை வருவித்து ரவிக்குக் கொடுத்திருக்கிறார்.

அரச குடும்பத்து ஓவியராக, சம்ஸ்கிருத மொழியை நன்கு அறிந்தவராக இருந்த ரவிவர்மாவின் புகழ் திருவிதாங்கூரிலும் பிற இடங்களிலும் தெரிவதற்கு முக்கியமாக ஒரு நிகழ்ச்சி காரணமாக அமைந்தது. சென்னையிலே 1873இல் எழும்பூரில் ஓவியக் கண்காட்சி ஒன்று நடந்தது.

சென்னை கண்காட்சிக்கு மக்களின் பார்வைக்காக ஓவியர்கள் தங்கள் ஓவியங்களை அனுப்பலாம் என்னும் செய்தி வெளியானது. இந்தச் செய்தியைச் சென்னை கவர்னர் சமஸ்தானங்களுக்கு அனுப்பினார். திருவிதாங்கூருக்கும் அந்தச் செய்தி வந்துசேர்ந்தது.

ஆயில்யம் திருநாள் என்ற திருவிதாங்கூர் அரசர் இந்தத் தகவலை ரவிக்குத் தெரிவித்தார். ரவி இந்த ஓவியக் கண்காட்சிக்கு

இரண்டு படங்களை அனுப்புவதற்குத் தயாரானார். அப்போது திருவனந்தபுரம் அரண்மனையில் இருந்த ஓவியரான ராமசாமி நாயுடுவும் விருந்தினராக இருந்த டச்சு நாட்டு ஓவியர் தியோடரும் ரவியின் ஓவியங்களைச் சென்னைக்கு அனுப்புவதற்கு மறைமுகமாக மறுப்பு தெரிவித்தனர்.

திருவிதாங்கூர் அரசர் ஆயிலியம் திருநாள் ரவிவர்மாவின் உறவினர் என்பதை அந்த இரு ஓவியர்களும் மறந்துவிட்டார்கள். அத்தோடு அந்த இருவரும் அரசரின் ஆதரவில் இருக்கிறோம் என்பதையும் எண்ணிப் பார்க்கவில்லை.

அரசர், ரவி வர்மாவைச் சென்னை ஓவியக் கண்காட்சிக்கு அனுப்பிவைப்பதில் மும்முரமாக இருந்தார். அதற்குரிய முழுச்செலவையும் ஏற்றுக்கொண்டார். அப்போது (1873) திருவனந்தபுரத்தில் ரயில் அறிமுகமாகவில்லை. நூறு மைல் தூரம் மாட்டு வண்டியில் பயணம்செய்து செங்கோட்டை சென்று அங்கிருந்து ரயிலில் சென்னை செல்ல வேண்டும். அச்சமயம் செங்கோட்டை திருவிதாங்கூரின் ஒரு பகுதியாக இருந்தது.

ரவிக்கு ஆங்கிலம் தெரியாது. அதனால் சென்னையில் இருந்த திவான்பகதூர் ரகுநாத ராவ் என்பவர் மொழிபெயர்ப்பாளராக இருந்தார். பிற்காலத்தில் ரவி ஆங்கிலம், குஜராத்தி, மராட்டி, ஜெர்மனி ஆகிய மொழிகளைக் கற்றுக்கொண்டார். மலையாளம் அவரது தாய்மொழி. தமிழ் அவர் நாட்டில் மக்கள் சிலர் பேசிய மொழி.

சென்னையில் நடந்த ஓவியக் காட்சியில் ரவியின் ஓவியங்கள் வைக்கப்பட்டன. மொத்தமாக வந்த ஓவியங்களில் ரவிவர்மாவின் 'ஒப்பனை செய்யும் நாயர் பெண்' என்ற தலைப்பிலான ஓவியம் முதல் பரிசு பெற்றது.

அப்போது சென்னையில் இருந்த ஆளுநரை ரவிவர்மா நேரடியாகச் சந்தித்தார். அதற்குரிய வாய்ப்பு கிடைத்தது. "உங்கள் ஓவியங்களைப் பொருட்காட்சியில் பார்த்த பார்வையாளர்கள் பிரம்மிப்பு அடைந்தார்கள். சென்னை நகரில் அதைப்பற்றிப் பேசிக்கொண்டிருப்பதாகக் கேள்விப்பட்டேன்," என்று ஆளுநர் பாராட்டியிருக்கிறார்.

ரவி சென்னையிலிருந்து திருவனந்தபுரத்துக்குச் சென்றதும் ஆயில்யம் திருநாள் அவருக்குப் பாராட்டு கொடுத்தார். வீர சங்கிலி கையில் அணிவித்துக் கௌரவித்தார். பொதுமக்கள் ரவியைப் பார்க்கும்படியான சூழ்நிலையை உருவாக்கினார்.

இதே காலகட்டத்தில் (1873) ஆஸ்திரியாவின் தலைநகரான வியன்னாவில் நடந்த உலக ஓவியக் காட்சிக்கு ஒரு ஓவியத்தை

அனுப்பிவைத்தார் ரவி. அந்த ஓவியம் முதல் பரிசு பெற்றது. இச்செய்தி அரசு வட்டாரத்தில் அதிகாரிகளிடமும் செல்வந்தர்களிடமும் ரவிவர்மாவிற்கு ஓர் உயர்ந்த இடத்தைக் கொடுத்தது.

1876ஆம் ஆண்டில் சென்னையில் நடந்த ஓவியக் கண்காட்சிக்கு ரவி 'விளையாடிக் கொண்டிருக்கும் தமிழ்ப் பெண்' என்னும் தலைப்பில் ஒரு ஓவியத்தை அனுப்பியிருந்தார். அதற்கு முதல் பரிசு கிடைத்தது.

இதே காலகட்டத்தில் திருவிதாங்கூர் அரசர் சார்பாக இங்கிலாந்து அரசர் ஏழாவது எட்வேர்டுக்கு இந்தியப் பண்பாடு சார்ந்த ஒரு படத்தை அனுப்பியிருந்தார். படத்தின் தலைப்பு 'துஷ்யந்தனுக்குச் சகுந்தலை எழுதிய காதல் கடிதம்.'

மூன்றாவது முறையாக சென்னையில் நடந்த ஓவியக் கண்காட்சியில் (1878) ரவி கலந்துகொண்டார். இந்த முறையும் அவர்தான் முதல் பரிசை வென்றார். சென்னை ஓவியக் கண்காட்சியில் ரவிவர்மா கலந்துகொண்டால் மற்ற ஓவியர்களுக்குப் பரிசு கிடைக்காது என்ற செய்தி அப்போது பரவலாகப் பேசப்பட்டது. அதனால் சென்னை ஓவியக் கண்காட்சிப் போட்டிக்கு ஓவியங்களை அனுப்புவதில்லை என்று ரவி முடிவு செய்துவிட்டார்.

இதன்பிறகு அவர் ஓவியப் போட்டிகளில் கலந்துகொள்ளவில்லை. திருவிதாங்கூர் அரசியல் பிரமுகர்கள் சிலர் சென்னை கண்காட்சிக்கு உங்கள் ஓவியங்களை அனுப்பலாம் என்று சொன்ன பிறகும் அவர் மறுத்துவிட்டார்.

ரவிவர்மா ஒருமுறை சென்னை சென்றபோது திருச்சிராப்பள்ளியிலிருந்த புதுக்கோட்டை திவானைப் பார்க்கச் சென்றார். அந்த திவான் முன்பு திருவிதாங்கூரில் திவானாக இருந்த சேஷையா சாஸ்திரி ஆவார்.

ரவியைப் புதுக்கோட்டை சமஸ்தான அரசு விருந்தினராக தங்கும்படி வேண்டிக்கொண்டார் திவான். ரவி நான்கு மாதங்கள் அங்கேயே தங்கினார். அந்தக் காலத்தில் சில ஓவியங்களை வரைந்திருக்கிறார்.

அவற்றில் ஸ்ரீ கிருஷ்ணன், ராமர் பட்டாபிஷேகம், சீதா சுயம்வரம் ஆகிய மூன்று ஓவியங்களைத் திவானுக்கு அன்பளிப்பாகக் கொடுத்திருக்கிறார். ரவிவர்மா புதுக்கோட்டையில் இருந்தபோது சென்னை ராஜதானி கல்லூரி முதல்வர் தன்னை வரையும்படிக் கேட்டுக்கொண்டாராம். இன்னொரு அதிகாரி புதுக்கோட்டை தர்பார் காட்சியை வரையும்படிச்

சொன்னார். ரவிவர்மா இந்த ஓவியங்களை வரைந்து கொடுத் திருக்கிறார்.

ரவிவர்மாவின் வாழ்க்கை திருவனந்தபுரத்திலும் கிளிமானூர் அரண்மனையிலும் கழிந்திருக்கிறது. திருவிதாங்கூர் அரசு இவருக்கு மாதம் பெயரளவில் ரூ. 50 கொடுத்திருக்கிறார்கள். இவரும் அதை மதித்து வாங்கியிருக்கிறார்.

அன்று இவரைப் பொறுத்தவரையில் இது சின்ன தொகைதான். ஊரில் வாழ்ந்தபோது சகோதரர்கள் கோதவர்மா, ராஜராஜ வர்மா, சகோதரி மங்கலபாய் தம்புராட்டி ஆகியோருடன் சுமுகமான உறவை வைத்திருந்தார்.

இளையதம்பி ராஜராஜ வர்மாவும் சகோதரி மங்கல பாயும் ஓவியர்கள். ரவிக்குத் தன் தம்பியிடம் நெருக்கம் அதிகம். ரவிவர்மா சென்னைக்கு அல்லது வேறு இடங்களுக்குச் செல்லும் போது தன் தம்பியை அழைத்துச் சென்றிருக்கிறார். தம்பி அண்ணனுக்கு எப்போதும் உறுதுணையாகவும் பாதுகாப்பாகவும் இருந்திருக்கிறார்.

ஒருமுறை பரோடா சமஸ்தான அரசர் மூன்றாம் சத்யாஜிராப் செய்காட் அவர்களின் வேண்டுகோள்படி (1881) பரோடா சென்றிருக்கிறார். கூடவே அவர் தம்பியும் சென்றார். ராமையர் என்னும் தமிழ் பிராமணர் அங்கே அதிகாரியாக இருந்தார். அவர் ரவிவர்மாவிற்கு உதவியாளராகவும் மொழி பெயர்ப்பாளராகவும் இருந்திருக்கிறார்.

ரவிவர்மாவிற்கும் மும்பை நகரத்திற்கும் உள்ள உறவு மிக முக்கியமானது. இவரது ஓவியங்களை மொத்த இந்தியாவும் திரும்பிப் பார்ப்பதற்கு அந்த நகரம் காரணமாய் இருந்திருக் கிறது. அதே சமயத்தில் இவரைப் பாதிக்கவும் செய்திருக்கிறது. அது திருவிதாங்கூர் அரசர் (விசாகம் திருநாள் 1880-1885) ரவிவர்மாவிற்கும் அவரது மாவேலிக்கரை மக்களுக்கும் கொடுத்து வந்த மானியத்தை நிறுத்திவிட்டார். இதற்கு மும்பை ஆளுநர் முன்னே நடந்த ஒரு நிகழ்ச்சி காரணமாக இருந்தது.

ரவிவர்மா ஒருமுறை மும்பை ஓவியக் கண்காட்சிக்குச் சென்றிருந்தார். அவரது ஓவியங்களின் மேன்மையை அறிந்த ஆளுநர் அவரை தன் அருகே வரும்படி அழைத்தார். இதே சமயத்தில் திருவிதாங்கூர் அரசரும் அங்கே விருந்தினராக இருந்தார். ஆளுநர், ரவியைத் தன் அருகே அமரச் சொன்னார். ரவியோ ஆளுநரின் பக்கத்திலிருந்த திருவிதாங்கூர் அரசர் விசாகம் திருநாளுக்குச் சமமாக அமர்வது சரி இல்லை என்பதால் நாகரிகமாக மறுத்தார். ஆளுநரோ ஓவியரை தன்

அருகில் அமருமாறு சொன்னார். கட்டாயப்படுத்தினார். ரவிக்கு வேறு வழியில்லை. ஆளுநர் அருகே அமர்ந்துவிட்டார். விசாகம் திருநாளுக்கு இது பிடிக்கவில்லை. இந்த நிகழ்ச்சிக்குப் பிறகு அரசர் ரவியிடம் தன் சொந்த நாட்டை மறந்த ஓவியன் என்று சொல்லிவிட்டார். ரவியோ அதைக் காலம் உணர்த்தும் என்றார். இதன்பிறகு திருவிதாங்கூர் அரசருக்கும் ரவிக்கும் உள்ள உறவு விரிசல் அடைந்தது.

ரவி மும்பையில் தங்கினார். இக்காலகட்டங்களில் லட்சுமி, சரஸ்வதி, நள தமயந்தி, சீதா கல்யாணம் என்னும் தலைப்புகளில் நிறைய ஓவியங்களை வரைந்திருக்கிறார்.

ரவி வரைந்த ஓவியங்களில் லட்சுமி, சரஸ்வதி ஆகிய ஓவியங்கள் அப்போது பிரபலமாகப் பேசப்பட்டன. 1891இல் இவர் வரைந்த அந்த ஓவியங்களின் அசல் மகாராஷ்டிர மாநிலத்தில் உள்ளன. இந்த ஓவியங்களில் லட்சுமி மராட்டிய பாணியில் புடவை அணிந்திருப்பாள். இந்த ஓவியங்களுக்கு மாதிரியாக மராட்டியப் பெண்ணான சுகுணா பாய் என்பவர் இருந்திருக்கிறார் என்று சொல்லுகிறார்கள். பொதுவாக லட்சுமியின் ஓவியத்தில் இரண்டு யானைகள் இருக்கும். இந்த ஓவியத்தில் ஒரு யானையே உள்ளது.

ரவிவர்மா தன் ஓவியங்கள் பலருக்கும் கிடைக்க வேண்டும் என்ற நோக்கத்தில் பம்பாயில் ஒரு அச்சகத்தை நிறுவினார் (1894). இங்கு முதலில் தமயந்தி அன்னத்துடன் உரையாடும் ஓவியம், லட்சுமி, சரஸ்வதி ஆகிய ஓவியங்களை அச்சிட்டிருக்கிறார். இந்த அச்சகம் பின்னர் வேறு இடத்திற்கு மாற்றப்பட்டது (1899). அப்போது ஒலியோகிரபி என்னும் நுட்பத்தில் ஓவியங்கள் அச்சிடப்பட்டன.

திருவிதாங்கூர் அரசருடன் ஏற்பட்ட மனத்தாங்கலால் ரவி பெரும்பாலான நாட்களைக் கிளிமானூர் அரண்மனையில் கழித்திருக்கிறார். அப்போது அந்த அரண்மனையில் ரவியின் மாமா ராஜராஜ வர்மா இருந்தார். துறவியாகவே வாழ்ந்த மாமாவை ஓவியர் ரவி புரிந்துகொண்டார். ஒருமுறை ரவி தன் மாமாவைக் குருவாக ஏற்றுக்கொண்டு குருதட்சணையாக ரூபாய் 5000 கொடுத்திருக்கிறார்.

தனக்கும் அரசருக்கும் உள்ள மனத்தாங்கலைக் கசப்போடு அந்தத் துறவியிடம் சொல்லியிருக்கிறார். தீர்க்கதரிசியான அந்தத் துறவி "ராஜராஜ வர்மா, நீ ஓவிய சக்கரவர்த்தியாகப் புகழ் பெறுவாய்! இந்தப் பாரதமே உன்னைப் பாராட்டும்! திருவிதாங்கூர் அரசரும் மக்களும் உன்னைப் புரிந்து கொள்வார்கள். அந்தக் காலம் வரும்வரை பொறுத்துக்கொள்"

நித்தியவல்லியின் கடன்கழிப்பு

என்றாராம். ராஜராஜ வர்மா 1884இல் மரணம் அடைந்தார். இவரது ஓவியத்தை ரவி வரைந்து இருக்கிறார்.

மைசூர் அரசர் சாமராஜேந்திர உடையார் தன் சமஸ்தானத் திற்கு வரும்படி ரவிவர்மாவிற்கு அழைப்பு அனுப்பி இருக்கிறார். மைசூர் சென்றார் (1885). அங்கு அவருக்கு ராஜ மரியாதை கிடைத்தது. சில மாதங்கள் அங்கேயே தங்கிவிடுகிறார். அரச குடும்பத்தினர் சிலரின் ஓவியங்களை வரைந்திருக்கிறார். பொது வான சில ஓவியங்களையும் வரைந்தார். அரசரின் வேண்டு கோளுக்காகச் சில ஓவியங்களை வரைந்தார். அரசர் ரவிவர்மா வுக்குப் பல சாதனங்களை வழங்கினார். தனக்குச் சொந்தமான யானைகளை வரிசையாக நிறுத்தி அவரிடம் இரண்டு யானை களை எடுத்துக்கொள்ளலாம் என்றாராம் ரவி. இரண்டு யானைக் குட்டிகளைக் கிளிமானூர் கொண்டுவந்தார்.

திருவிதாங்கூர் அரசர் விசாகம் திருநாள் இறந்த பின்னர் மூலம் திருநாள் (1885–1924) ரவிவர்மாவைத் திருவனந்தபுரத்திற்கு அழைத்துக்கொண்டார். அவரது மேதைமையை அறிந்த அரசர் ரவியை அரசவை ஓவியர் ஆக்கினார். 1887இல் மைசூர் அரசர் ரவியைத் தன் அரண்மனைக்கு அழைத்தபோது மூலம் திருநாள் அனுப்பிவைத்தார். ரவி அங்கே சென்று சில நாட்கள் தங்கினார். அப்போது விஜயநகரப் பள்ளி தலைமையாசிரியர் டாக்டர் பெர்சி வெல் என்பவரின் ஓவியத்தை வரைந்தார்.

பரோடா சமஸ்தான அரசர் ஒருமுறை ஊட்டிக்கு வந்த போது (1888) ரவியை ஊட்டிக்கு அழைத்தார். ரவி ஊட்டிக்குச் சென்று தங்கினார். அங்கே சில படங்கள் வரைந்தார். அந்த ஓவியங்களை பரோடா அரசர் புதிதாகக் கட்டிய லட்சுமி விலாசம் தர்பாரில் வைத்துப் பாதுகாத்தார்.

ரவிவர்மா 1888–90ஆம் ஆண்டுகளில் தன் தம்பியுடன் ராஜபுதனம், தில்லி, லாகூர், ஆக்ரா, காசி, கல்கத்தா, தஞ்சாவூர், மாயூரம், சிதம்பரம், ஸ்ரீரங்கம் என்னும் இடங்களுக்கும் பயணம் செய்துள்ளர்.

1890 அளவில் கிளிமானூர் அரண்மனையில் இருந்தபோது ராமாயண, மகாபாரதக் காவிய கதாபாத்திரங்களையும் நிகழ்ச்சிகளையும் வரைந்திருக்கிறார். அவரிடமிருந்த எல்லா படங்களையும் திருவனந்தபுரம் அரண்மனையில் மக்கள் பார்வைக்காக வைத்திருக்கிறார்.

ரவிவர்மா தன் தந்தை இறந்தபிறகு (1899) திருவனந்தபுரத்தில் சில மாதங்கள் தங்கியிருந்தார். அப்போது தன் தம்பியுடன் உதயப்பூர், ஹைதராபாத் போன்ற இடங்களுக்குச் சென்றார்.

1902இல் ரவிவர்மாவின் பேத்திகளான லட்சுமி பாய், பார்வதி பாய் ஆகிய இருவரையும் திருவிதாங்கூர் அரச வம்சத்தினராகத் தத்தெடுத்துக் கொண்டனர். இதன்பிறகு ரவிவர்மா திருவனந்தபுரத்திலும் கிளிமானூரிலும் தன் நாட்களைக் கடத்தினார். இந்தக் காலங்களில் அவர் கல்கத்தா சென்றார். அங்கு சுரேந்திர நாக்பானர்ஜி, இரவீந்திரநாத் தாகூர் ஆகியோரையும் சந்தித்தார்.

1904இல் மைசூர் அரசர் ரவியை மைசூரில் தங்கும்படிக் கேட்டுக்கொண்டார். ரவி அங்கு வாழ்ந்த காலத்தில் இசைக் கலைஞர்கள் சிலருக்குப் பரிசளித்தார். இந்தக் காலத்திலும் சில ஓவியங்களை வரைந்தார்.

ரவி மைசூரில் இருந்தபோது அவருக்கு உடல் நலமில்லாமல் ஆனது. மைசூர் அரசர் ரவியைச் சென்னைக்கு அனுப்பினார். அவருக்கு வயிற்றில் டியூமர் இருப்பதை மருத்துவர்கள் கண்டு பிடித்தனர். மருத்துவ விடுதியில் ரவிக்குத் துணையாக அவரது இளைய தம்பி இருந்தார்.

ரவி குணமடைந்ததும் கிளிமானூர் அரண்மனைக்குச் சென்றார். அப்போது அரைகுறையாக வரைந்திருந்த படங்களை எல்லாம் முடித்துவிட்டார். 1905இல் ரவியின் இளைய தம்பி இறந்தார். அந்தச் சோகம் ரவியை மிகவும் பாதித்தது. இந்தச் சமயத்தில் சேது லட்சுமிபாயின் திருமணம் திருவனந்தபுரத்தில் நடந்தது. அதற்காக அங்கு சென்ற ரவி சில நாட்கள் தங்கினார். அப்போதும் சில படங்களை வரைந்தார்.

ரவிவர்மா வாழ்ந்த காலத்தில் அவரது வாழ்க்கை வரலாற்றை ராமநாத சாட்டர்ஜி என்பவர் சிறிய அளவில் எழுதி யிருக்கிறார். இதில் ரவியின் 23 ஓவியங்கள் பற்றிய குறிப்புகள் உள்ளன. இப்புத்தகம் அலகாபாத்தில் அச்சிடப்பட்டது. ரவி வரைந்ததாக சில ஓவியங்களில் பட்டியல்களை இவர் இதில் கொடுத்திருக்கிறார்.

ரவிவர்மாவின் ஓவியங்களின் பட்டியல் முழுமையாகத் தொகுக்கப்படவில்லை என்று கூறுகிறார்கள். இவர் இந்தியா முழுக்கப் பயணம் செய்திருக்கிறார். தமிழகத்தில் புதுக்கோட்டை, திருச்சி, சென்னை உட்பட பல இடங்களிலும் தங்கியிருக்கிறார்.

பரோடா, மும்பை, பெங்களூர், கல்கத்தா எனப் பெரிய நகரங்களிலும் இருந்திருக்கிறார். இப்படி இருந்த காலத்தில் அவர் வரைந்த ஓவியங்களை அந்தந்த இடங்களிலேயே கொடுத்திருக்கிறார். இதனால் இவருடைய படைப்புகள் எல்லாம் முழுமையாகச் சேகரிக்கப்படவில்லை என்று கூறுகிறார்கள்.

இன்றைய தென்காசி மாவட்டத்தில் உள்ள குற்றாலத்துக்கு அருகேயுள்ள இலஞ்சி என்ற கிராமம் இவருக்குப் பிடித்த ஊர். இங்கே சில நாட்கள் இருந்திருக்கிறார். அப்போது இவர் வரைந்த ஓவியங்களை இந்தக் கிராமத்தில் வாழ்ந்த நிலச்சுவான்தார் களுக்குக் கொடுத்திருக்கிறார். இப்படியான செய்திகள்கூட இவரது வாழ்க்கை வரலாற்றில் முழுமையாகக் கொடுக்கப் படவில்லை என்று கூறுகிறார்கள்.

ரவிவர்மாவின் ஓவியங்களைப் பற்றிக் கூறுகிறவர்கள் இவர் புராண கதாபாத்திரங்கள், மகாபாரத – இராமாயணப் பாத்திரங்கள் காளிதாசன், பவபூதி போன்ற நாடக ஆசிரியர்களின் பாத்திரங்கள் ஆகியவற்றைப் பெரும்பாலும் வரைந்துள்ளார் என்கிறார்கள்.

பொதுவான தலைப்பில் அமைந்த ஓவியங்களும் உண்டு. இவர் வரைந்த ஓவியங்களில் அர்ஜுனன், சுபத்ரா, கிருஷ்ணன் தூதுவராக வருதல், திரௌபதை அவமானப்படுதல், சகுந்தலா தன் காதலனை நினைத்துப் பார்த்தல், துஷ்யந்தனுக்கு சகுந்தலா காதல் கடிதம் எழுதுதல், கண்ணுவ முனிவரின் ஆசிரமத்தில் பெண், ராமன் வருணனுடன் போர் செய்தல், சிவன தன தலைமுடியில் கங்கையைத் தாங்குதல், திருமாலின் பத்து அவதாரக் காட்சிகள், புரூவனும் ஊர்வசியும், தமயந்தி அன்னத்துடன் உரையாடுதல் ஆகியன அடங்கும். இப்படியான புராண இதிகாசக் காட்சிகள் பெரும்பாலும் எல்லோரும் அறிந்தவை.

இவை அல்லாமல் பொதுவான தலைப்பில் தனி மனிதர் களை, இயற்கைக்காட்சிகளை வரைந்திருக்கிறார். பிச்சைக்காரக் கும்பல், கோவிலில் ஒரு பெண், பிச்சை கொடுத்தல், விளக்கைத் தூக்கிச் செல்லும் பெண், ஒப்பனைப்பெண் என்னும் சில ஓவியங்கள் உள்ளன.

ரவிவர்மாவின் ஓவியங்களை விமர்சனம் செய்தவர்கள். அவர்மீது சில குற்றச்சாட்டுகளை வைக்கிறார்கள்:

மேல்நாட்டு ஓவிய மரபை இந்திய மரபில் அவர் புகுத்தி விட்டார்.

புராண இதிகாச கதாபாத்திரங்களைச் சாதாரண மனிதர் களைப் போன்று வரைந்துவிட்டார்.

கோவில் சிற்பங்களையோ பழைய ஓவியங்களையோ அவர் மாதிரியாகக் கொள்ளவில்லை.

மரபை மறந்துவிட்டார்.

சரஸ்வதி, இலட்சுமி போன்ற தெய்வங்களை வரைவதற்குக் கூட அவர் சாதாரணப் பெண்களையே முன்மாதிரியாக வைத்திருந்தார்.

அந்தத் தெய்வங்களின் ஆடைகள் சமகாலத்துக்கு ஒத்ததாக உள்ளன.

இவரிடம் கதை சொல்லும் பாணி அதிகம்; உணர்ச்சியும் மேலோங்கி உள்ளது.

இத்தாலிய ஓவியப் பார்வை இவரிடம் உண்டு.

ஆனாலும் இந்த விமர்சனங்கள் காலத்தில் கரைந்துவிட்டன.

பாரதத்தின் உன்னதமான இந்த ஓவியன் 1906 அக்டோபர் 2ஆம் நாளில் கிளிமானூர் அரண்மனையில் தன் உயிரை விட்டான், (வயது 58). மகாகவி சுப்பிரமணிய பாரதி,

சந்திரன் ஒளியை ஈசன்
சமைத்து அது பருக என்றே
வந்திடு சாதகப்புள்
வகுத்தனன் அமுது உண்டாக்கி
பந்தியில் பருக என்றே
படைத்தனன் அமரர் தம்மை
இந்திரன் மாண்புக்கு என்ன
இயற்றினன் வெளிய யானை

மலரினில் நீல வானில்
மாதரார் முகத்தில் எல்லாம்
இலகிய அழகை ஈசன்
இயற்றினான் சீர்த்தி இந்த
உலகினில் எங்கும் வீசி
ஓங்கிய இரவி வர்மன்
அலகிலா அறிவுக் கண்ணால்
அனைத்தையும் நுகருமாறே

என்று பாடினான்.

*தினத்தந்தி, ஜூன் 14*

# 19

## சடங்கில் கரைந்த கலைகள்

தமிழக நாட்டார் கோவில்களில் நிகழும் நாட்டார் கலைகளுக்கும் சடங்குகளுக்கும் உள்ள தொடர்பு மிக முக்கியமானது. நாட்டார் தெய்வங்களின் வழிபாடும் விழாக்களும் பெருநெறிக்கு உட்பட்ட சமயம் சார்ந்த விழாக்களிலிருந்தும் வழிபாடுகளிலிருந்தும் வேறுபட்டிருக்கும். இந்த வேறுபாடு இந்த இரண்டையும் பிரித்துக் காட்டுகிறது.

பெருநெறி சமயக் கோவில்களின் சடங்குகள் பெரும்பாலும் சமஸ்கிருத வயப்பட்டு நடப்பவை. சடங்குகளின் நெறிமுறை வாய்மொழியாக வருபவை. சில, எழுத்து மொழிகளிலும் உள்ளன. இந்தச் சடங்குகள் வழிபடுபவரின் நலம் வேண்டி நிகழ்பவை. இவற்றில் இம்மை, மறுமை குறித்த தத்துவார்த்தம் முக்கியப்படுத்தப்படும்.

நாட்டார் தெய்வச் சடங்குகளில் பெரும்பாலும் வட்டார மரபு சார்ந்தவை. இவை எதார்த்தத்துடன் ஒட்டி உருவாக்கப்பட்டவை. இறந்த கால நிகழ்வை மீண்டும் மீண்டும் நினைக்கத் தூண்டுபவை.

நாட்டார் தெய்வங்களை வழிபடுபவனுக்குக் கோலாகலத் தன்மை இரண்டாம் நிலையில் இருக்கும். இவை அவனது உள்ளுணர்வால் உருவாக்கப்பட்டவை. இவை தொல்பழம் வழிபாட்டிலிருந்து முளைத்தவை. இவற்றிலிருந்து சடங்குகளைப் பிரிக்க முடியாது.

நாட்டார் தெய்வ வழிபாட்டுச் சடங்குகளின் புனிதத் தன்மையின் பால் மக்கள் மேற்கொள்ளும் கோலங்களின் தொகுப்பு விழாக்கள் ஆகும். இதனால் பெறும் புனிதத் தன்மையுடன் தொடர்புகொண்டு அதன் ஆற்றலைப் பெற முடியும் என்பது நம்பிக்கை.

சடங்குகளை நிகழ்த்துகிறவர்களும் சடங்குகள் தொடர்பான கலைகளும் பார்வையாளன் அல்லது பக்தனுக்குப் புனிதமானவையாக உள்ளன. இதனாலேயே நாட்டார் தெய்வ சடங்குகள் தொடர்பான கலைகள் நிலைபேறு உடையனவாகத் திகழ்கின்றன.

நாட்டார் தெய்வ விழாக்களில் கலை நிகழ்த்துவோர்க்கும் விழாவின் சடங்குகளின் நுட்பமான செயல்பாடுகளுக்கும் தொடர்புண்டு. சில கோவில்களில் இவர்கள் பூசகர்கள் போலவும் செயல்படுகிறார்கள். பண்பாட்டு மானுடவியல் கோட்பாட்டின் படிச் சடங்குகள் குறிப்பிட்ட குழுவினரை ஒன்று பட வைத்து ஒன்றுபட்ட நடத்தைமுறை ஏற்படக் காரணமாகின்றன. சமுதாயக் கட்டமைப்பை உருவாக்க இவை உதவுகின்றன.

தெய்வத்தின் அருள் பெற்று ஆடுகின்ற சாமியாட்டக்காரனின் அருளைக் கூட்டுவதற்கும் முக்கிய தெய்வத்தைக் கோவிலில் வரவழைப்பதற்கும் கலைஞரின் பாடலும் இசைக்கருவிகளின் ஒத்திசைவும் துணை செய்கின்றன. இதற்கு வில்லுப்பாட்டு போன்ற சில கலைகளை உதாரணமாகக் கூற முடியும்.

நாட்டார் தெய்வ கோயில் விழாக்களில் கலை நிகழ்த்துபவன் கலைஞன் என்னும் எல்லையைத் தாண்டித் தெய்வத்தின் அருள் பெற்று அருள் வழங்குபவனாகவும் கொள்ளப்படுகிறான். அன்னக்கொடி விழாக் கூத்தில் சிறுத்தொண்டராக நடிப்பவர் பக்தர்களுக்குத் திருநீறு வழங்கி ஆசீர்வதிப்பது பலன் அளிக்கும் என நம்புகிறார்கள்.

சடங்கில் நிகழ்த்தப்படும் கலைகளுக்கு உரிய இசைக் கருவிகள், கலைநிகழ்வின் கூறுகள், பொருட்கள் ஆகியனவும் புனிதமாகக் கருதப்படுகின்றன. தொல் சமயக் கூறுகளில் இயற்கைப் பொருட்களும் குழுசார்ந்த சின்னங்களும் புனித மாக்கப்பட்டு, பின்னர் அவை வழிபாட்டுக்கு உரியவை ஆகின்றன. நாட்டார் தெய்வ வழிபாட்டு மரபு தன் முந்தைய தொல்சமய வழிபாட்டிலிருந்து இவற்றை எடுத்திருக்கிறது.

தமிழகத்தில் 1998–2001ஆம் ஆண்டுகளில் நான் கள ஆய்வு செய்து சேகரித்த செய்திகளின் அடிப்படையில் 140 நாட்டார் கலைகள் வழக்கில் இருப்பதை அறிந்தேன். 2007இல் நடந்த கள ஆய்வில் 30க்கும் மேற்பட்ட நாட்டார் கலைகள் நிகழ்த்தப்படவில்லை என்று தெரிந்தது.

தமிழகத்தில் நாட்டார் கலைகளில் சடங்குக் கூறுகள் உடையவையும் பொதுமேடைகளில் நடத்தும் தகுதியைப் பெற்றனவும் மற்றொன்று விரித்தலுக்கு இடம் தந்து இருப்பனவும் வாழ்கின்றன. நாட்டார் கலைகளில் 28க்கும் மேற்பட்டவை நாட்டார் தெய்வக் கோவில் சடங்குகளுடன் நேரடியாக அல்லது

மறைமுகமாகத் தொடர்புகொண்டுள்ளன. இந்தக் கலைகளில் சடங்கு நிகழ்வுகள் பெரிதும் கலந்துள்ளன. இத்தகு கலைகள் சிலவற்றைப் பற்றிய செய்திகளை இங்கு பார்ப்போம்.

கணியான் ஆட்டம் என்னும் கலை திருநெல்வேலி, தூத்துக்குடி, தென்காசி, கன்னியாகுமரி மாவட்டங்களில் நாட்டார் தெய்வ கோவில்களில் நிகழ்கிறது. இது குறிப்பிட்ட சமூகத்தினர் நிகழ்த்துவது. சுடலைமாடன் வில்லுப் பாட்டுக் கதை கணியாட்டக் கலையை நிகழ்த்தும் ஜாதியினரைத் தெய்வப்பிறவிகள் எனப் பாராட்டுகிறது. இவர்கள் கயிலை மலையில் வேள்வியில் பிறந்ததாக இப்பாடல் கூறும். இவர்கள் செய்ய வேண்டிய சடங்குகளைச் சிவபெருமானே நெறிப்படுத்தியதாகவும் கூறுகிறது

கணியான் ஆட்டம் இசை, பாட்டு, உரையாடல் என நிகழ்வது. மகுடம் இசைப்பவர் இருவர்; முக்கிய பாட்டுக்காரர் அண்ணாவி எனப்படுவார். பின்பாட்டுக்காரர் ஒருவர், ஆட்டக்காரர் இருவர், ஜால்ரா அடிப்பவர் ஒருவர் என ஏழு பேர்கள் இக்கலையில் பங்கு கொள்கிறார்கள். இந்தக் கலை நிகழ்த்துபவருடன் கோவில் சடங்குகளைச் செய்யும் கணியான் ஜாதியைச் சார்ந்தவரும் அ[illegible]ங்குவர்.

கோவிலில் உயிர்ப்பலி கொடுக்கும் முன்பு கணியான் கலைஞர் கைவெட்டுச் சடங்கை நடத்துவார். சுடலை மாடன் கோவிலின் விழாவின்போது சுடுகாட்டுக் குழியில் திரளை வீசும் சடங்கையும் கணியான் ஆட்டக் கலைஞரே நடத்துகிறார். இந்தச் சடங்குகள் ரகசிய தரிசனம் தருபவையாகக் கருதப்படுகின்றன. ஆட்டக்கலைஞர்கூடச் சடங்கு நிகழ்த்துபவரில் ஒருவராக நம்பப் படுகிறார். காலம் காலமாக இதுபோன்ற கலைகளைக் காப்பாற்றுவதே இந்த நம்பிக்கை தான்.

கணியான் ஆட்டத்தின் துணைக்கலையான அம்மன் கூத்து என்ற கலை ஆட்டமும் சடங்கும் கலந்தது. அம்மனின் அருளைக் கூட்ட ஆடப்படுவது. கை வெட்டுச் சடங்கு முடிந்ததும் அம்மன் கூத்து நிகழ்ச்சி நடக்கும். ஆட்டக்காரர் உடம்பில் சாம்பலைப் பூசிக்கொண்டு இடையில் வேப்பிலை கட்டிக்கொண்டு ஆடுவார். இந்த ஆட்டம் சாமியாடியின் ஆட்டத்திற்கு அருளைக் கூட்டுவதாக இருக்கும்.

கணியான் ஆட்டக்காரர் ஆடும் பேயாட்டம் அல்லது வேதாள ஆட்டம் மாடன் கோவில்களில் ஆடப்படுகிறது. இது வேதாள முகமூடியை அணிந்துகொண்டு ஆடுவது. இந்த ஆட்டத்தின்போது அண்ணாவி (முக்கிய பாட்டுக்காரர்) சுடலை மாடன் கதைப்பாடலிலுள்ள வரத்துப் பகுதியைப் பாடுவார். இது சாமியாடியின் தெய்வ அருளைக் கூட்டுவதாக அமையும்.

அன்னக்கொடி விழா கூத்து அல்லது சிறுத்தொண்டர் கூத்து திருச்சி, தஞ்சை மாவட்ட பகுதிகளில் நாட்டார் தெய்வக் கோவில்களில் நிகழ்கிறது. இது சிறுத்தொண்டர் முக்தியடைந்த சித்திரை மாதப் பரணி நட்சத்திரத்தில் நடக்கும். இது நேர்ச்சைச் சடங்கு. இக்கூத்தின் பாடுபொருள் சிறுத்தொண்டர் கதை. இக்கதை பெரிய புராண சிறுத்தொண்டர் கதையிலிருந்து சற்று மாறுபட்டது.

கூத்தின் ஆரம்ப நிகழ்வாக அத்தி மரக்கிளையை வெட்டுவதிலிருந்து இறுதி நிகழ்ச்சியான அன்னக்கொடியை இறக்குவது வரையுள்ள நிகழ்வுகள் எல்லாமே சடங்குச் சார்புடன் நடக்கின்றன. பார்வையாளர்கள் பைரவர் வேடம் அணிந்த நடிகரைச் சடங்கு நடத்துபவராகவே நினைத்து வணங்குகிறார்கள். இவர் சீராளனின் மாவு உருவத்தைப் பிரசாதமாக வழங்கும்போது பார்வையாளர்கள் பக்தர்களாக மாறிவிடுகிறார்கள்.

கூத்தில் சீராளன் பிறக்கும் காட்சியில் சிவ வேடதாரியான நடிகரிடம் பார்வையாளர்கள் தங்கள் குழந்தைகளைக் கொடுத்து ஆசீர்வாதம் பெறுகிறார்கள். இந்த விழாவில் படைக்கப்படும் சீராளக்கறி பிரசாதமாகவும் மருந்தாகவும் நம்பப்படுகிறது. கூத்தில் பார்வையாளர்கள் பக்தர்களாக மாறுவதும் இந்தச் சடங்கின் கூறுகளில் ஒன்று.

இரண்ய நாடகம் அல்லது பிரகலாதக் கூத்து எனப்படும் கலை தஞ்சை மாவட்டம் ஆர்சுத்திப்பட்டு, நார்த்தேவன் குடிகாடு என்னும் ஊர்களில் நரசிம்மன் கோவில் விழாவில் நடைபெறுகிறது. உள்ளூர் மக்களே கூத்தில் நடிக்கிறார்கள். இந்தக் கூத்து நேர்ச்சைக்காக நடப்பது. இக்கூத்தின் ஆரம்ப நிகழ்ச்சியே சடங்குகள் தொடர்பானது.

கூத்தில் முக்கியமாகக் கருதப்படும் நரசிம்மர் முகமூடி (சிரசு) கோவிலிலேயே இருக்கும். நடிகர்கள் இதற்குக் கற்பூரம் ஏற்றி வழிபட்ட பின்புதான் ஒப்பனை செய்யத் தொடங்குவர். நரசிம்மர் வேடம் தாங்கியவர் பிரகலாத வதையின்போது முகமூடி சிரசை அணிந்து நடிப்பார். அப்போது அவர் தெய்வம் ஏறியவராகி விடுவார். அந்த நேரத்தில் அவர் அணிந்திருக்கும் முகமூடி ஒப்பனைப் பொருள் அல்ல. அது தெய்வத்தன்மையை ஏற்றும் சடங்குப்பொருள்.

நாடக நிகழ்ச்சி முடிவில் முகமூடியை ஊர்வலமாகக் கொண்டுசென்று கோவிலில் வைப்பர். அப்போதும் முகமூடிக்குக் கற்பூரம் ஏற்றி வழிபாடு நடக்கும். இந்த நிகழ்ச்சி விடையேற்றி எனப்படும். பிரகலாத வதையின்போது நரசிம்மராக நடிப்பவர் உண்மையான நரசிம்மராக மாறிவிடுவார்; ஆவேசப்படுவார்; அவரைத் தடுக்க வேண்டிய கட்டாயம்கூட ஏற்படும்.

கன்னியாகுமரி மாவட்டம் கல்குளம், விளவங்கோடு வட்டங்களில் கிருஷ்ணன் கோயில்களில் நேர்ச்சைச் சடங்காகக் கண்ணன் ஆட்டம் என்ற கலை நடக்கிறது. இது தமிழகத்தின் கிருஷ்ண ஜெயந்தி விழாவில் நடக்கும் உறியடி போன்றது. எனினும் இதற்குரிய ஆட்டம், உறியின் புனிதம், உறி இழுப்பவருக்கு மரியாதை ஆட்ட முடிவில் நடக்கும் பூசை ஆகியன இக்கலையைச் சடங்குகளுடன் தொடர்புபடுத்துகின்றன.

காத்தவராயன் கோயில் வழிபாட்டுச் சடங்கில் கழுவேற்ற விழா கூத்து என்ற நாடகம் நடக்கிறது. இது ஒரு நாட்டார் நாடகம். இது பங்குனி மாதம் முதல் வைகாசி மாதம் முடிய உள்ள நாட்களில் நடக்கிறது. பங்குனி உத்திர நட்சத்திரத்தில் நடப்பது. இதன் சிறப்பு. இந்தக் கூத்தில் பக்தர்கள் அல்லது மரபுவழி நடிப்பவரே பங்கேற்கிறார்கள். இதன் பாடுபொருள் காத்தவராயன் கதை தமிழகத்தில் பொதுவாக வழங்கும் அம்மானை வடிவில் உள்ள காத்தவராயன் கதையின் மூலத்திலிருந்து கொஞ்சம் மாறுபட்டது.

இந்தக் கூத்தில் 14 பேர்கள் பங்குகொள்கின்றனர் பின்னணி இசைக்கருவிகள் உடுக்கு, கொம்பு, கிடுமுடி ஆகியன. கூத்தில் கழுமரம் வெட்டி வரும் நிகழ்ச்சி சடங்காகவும் நாடகமாகவும் நடக்கிறது. காத்தவராயனை மலர் மாலையால் கட்டி வீதி வழியில் அழைத்துச் செல்வது நாடக நிகழ்ச்சியாக இருந்தாலும் ஊர் மக்களும் நடிகர்களாகப் பங்கு கொள்கிறார்கள். காத்தவராயனை நடிகனாகக் கருதாமல் அவருக்குத் தூப தீபம் காட்டி பாதத்தில் நீர் ஊற்றி வணங்குகிறார்கள். அவர் மக்களுக்குத் திருநீறு வழங்குவார்.

இந்த நிகழ்ச்சி கூத்தாகவும் சடங்காகவும் நிகழும். ஊர்மக்கள் பக்தர்களாகவும் நடிகர்களாகவும் செயல்படுவர். காத்தவராயன் காமாட்சி அம்மன் கட்டளைப்படி மரத்தில் ஏறுவான். கழுவின் மேல் அமர்ந்து அம்மனைத் துதிப்பான். மரத்திலிருந்து இறங்கியதும் பக்தர்களுக்கு அருள்வாக்கு கூறுவான். இந்த நாடகக் காட்சிகள் எல்லாமே சடங்குத் தன்மையுடன் நிகழும். இதில் சடங்கு எது, நாடகம் எது எனப் பிரித்து அறிய முடியாது. ஊரின் எல்லா பகுதிகளும் மேடையாகின்றன.

களம் எழுத்தும் பாட்டும் என்னும் கலை கன்னியாகுமரி மாவட்டம் கேரள எல்லையோர கிராமங்களில் நிகழ்கிறது. இது மலையாளச் சார்புடைய கலை. காளியின் வண்ண ஓவியத்தைத் தெய்வம் இருக்கும் அறையின் எதிரே உள்ள களத்தில் வரைவது. இதன் சிறப்பு எட்டு முதல் பதினாறு கைகள் கொண்ட காளியின் படத்தை ஒரே சமயத்தில் ஐந்துபேர்கள்வரைவதுதான். படம்

வரையும்போது காளியைப் பற்றிய தாருகன் வதைப்பாடல் களைப் பாடுவர்.

இக்கலை நிகழ்வில் வரையப்படும் படம் தூளிச் சிற்பம் எனப்படும். இப்படத்திற்குத் தெய்வத்தின் சக்தியை வரவழைக்கும் ஆவோகனச் சடங்கை மூத்த கலைஞர் செய்கிறார். இந்தக் கலை நேர்ச்சையாகவும் நடக்கும். இக்கலைக்குரிய வண்ணப் பொடி களை இயல்பாகக் கிடைக்கும் பொருள்களிலிருந்தே தயார் செய்கிறார்கள். இந்தப் பொடிகளைச் சேகரிக்கும்போது சுத்தமாக இருக்க வேண்டும் என்பது நடைமுறை.

காளி ஓவியத்தின் மார்புப் பகுதியில் வைக்கப்படும் பச்சரிசி புனிதமாகக் கருதப்படும். நிகழ்ச்சி முடிவில் இந்த அரிசியையும் வண்ணப் பொடிகளையும் கலைஞரே பிரசாதமாக வழங்குகிறார். கலை நிகழ்த்தப் பயன்படும் பொருள் புனிதமானது என்னும் பொதுவான கருத்து களம் எழுத்தும் பாட்டும் கலைக்கும் பொருந்தும். இந்தக் கலையுடன் தொடர்புடைய நீரொழிச்சல் பூசை, உச்சப் பாட்டு, நந்துன்னி இசைக்கருவியை மீட்டல் ஆகியவை சடங்குத் தன்மையுடன் நடக்கும்.

கன்னியாகுமரி மாவட்டம் கொல்லங்கோடு பத்திரகாளி கோவில் விழாவில் சிவன், தேவி தர்கம் புரியும் நாடகச் சடங்கு நடக்கிறது. இந்த நாடகத்தில் நடிப்பவர்கள் பக்தர்களே. சிவபுராணப் பகுதியை நடித்துக்காட்டுவதுடன் பார்வதியின் பெருமையைச் சடங்குவழி மிகுவித்துக் காட்டுவதாகவும் இது அமையும்.

கைச் சிலம்பாட்டம் என்னும் கலை காலில் அணியும் சிலம்பைக் கைகளில் பிடித்துக்கொண்டு ஆடுவது. இது திருவண்ணாமலை, நாகப்பட்டினம், செங்கல்பட்டு, காஞ்சிபுரம் மாவட்ட பகுதிகளில் நடக்கிறது. இது முழுவதும் சடங்குசார்ந்த கலை அல்ல: சடங்குகளுக்கு ஆதாரமாக நடப்பது. அம்மன் கோவில்களில் கட்டாயமாக இது நிகழும்.

மரத்தாலான நீண்ட கட்டைகளைக் காலில் கட்டிக்கொண்டு ஆடுவது கொக்கிலிக்கை ஆட்டம். இது வேலூர் பகுதிகளில் கங்கை அம்மன் கோவில்களில் நடக்கிறது. இது நேர்ச்சைச் சடங்கும்கூட. இக்கலையை நிகழ்த்தும் ஆட்டக்காரர்கள் விரதம் இருக்க வேண்டும். கங்கை அம்மன் பேரில் உள்ள நம்பிக்கையே கட்டைகளின் மேல் நிற்கும் பக்தர்களைக் காப்பாற்றுகிறது என்பது ஐதீகம்.

கங்கை அம்மனுக்கு நேர்ச்சையாகக் கொக்கிலிக்கை ஆடுபவர் ஐந்து அல்லது ஏழு நாட்கள் பயிற்சி பெற வேண்டும். இப்பயிற்சியின் வெற்றி ஆடுகிறவர்களின் நம்பிக்கை, புனிதம்,

சடங்குகளில் பங்கு கொள்ளல் ஆகியவற்றால் வருகிறது. ஆட்டக்காரர்கள் உடம்பில் சிறுகம்பியால் குத்தி எலுமிச்சம் பழங்களைத் தொங்கவிட்டு ஒப்பனை செய்வதைக்கூடச் சடங்காகவே நினைக்கிறார்கள்.

செலா குத்து ஆட்டம் என்பது உடம்பின் விலாப் பகுதியில் கம்பியைக் குத்திக்கொண்டு ஒப்பனையுடன் இசைக்கருவி களின் தாளத்திற்கு ஏற்ப ஆடுவது. புதுக்கோட்டை மாவட்டத்தில் மாரியம்மன் கோவில் விழாக்களில் சடங்குசார்ந்த கலையாக இது நடக்கிறது.

செலாகுத்துஆட்டம் ஆரம்பிக்கும் முன்பு மேடையில் வைக்கப்பட்டிருக்கும் கல்வடிவ மாரியம்மனின் முன்னே ஒப்பனைப் பொருட்களையும் இசைக்கருவிகளையும் வைத்து தூபதீபம் காட்டுவர். அப்போது பார்வையாளர்களும் வழிபடுவர். ஆட்டக்காரர்கள் இனிப்பு கலந்த பச்சரிசியைப் பிரசாதமாக வழங்குவார்கள். வாத்தியார் முக்கிய தெய்வத்தை வணங்கிவிட்டுச் சதங்கையை எடுப்பார். அப்போது பெண்கள் குரவை இடுவர்.

திருமாலின் அடியவர்களான தாசர்களைப் போற்றிப் பாராட்டும் ஆட்டம் தாதர் ஆட்டம் எனப்படும். இது தெலுங்கு மக்களுடன் தொடர்புடையது. இதைத் தொட்டியப்பட்டி மக்கள் மட்டுமே நடத்துகிறார்கள். இந்த ஆட்டம் வழிபாடுதொடர்பான நிகழ்வுகளிலும் மாடுகளை வணங்கும் நிகழ்வுகளிலும் நடக்கிறது. தாதராட்டத்துக்குரிய பாடல்கள் தமிழிலும் தெலுங்கிலும் உள்ளன. இந்த ஆட்டம் பழமையைப் பேணி வருகிறது.

சேர்வையாட்டம் என்னும் கலை சேர்வை என்னும் இசைக் கருவியை அடித்து ஆடப்படுவது. மலைவாழ் மக்களான குறும்பர்கள் இதை நிகழ்த்துகிறார்கள். இது குரும்பராட்டம் எனவும் படும். இவர்கள் சிவ வழிபாட்டு மரபினர். இவர்களிடம் சிவன் தட்சணை அளித்த கதை பிரபலமாய்ப் பேசப்படுகிறது. இவர்களின் முக்கிய தெய்வம் வீரபத்திரன்.

குரும்பர்களின் சிவன் கோவில் விழாக்களில் பேய் ஓட்டுதல் அல்லது தலைக் காய் உடைத்தல் என்னும் நிகழ்ச்சி நடக்கும். இதில் சேர்வை இசைக்கருவி இடம்பெறும். அப்போது சேர்வை ஆட்டம் ஆடப்படும். இந்த நேரத்தில் இது சடங்காகக் கருதப்படும் குரும்பர்கள் திருச்சி, சேலம், கோயம்புத்தூர், புதுக்கோட்டை பகுதிகளில் வாழ்கிறார்கள். இந்த ஆட்டத்தின்போது பாடப்படும் பாடல்கள் வீரபத்திர சாமி தொடர்பாக இருக்கும்.

தமிழர்களின் தெருக்கூத்து இயல், இசை, நாடகம் மூன்றும் கலந்த ஒரு கலை. வட தமிழ்நாட்டில் பரவலாக நிகழ்வது. நாடகத் தன்மையுடைய இந்தக் கலை பாடல், உரையாடல், நடிப்பு

என நிகழ்வது. இது மகாபாரதக் கதையைப் பாடுபொருளாகக் கொண்டது. வேறு கதைகளையும் இதில் நடிக்கிறார்கள்.

நாட்டார் கோவில்களில் நேர்ச்சைக்காகவும் வாழ்க்கை வட்டச் சடங்குகளில் மறுமை நன்மைக்காகவும் நடத்தப்படுகிறது. இதுபோன்ற நிகழ்வுகள் நம்பிக்கை, சடங்கு சார்பாக நடக்கிறது. இந்தக் கலை கேரளத்துக் கதகளி, கர்நாடகம், யட்ச கானம் போன்றது. இக்கலையை நிகழ்த்த முன்பணம் கொடுப்பதிலிருந்து இறுதிநிகழ்ச்சிவரை இது சடங்கு சார்ந்தே நடக்கிறது.

தெருக்கூத்துக் கலை நிகழ்வில் அர்ஜுனன் தபஸ் காட்சியில் பார்வையாளர்கள் தபஸ்மரம் ஏறும் கலைஞரை அர்ஜுனனாகவே பாவித்து வரம் வேண்டுகிறார்கள். பகாசுரன் ஊர்வலம் வருதல், அரக்கு மாளிகை கட்டும் நிகழ்ச்சி, போன்றவற்றில் பார்வையாளர்கள் நடிகர்களாகிவிடுகிறார்கள். அப்போது இது சடங்கியல் கூறுகளுடன் நடக்கும். திரௌபதியின் துகிலுரியும் காட்சியில் இது நாடகம் என்பதை உணர்த்தும்.

தேவராட்டம் என்னும் கலை கம்பளத்து நாயக்கரின் ஒரு பிரிவினருடன் தொடர்புடையது. ஜக்கம்மா கோவில்களில் சடங்கியல் கூறுகளுடன் நடக்கிறது. ஆண்கள் காலில் சலங்கை ஒலிக்கக் கைகளில் சிறுதுணியுடன் ஆடுவது. இக்கலை தூத்துக்குடி மாவட்டம் ஜமீன் கோடங்கிப்பட்டியுடன் தொடர்புடையது. தேவராட்டம் கம்பளத்து நாயக்கரின் சடங்குகள் தொடர்பான சூழலின் அடிப்படையில் நிகழ வேண்டும் என்னும் ஐதீகம் தொடர்கிறது. இதன் இசைக்கருவியான தேவ துந்துவிக்குப் புனிதத் தன்மை உண்டு. இது உறுமி எனவும் படும். இந்த இசைக்கருவி தெய்வத்தன்மை உடையதாக வணங்கப்படுகிறது.

பாகவத மேளா என்னும் கலை இசை நாட்டிய நிகழ்ச்சி. இதில் செவ்வியல் தன்மையிருந்தாலும் நாட்டார் கூறுகள் கொண்ட கலையாகவும் இதைக் கருதலாம். இதன் தாயகமாக மேலட்டூர் கிராமத்தைக் கூறுகிறார்கள். இங்குள்ள வரதராஜ பெருமாள் கோவிலில் பாகவத மேளா நடக்கிறது. இதன் பாடுபொருள் பிரகலாதன் கதையென்றாலும் அரிச்சந்திரன் கதை போன்ற வேறு கதைகளையும் நடத்துகிறார்கள்.

இந்த நாடகக் கலைஞர்கள் தொழில்முறைக் கலைஞர்கள் அல்லர். நாடகம் தொடங்கும் முன்பு ஓரிரு நாட்களுக்கு முன்பு நடிகர்கள் விரதம் இருக்க வேண்டும். நாடகம் முடிந்த பின்பு நடிகர்கள் கோவில் பூசையில் கலந்துகொள்ள வேண்டும். இந்த நாடகத்தில் பயன்படுத்தப்படும் விநாயகர் முகமூடி புனித மாகக் கருதப்படுகிறது. மேடையில் திரைச்சீலை கட்டியதும்

நரசிம்மர் கோவிலில் பூசை நடக்கும். பின் மேடையில் பூசை நடக்கும். நாடகத்தில் ஆரம்பத்தில் தோன்றும் கோமாளி மும்மூர்த்திகளின் ஒட்டுமொத்த உருவமாகக் கருதப்படுகிறார்.

பொன்னர் சங்கர் சகோதரர்களின் வரலாற்றை நினைவு கூரும் முறையில் நடத்தப்படும் கூத்து சடங்கியல்ரீதியாகவே காட்டப்படுகிறது. இது கோயம்புத்தூர், ஈரோடு, திருச்சி, சேலம் போன்ற மாவட்டங்களில் கோவில்களிலும் பெரிய சாண்டி அம்மன் கோவில்களிலும் நிகழ்கிறது.

இது தொழில்முறைக் கலைஞர்களால் நடத்தப்படுவது. என்றாலும் இந்த நடிகர்கள் தெய்வத்தன்மை உடையவர்களாகக் கருதப்படுகிறார்கள். கலை நிகழ்வில் குன்றுடையார் குழந்தை நிகழ்ச்சியில், பார்வையாளர்கள் தொட்டில், தேங்காய், பழம் போன்றவற்றை நேர்ச்சையாகக் கொடுக்கிறார்கள்.

பெரிய காண்டியம்மன் தபசு காட்சியில் படுகளம் நிகழ்வு சடங்குத் தன்மையுடன் நடக்கிறது. கூத்துத் தம்பத்தில் பெரியகாண்டி வேடதாரி திருநீறு வழங்குவது சடங்காகவே காட்டப்படுகிறது. விழாவின் பார்வையாளர்கள் நாடக நிகழ்வின்போது அருள் ஏறியவராய் இறந்தவர் போல் நடிப்பார்கள். பூசகர் அவர்களின்மீது நீர்தெளித்து எழுப்புவார்கள். இது நாடகமல்ல சடங்கு என்பதை நினைவுபடுத்திக் கொண்டிருப்பது இக்கலையின் சிறப்பு.

அங்காள பரமேஸ்வரி கோவிலில் மாத சிவராத்திரி விழாவில் ஊர் சுடுகாட்டில் பகலில் மயானக் கொள்ளை என்ற நிகழ்ச்சி நடக்கும். இது பெரும்பாலும் சடங்கியல் கூறுகள் கொண்டதாய்க் காட்டப்பட்டாலும் இதை அழகியல் கூறுகள்கொண்ட கலையாகவே எடுத்துக்கொள்கிறார்கள். மயானக்கொள்ளை நிகழ்ச்சியில் காளி பரமேஸ்வரன் வேடந்தாங்கி நடிப்பவர்கள் சடங்கு நிகழ்த்துபவராகவும் கலை நிகழ்த்துபவராகவும் ஒரே போக்கில் கருதப்படுகிறார்கள்.

தென்மாவட்டங்களில் அம்மன் கோவில்களிலும் மாடன் கோவில்களிலும் நிகழும் வில்லுப்பாட்டு என்ற கலை உரையாடல் பாட்டு, இசை என்று நிகழ்கிறது. இது 300 ஆண்டுகள் பழமையானது. வழிபடப்படும் தெய்வங்களைப் பற்றிய கதை களைப் பாடல் வழி நிகழ்த்திக் காட்டுவது இதன் தாத்பரியம்.

இக்கலை நிகழ்வில் ஆரம்பப் பூசை, சாமி ஆடுபவரின் அருளைக் கூட்டப் பாடப்படும் வரத்துப்பாட்டு ஆகியன இதன் சடங்குத் தன்மையை உணர்த்தும். சாமியாடியவரின் அருளைக் கூட்டுவதற்குப் பாடகரின் பாட்டு அவசியம் என்னும் நம்பிக்கை ஒரு காலத்தில் ஆழமாக இருந்தது. இப்போது குறைந்து வருகிறது.

தர்மபுரி மாவட்டம் குறும்பர் மக்கள் நடத்தும் வீரபத்திர சாமி ஆட்டம் சிவ வழிபாடு தொடர்பானது. இது பெரும்பாலும் மாரியம்மன், அல்லியம்மன், ஜக்கம்மா. அங்காளம்மா, ஒட்டாளம்மன் கோவில்களில் நடக்கிறது. இதற்குரிய பின்னணி இசைக் கருவிகள் பம்பை, மேளம், தோல், பறை ஆகியன. இந்த ஆட்டத்தில் 50பேர்வரை கலந்துகொள்கிறார்கள். இதில் புராணக் கதைகளைச் சடங்குக் கூறுகளுடன் நிகழ்த்தி காட்டுகிறார்கள்.

வாசாப்பு நாடகம் வட மாவட்டங்களில் நிகழ்கிறது. இது கத்தோலிக்கர்களின் கலை. ஈஸ்டர் திருவிழாவில் தொடங்கிப் பத்து நாள் நிகழும். போர்ச்சுகீசியர் செல்வாக்கும் தெருக்கூத்தின் செல்வாக்கும் உடையது. 500 ஆண்டுகள் பாரம்பரியம் உடையது. இக்கலையின் பாடுபொருள்கள் இயேசுவின் பாடுகள், இறப்பு, உயிர்ப்பு போன்றன. இந்த நாடக நிகழ்வுகள் நம்பிக்கையும் சடங்குகளும் கலந்தவை.

வாசகப்பா நம்பிக்கையின் அடிப்படையில் நிகழ்த்தப்படுவது. ஒவ்வொரு வாசகப்பா நாடகத்திற்கும் ஒவ்வொரு நம்பிக்கை உண்டு. ஆக்னேஸ் அம்மா வாசகப்பா நடத்தினால் பெரியம்மை நோய் வராது. சுகமான பிரசவத்திற்கு மருகரிது அம்மா வாசகப்பா நடத்த வேண்டும். அந்தோணியார் வாசகப்பா பேய்த் தொல்லைகளிலிருந்து ஊரைப் பாதுகாக்கும். இந்த நாடகம் நடத்தினால் மழை பெய்யும்; நடத்தாவிட்டால் ஊருக்குக் கெடுதல். இதுபோன்ற நம்பிக்கைகள் சடங்குகளுடன் இரண்டறக் கலந்துள்ளன.

வாசகப்பா நடிகர் இறந்துவிட்டால் அவரை அடக்கம் செய்யும்போது அவரது ஒப்பனை உடையைக் குழியில் போட்டு வாசகப்பா பாடி அடக்கம் செய்கிறார்கள். நாடகத்தின் பாடுபொருளுக்குரிய புனிதரின் ஸ்வரூபத்தை மேடையின் வலது புறம் வைத்து வழிபடுவர். இந்த உருவத்தை வாகனத்தில் கொண்டு செல்வதும் உண்டு. நாடகம் முடிந்த பின்னர் கலைஞர்களும் பார்வையாளர்களும் கோவிலுக்குச் செல்ல வேண்டும் என்பது நியதி.

திருநெல்வேலி மாவட்டம் குலசேகரப்பட்டினம் முத்தாரம்மன் கோவிலில் புரட்டாசி நவராத்திரி விழாவில் புராண சமூக வேடங்களைத் தாங்கி ஆடும் வழக்கம் சமீபகாலமாக பெருகி வருகிறது. கடற்கரையில் நிகழும் இந்த ஆட்டத்தில் எல்லா ஜாதியினரும் கலந்துகொள்கிறார்கள். வேண்டுதலுக்காகவும் இந்த ஆட்டம் ஆடப்படுகிறது. இந்த வேடமும் ஆட்டமும் கோவில் சடங்குகளில் ஒன்று என்று கருதுகிறார்கள். இந்த வேடம் புனைந்தவர்கள் யாசகம் பெற்றுக் கிடைத்த பணத்தில் ஒரு பகுதியைக் கோவிலுக்குக் கொடுக்கிறார்கள்.

சடங்குசார்ந்து நிகழும் கலைகளைப் போல சடங்கு சார்ந்த இசைக்கருவிகளும் உள்ளன. இவற்றைப் புனிதமுடையவை யாகவும் தெய்வீகத் தன்மை உடையவையாகவும் நம்புகிறார்கள். இந்த இசைக்கருவிகள் உருவானதற்குத் தொன்மங்கள் உள்ளன. மற்ற நாட்டார் இசைக்கருவிகளிலிருந்து இவை வேறுபடும் இடமும் இதுதான்.

இந்த இசைக்கருவிகள் இல்லையென்றால் சடங்குகள் முழுமை அடையா. இவற்றின் தோற்றம் பற்றிக் கதைகள் உண்டு. இக்கருவிகளைச் செய்யும்போதுகூட விரதம் இருந்து செய்ய வேண்டும் என்ற நம்பிக்கை உண்டு.

உடுக்கு, தொன்மையான இசைக்கருவி. செவ்வியல் புராணங்கள் உடுக்கு பற்றிய கதைகளைக் கூறினாலும் நாட்டார் மரபில் இந்த இசைக்கருவிகள் தனியிடத்தைப் பெற்றுள்ளன. தொன்மையான இந்த இசைக்கருவி பேய் ஓட்டுதல், குறி சொல்லுதல் போன்ற நிகழ்வுகளில் இயக்கப்படுகிறது. உடுக்கின் தாளமுறை சொல்கட்டு எனப்படும். இது மந்திரங்களின் சப்தங்களுக்கு ஒப்பானது என்கிறார்கள்.

உறுமி அல்லது தேவதுந்துபி என்னும் இசைககருவி தேவராட்டத்திற்கு உரியது. விலங்குகள் உறுமுவதுபோல் ஒலியெழுப்புவதால் இது உறுமி எனப் பெயர் பெற்றது. இது இருமுகத் தோலிசைக் கருவி. இதுபற்றித் தெலுங்கு பேசும் சில்வர் ஜாதியினரிடம் வழக்கில் ஒரு கதை உண்டு. சிவன் பார்வதியின் திருமணத்தின்போது அரம்பையர்கள் ஆடுவதற்குப் பின்னணியாக இசைப்பதற்குத் துந்துபி உருவாக்கப்பட்டது என்பது அந்தக் கதை.

உறுமியை நாரதரும் நந்தி தேவரும் அடிக்க முடியவில்லை. அப்போது பூக்கட்டி பண்டாரம் சாதியினர் இதை அடித்தார்கள். இது தொடர்பான செய்திகள் இந்த இசைக்கருவியைச் சடங்கு சார்ந்ததாகக் குறிப்பிடுகின்றன.

கணியான் ஆட்ட கலைக்குரிய மகுடம் இசைக்கருவியைப் பற்றிய கதை சுடலைமாடன் வில் பாட்டில் வருகிறது. இது சிவனின் மகுடம், தேவியின் காதணி என சுடலை மாடன் வில்பாட்டு கூறும். கணியன் ஆட்டக்கலையில் மட்டுமல்ல கைவெட்டுச் சடங்கிலும் திரளை வீசுதல் சடங்கிலும் பேயாட்டம் அம்மனாட்டம் போன்றவற்றிலும் மகுடம் சடங்குப் பொருளாகவே இசைக்கப்படுகிறது.

பஞ்ச வாத்தியங்களில் ஒன்றான திமிலை என்னும் இசைக்கருவி நாட்டார் தெய்வ வழிபாட்டு மரபில் தெய்வத்தை

எழுப்புதல், வரவழைத்தல், தீய ஆவிகளை விரட்டுதல் என்னும் காரணங்களுக்காக அடிக்கப்படுகிறது. இது முழுதும் சடங்கு சார்ந்த இசைக்கருவி.

நந்துன்னி என்ற இசைக்கருவியைக் களம் எழுத்தும் பாட்டும் கலை நிகழ்வின்போது முக்கிய கலைஞர் இயக்கிப் பாடுவார். இந்தக் கருவி வயலின் போன்ற அமைப்புடையது. இதன் நரம்பு பேசின் நாறு வள்ளி என்னும் கொடியிலிருந்து தயாரிக்கப்படுவது. கணிகர் என்னும் மலைவாழ் மக்களின் சடங்குகளிலும் நந்துன்னி இசைக்கப்படும்.

வில்லிசைக் கலைக்குரிய வில் என்னும் இசைக்கருவியைப் புனிதமாகக் கருதுகிறார்கள். வில் என்ற இசைக்கருவி கதிர், நாண்முனைக்குப்பி, மணிகள் ஆகிய பகுதிகள் கொண்டது. சில கோவில்களில் இந்த இசைக்கருவி பூசைப் பொருட்களுடன் வைக்கப்படுகின்றன. விழாக் காலங்களில் மட்டும் இதைப் பயன்படுத்துவர்.

சேர்வையாட்டத்திற்குரிய சேர்வை என்னும் இசைக்கருவி புனிதமானது. குரும்பர்களின் கோவில் சடங்குகளில் பேய் ஓட்டும் நிகழ்ச்சியில் சேர்வை இசைக்கருவி முக்கியமாக அடிக்கப்படு கிறது. இந்தக் கருவியைப் புனிதமாகக் கருதுகிறார்கள்.

சேர்வை இசைக்கருவி கோவில்களில் இருக்கும். சேர்வை யாட்ட நிகழ்ச்சிக்கோ பேய் ஓட்டும் சடங்கிற்கோ இதை வெளியில் எடுப்பர். அப்போது அதற்குக் கற்பூரம் காட்டி வழிபாடு எடுப்பார்கள். அதை மீண்டும் வைக்கும்போது கற்பூரம் பொருத்திக் காட்டி வணங்க வேண்டும்.

சடங்குசார்ந்த கலைகளில் மட்டுமல்ல, கலை நிகழ்த்தும் கருவிகளும் ஒப்பனைச் சாதனங்களும் புனிதமாகவே கருதப்படும்.

கண்ணன் ஆட்டத்திற்குரிய உறி கட்டும் கூடு அல்லது சட்டம் கிருஷ்ணன்கோவிலிலேயே இருக்கும். ஆட்டம் ஆரம்பிக்கும் முன்பு உறி கூட்டுக்குப் பூசைசெய்து வணங்கியபின்பு அதை அலங்கரிப்பர். பின்னர் கயிற்றில் தொங்கவிடுவர்.

கழுவேற்ற விழா கூத்துக்குரிய கழுமரம் சடங்குப் பொருளாகவே கருதப்படுகிறது. இதன்மேல் காத்தவராயன் ஏறி நின்றதும் மேலும் அது புனிதம் பெறுகிறது. கழுமரம் புனிதமாகக் கருதப்படுவதால் பக்தர்கள் அதை வழிபடுகிறார்கள்.

காவடி ஆட்டத்திற்குரிய காவடியும் சடங்குசார்புடைய தாகப் புனித பொருளாகக் கருதப்படுகிறது. தொழில் முறை காவடியாட்டக் கலைஞர்கள்கூடக் காவடியை முருகனின்

நித்தியவல்லியின் கடனக்கழிப்பு

அடையாளமாகக் கருதுகிறார்கள். அதனால் காவடியைத் தூக்கி ஆடும்போது சட்டை போடுவதில்லை.

மயானக்கொள்ளை சடங்கு நிகழ்வில் அங்காளம்மனின் சாம்பல் உருவமும் பிற பொருட்களும் புனிதமானவையாகக் கொள்ளப்படுகின்றன. அந்தச் சாம்பலை விளைநிலத்தில் புதைத்தால் விளைச்சல் பெருகும், தீய சக்திகள் அணுகாது என்னும் நம்பிக்கை உண்டு.

களம் எழுத்தும் பாட்டும் கலை நிகழ்வில் பயன்படுத்தப் படும் வண்ணப் பொடிகளும் காளியின் மார்புப் பகுதியில் வைக்கப்படும் பச்சரிசியும் புனிதப் பொருளாகக் கொள்ளப் படுகின்றன. இந்தப் பச்சரிசியில் கஞ்சிவைத்துக்கொடுத்தால் குழந்தை பெற்ற பெண்களுக்குப் பால் சுரக்கும் என்றும் களத்தில் வரையப்பட்ட ஓவியத்தின் வண்ணப் பொடிகள் பேய் பயத்தைப் போக்கும் என்றும் நம்புகிறார்கள்.

நாட்டார் கலைகளில் பார்வையாளர்களின் பங்கு முக்கிய மானது. இது பெரும் அழகியல் உணர்ச்சியின் வழி உருவானது அல்ல. உள்ளுணர்வு, நம்பிக்கை சார்பாக உருவானது. நிகழ்த்து நருக்கும் பார்வையாளர்களுக்கும் இடையே உள்ள உறவு கலைகளின் மரபைக் காத்தல் உன்னதத்திற்குச் செல்லுதல் ஆகியவற்றிற்குத் துணைபுரிவதாகும்.

கலையின் சில பகுதிகளைப் பார்வையாளர்களே நடத்தி முடிக்கிறார்கள். சில கலைகளில் பார்வையாளர்கள், பக்தர்கள், நடிகர்கள் எல்லோருமே ஒரே நேர்கோட்டிலே நிற்பார்கள். வீதியே சில சமயம் நாடகமேடையாகிவிடும். அப்போது அது வழிபாட்டின் கூறாகவே கொள்ளப்படும்.

பார்வையாளன் கலை நிகழ்வை முழுவதும் அறிந்தவனாக இருப்பான். கலை நிகழ்த்தப்படும்போது பார்வையாளன் கலைசார்ந்த சடங்கில் நம்பிக்கை இருப்பதால் கடந்த காலத்திற்குச் சென்றுவிடுவான். பார்வையாளன் தான் பார்க்கும் கலையில் அழகியலைவிட உள்ளுணர்வையும் காலம் காலமாய் வந்த நம்பிக்கையையும் தேடிக் கண்டடைவதையே விரும்புகிறான். இது நாட்டார் கலைகளின் அம்சங்களில் ஒன்று

இவைபோன்ற காரணங்களால் சடங்கியல்சார்ந்த கலைகள் இன்றும் உயிர்வாழ்ந்துகொண்டிருக்கின்றன.

தஞ்சை தமிழ் பல்கலை – கருத்தரங்குக் கட்டுரை, 2023

# 20

## தமிழக நாட்டார் நிகழ்த்துக் கலைகள்

நாட்டார் நிகழ்த்துக் கலைகள் மனிதர்களின் வாழ்க்கைச் சூழல், தெய்வ வழிபாடு, அன்றாட வாழ்க்கைச் சிக்கல் ஆகியவற்றின் கூட்டுப்படைப்பாக உருப்பெறுகின்றன. தமிழக நாட்டார் கலைகள் தமிழ் பண்பாட்டின் கூறுகளில் முதல்வகையில் நிற்பவை.

தமிழ் மாணவர்கள் தமிழ் இலக்கியங்களின் பொதுப்போக்கைப் புரிந்துகொள்ள தமிழ் இலக்கிய வரலாற்றைக் கட்டாயம் படித்தாக வேண்டும். இது போலவே சாதாரணப் பாமர மக்களின் ரசனை, ஆர்வம், கவித்துவம், வழிபாடு, கனவு போன்ற வற்றையும் புரிந்துகொள்வதற்குத் தமிழ் மக்களின் நாட்டார் நிகழ்த்துக் கலைகளைத் தெரிந்துகொள்ள வேண்டிய தேவை இருக்கிறது.

தமிழக நாட்டார் நிகழ்த்துக் கலைகளின் பொதுவான சில பண்புகளை வரையறுத்துக் கூற முடியும்.

1. நாட்டார் நிகழ்த்துக் கலைகள் வட்டாரத் தன்மைகொண்டவை. இவற்றின் நிகழ்ச்சிகள், கூறுகள், பனுவல், பாடல்கள், கதைகளின் களம் போன்றவையும் வட்டாரத் தன்மை யுடன் இருக்கும். பார்வையாளர்கள்கூட வட்டார ரசனை உடையவராய் இருப்பர். திருவண்ணாமலை, தர்மபுரிபோன்றபகுதிகளில் நடக்கும் கைச் சிலம்பாட்டம், பெரிய மேளம்,

கொக்கிலிக்கையாட்டம் போன்ற கலைகள் தென்மாவட்டப் பார்வையாளர்களுக்கு அறிமுகம் ஆகாதவை. அவர்களால் இவற்றை ரசிக்கவும் முடியாது.

2. நாட்டார் கலைகளுக்கென்று மரபுவழிபட்ட பண்பாட்டு இயல்புகள் உண்டு. இங்கு குறிப்பிடப்படும் பண்பாட்டு எல்லை தமிழக மாவட்டங்களின் பகுப்பில் வராது. இங்கு குறிப்பிடப்படும் எல்கைகள் என்பன ஜாதிய இனக் குழுக்கள், வழிபாட்டு முறைகள் அல்லது தெய்வங்கள், பழக்க வழக்கங்கள், நம்பிக்கைகள், தொன்மங்கள், உணவுப் பழக்கங்கள், கைவினைக் கலைகள், கலைகளைப் பற்றிய ரசனை, அவற்றைப் பற்றிய புரிதல் ஆகியவற்றின் அடிப்படை யில் அமைந்திருக்கும்.

தமிழகத்தின் பண்பாட்டு ஒற்றுமையின் அடிப்படையில் மலை மண்டலம், கடற்கரை மண்டலம், பாண்டி மண்டலம் சோழ மண்டலம், கொங்கு மண்டலம், தொண்டை மண்டலம் நடுநாட்டு மண்டலம், என பகுத்துக்கொள்ளுகிறார்கள். இந்த வகைப்பாட்டின் அடிப்படையில் நிகழ்த்துக் கலைகள் இருக்கும் ஒரு மண்டலத்தின் கூறுகள் அந்த மண்டிலம் சார்ந்த கலைகளில் வெளிப்படும்.

இன்றைய நிலையில் பல்வேறு காரணங்களால் சமூகத்தில் குடிப்பெயர்ச்சி சாதாரணமாகிவிட்டது. காலம் காலமாகப் பயிரிட்ட நிலத்தின் உறவை விட்டுவிட்டுக் கடல்கடந்து செல்லும் மனநிலைக்கு மக்கள் பக்குவப்பட்டுவிட்டார்கள். நிலத்தையும் அதன் பண்பாட்டையும் விட்டு விடுகின்றவர் களுக்கு வழிபாட்டையும் பண்பாட்டையும் விட்டு விடுதல்கூட எளிதான காரியம் ஆகிவிட்டது.

மண்டலரீதியான பண்பாட்டை அடையாளம் காண்பது இன்றைய நிலையில் கடினமென்றாலும் தெய்வம் தொடர்பான அல்லது வழிபாடு தொடர்பான செயல்பாடு களில் பெரிய அளவில் மாற்றம் ஏற்படவில்லை. ஆகவே தான் நிகழ்த்துக் கலைகளும் பெருமளவில் வட்டாரத் தன்மையை இழக்கவில்லை.

3. தமிழகப் பண்பாட்டுக் கூறுகளின் அடிப்படையில் மண்டலங்கள் என்னும் பகுப்பு வகைப்படுத்தப்பட்டாலும் இந்த மண்டலப் பண்பாட்டிலும் தனிப் பண்பாட்டுக் குழுக்கள் உள்ளன. இந்தக் குழுக்கள் தங்களுக்கு என்ற கலை வடிவத்தைக் கொண்டுள்ளன. இதனால் நாட்டார்

நிகழ்த்துக் கலைகளைப் புரிவது என்பது தனிக் குழு பண்பாட்டைப் புரிவது மாதிரி.

4. நாட்டார் கலைகளை நிகழ்த்துவதற்கும் பார்ப்பதற்கும் பதிவு செய்வதற்கும் சூழல் முக்கியம்; அது இல்லாமல் கலைகளின் நுட்பமான பகுதிகளை உணர முடியாது. ஒருவகையில் சூழலியல் கோட்பாடு இதற்கு முழுவதும் ஒத்து நடப்பது. கலையைப் பார்ப்பதற்கும் கலைஞன் நடிப்பை வெளிப்படுத்துவதற்கும் சூழல் அவசியமாகிறது.

   தெருக்கூத்து நிகழ்ச்சியில் திரௌபதியின் துகில் உரியப் படும் காட்சியில் கோவிலின் முன்னே நடிகர்கள் நின்று சூடம் பொருத்தி வழிபடுவதன் தாத்பரியம் வட தமிழ் பார்வை யாளனுக்குக் சாதாரணமாகப் புரியும். தென்தமிழ் பார்வையாளன் இதன் நுட்பம் புரியாமலே பார்த்துக் கொண்டிருப்பான். அர்ச்சுனன் தபஸ் காட்சியில் பார்வை யாளனின் தலை மெல்லமெல்ல உயர்ந்து செல்லும்; அதில் ஒரு பக்தியும் இருக்கும். இது தெருக்கூத்துப் பார்வை யாளனுக்கு மட்டுமே பொருந்துவது.

5. நிகழ்த்துக் கலைகளில் சில இறந்த காலத்தை நாடகப்படுத்திக் காட்டும். ஏற்கெனவே இந்த நிகழ்வையோ கதையையோ அறிந்த பார்வையாளர்களுக்கு இதைப் புரிந்துகொள்வதில் சிக்கல் இல்லை. புதிய பார்வையாளன் இந்த நேரத்தில் பரவசப்பட முடியாது. பொன்னர் சங்கர் கூத்தில் மனித உடல்கள் சிதறிக் கிடப்பது மாதிரி நடத்தும் பாவனை அந்தக் கதையோடு இணைந்து வருவது.

   திருநெல்வேலி மாவட்டம் வள்ளியூர் அருகேயுள்ள சித்தூர் என்னும் கோவிலில் பாடப்படும் வில்லுப்பாட்டு நிகழ்ச்சியின்போது சாமி ஆடுகிறவர்கள் கதையின் போக்கிற்குத் தக்கவாறு ஆடுவதை அந்த வட்டார மக்கள் அறிவார்கள்; மற்றவர்களுக்கு அது புரியாது.

6. நாட்டார் நிகழ்த்துக் கலைகள் பொழுதுபோக்குத் தன்மையையும் சடங்கியல் கூறுகளையும் தாண்டி ஒரு செயல்பாட்டின் நோக்கத்துடன் இருப்பதுண்டு. அன்னக்கொடி விழா கூத்தில் சிறுத்தொண்டராக நடிப்பவரிடம் குழந்தைப்பேறு வேண்டி நேர்ந்துகொள்வதும் சீராளப் பிரசாதத்தை வாங்குவதும் முக்கியமான காட்சி.

   தெருக்கூத்து அர்ஜுன் தபஸ் நிகழ்ச்சி நடக்கும்போது பார்ப்பவர்களில் குழந்தைப்பேறு வேண்டியவர் தங்களின்

வேண்டுகோளை நிகழ்த்தும் இடமாக அதைக் கருதுவார்கள். அதில் ஒரு நம்பிக்கை இருக்கும். கர்ணமோட்சம் என்னும் தெருக்கூத்து நிகழ்ச்சியை நடத்தினால் இறந்தவர்களுக்கு மோட்சம் கிடைக்கும் என்ற நம்பிக்கை உண்டு. இது போன்று வட்டாரரீதியான நேர்ச்சையும் பரிகாரமும் வழிபாடும் நாட்டார் நிகழ்த்துக் கலைகளுடன் தொடர்பு உடையனவாயிருப்பதை மறுக்க முடியாது.

7. செவ்வியல் கலைகளைவிட நாட்டார் கலைகளில் பார்வை யாளர்களின் பங்கு முக்கியமாக இருக்கும். செவ்வியல் கலைகளின் பார்வையாளர்கள் கலை நிகழ்த்தும் கலைஞர் களிடமிருந்து விலகிதான் இருப்பார்கள். கலை நிகழ்ச்சி நடத்துபவர்களின் பார்வையில் பார்வையாளர்கள் என்பவர்கள் ரசிகர்கள் மட்டுமே. நாட்டார் கலைகளின் நிலை வேறு.

   இவர்கள் நாட்டார் கலை நிகழ்வைத் தங்களின் பண்பாடாக வாழ்க்கையின் ஒரு கூறாக நினைப்பார்கள். இந்த எளிய பார்வையாளர்களுக்கு ஆடம்பரம் கிடையாது; ஆரவாரம் கிடையாது. கலைஞனை அவன் நிகழ்த்தும் தன்மையின் அடிப்படையில் மதிப்பார்கள். சடங்கை நிகழ்த்தும் கலைஞனாக இருந்தால் அவரது நிலையைச் சற்று மேலான தாக இருக்கும்.

8. நிகழ்த்துக் கலைகளின் பனுவல்கள் ஒரே தன்மை யுடையனவாக இருக்காது; மாறிக்கொண்டே இருக்கும். ஒவ்வொரு முறையும் கலைஞனின் கற்பனைச் சக்திக்கு ஏற்ப பனுவல்களில் மாற்றம் ஏற்படலாம். இந்த மாற்றம் வட்டாரரீதியான மாற்றம் என்றும் குழுக்களின் செயல்பாடுகளில் ஏற்படும் மாற்றம் என்றும் கருதலாம். பெரும்பாலும் கதைப் பாடல்களை நிகழ்த்தும் கலைகளுக்கும் புராண இதிகாசம் சார்ந்த கலைகளுக்கும் இது பொருந்தும்.

   கரகாட்ட இடைநிகழ்ச்சிக் கலைகளுக்கு இது முழுதும் பொருந்தும்.

9. கலைகளின் அழிவானது கலைஞர்களின் நிலையைச் சார்ந்தும் இருக்கும். அந்தக் கலைகளின் சடங்கியல் கூறுகள் முக்கியம். கலைஞர்களின் அழிவும் கலையின் அழிவும் பிரிக்க முடியாதவை.

10. ஒரு கலையின் அழிவிற்குரிய காரணங்கள் இன்னொரு கலைக்குப் பொருந்தாது. ஒவ்வொரு கலையினுடைய

சிக்கல்களும் தனித்தனியானவை. ஒவ்வொரு கலைஞருடைய அழிவின் காரணங்களும் நிகழ்த்துதலுக்குரிய சிக்கல்களும் தனித்தனியானவை.

தமிழக நிகழ்த்துக் கலைகளின் பட்டியலை 1990இல் நான் தொகுத்தபோது 140 கலைகள் இருந்ததாகத் தகவல்கள் கிடைத்தன. 2011இல் தொகுத்தபோது உத்தேசமாக 40 கலைகள் நிகழ்த்தப்படாமல் இருப்பதைக் கண்டேன். இதற்கான கரணங்கள் உள்ளன.

(1) கலைகளின் சடங்குச் சார்புக் கூறுகளின் படிப்படியான அழிவு அல்லது மேல்நிலையாக்கம்

(2) பொழுதுபோக்குக் கூறுகள் தொடர்பான கலைகளின் இடத்தை ஊடகங்கள் பிடித்துக்கொண்டமை

(3) மக்களின் ரசனை மாற்றம்

(4) அன்றாட ஜீவிதம் நடத்த முடியாத அளவுக்குக் கலைஞர்கள் பெறும் கூலி

(5) சில கலைகளை நிகழ்த்திய குறிப்பிட்ட சாதியினரின் பொருளாதார முன்னேற்றம்

(6) ஒரு கலையின் அழிவிற்குரிய காரணங்கள் இன்னொரு கலைக்குப் பொருந்தாது; அவற்றின் அழிவுக்குப் பொதுவான காரணங்கள் இருந்தாலும் தனித்தனியான காரணங்களும் உண்டென்பதை மறுக்க முடியாது.

தமிழக நாட்டார் நிகழ்த்துக் கலைகளைப் பொதுவாகப் பின்வருமாறு பகுக்க முடியும்.

(1) சடங்கு வழிபாடுசார்ந்த கலைகள்

(2) புராண இதிகாசச் சார்புக் கலைகள்

(3) பொழுதுபோக்குக் கலைகள்

(4) போர்க்கலைக் கூறுகளைக் கொண்ட கலைகள்

எனப் பொதுவாகப் பகுப்பது உண்டு. இன்னும் சற்று விரிவாகப் பார்க்கிறவர்கள்

(1) இசைக்கருவிகள் ஆட்டம் தொடர்பானவை

(2) இசைக்கருவிகள், பாட்டு தொடர்பானவை

(3) இசைக்கருவி பாட்டு, ஆட்டம் தொடர்பானவை

(4) கூத்து நாடகக் கூறுகள் தொடர்பானவை

(5) மலைவாழ் மக்களின் கலைகள்

(6) துணை ஆட்டங்கள்

எனவும் பாகுபாடு செய்கிறார்கள்.

இவற்றில் சடங்கு, வழிபாடு, தெய்வம் தொடர்பான கலைகள் பெருமளவில் அழியவில்லை. இத்தகு கலைகள் தமிழகத்தில் 20க்கும் குறையாமல் இப்போதும் நிகழ்கின்றன. துணைக் கலைகளின் பட்டியலையும் சேர்த்தால் இன்னும் சற்று அதிகம் வரும்.

சடங்கு தொடர்பான கலைகள் வட்டாரரீதியானவை. நாட்டார் தெய்வ கோவில் விழாக்களில் நடக்கும் சடங்குகளில் கலைஞர்களுக்கும் பங்கு உண்டு. ஒருவகையில் சடங்கு நிகழ்த்து கின்றவர் தெய்வத்தின் அருள் பெற்றவராகக் கடவுளாக மதிக்கப்படுகிறார். இந்தச் சடங்குக் கூறுகள் கொண்ட கலையை விட்டுவிட்டு விழா நடத்த முடியாது. இது தெய்வக் குற்றமாகக் கருதப்படும். எடுத்துக்காட்டாக கணியான் ஆட்டக் கலையைக் கூறலாம்.

கணியான் ஆட்டக்கலை பாட்டு, ஆட்டம், விளக்கம், இசைக்கருவிகளை இசைத்தல் என்னும் முறையில் நிகழ்வது இக்கலைக் குழுவில் கலைஞர்கள் மட்டுமல்ல கோவில் நிகழ்வில் சடங்கு செய்பவர்களும் இருப்பர். காப்பு கட்டுகிறவர், திரளைக் கொடுப்பவர், அம்மன் ஆட்டம் ஆடுபவர், வேதாள ஆட்டம் ஆடுகிறவர் என்பவர்களும் அடங்குவார்கள்; சடங்கு நிகழ்த்துவார்கள். காப்பு கட்டும் நிகழ்ச்சியை நடத்தி முடிந்த பின்னர் உடம்பிலிருந்து ஒரு சொட்டு ரத்தத்தைக் கொடுத்த பிறகுதான் கோவிலில் உயிர்ப் பலி கொடுக்க முடியும்.

திரளைக் கொடுப்பவர் சுடுகாட்டில் அந்தச் சடங்கைச் செய்துமுடித்தபின்பு முக்கிய தெய்வத்திற்குப் பூசை கொடுக்க முடியும். இதுபோன்ற சடங்குகள் நாடகத் தன்மையுடன் நிகழ்த்திக் காட்டப்படுகின்றன. கணியான் ஆட்டம் தென் மாவட்டங்களில் மட்டுமே நிகழ்கிறது. இக்கலையின் சடங்குகளும் வட்டாரத் தன்மை உடையவை. இந்த வட்டாரப் பண்பாட்டைப் பொதுமைப் படுத்த முடியாது. இது நம்பிக்கைசார்ந்த விஷயம்.

வில்லுப்பாட்டு என்ற கலை நிகழ்வில் வரத்துப்பாடுவது சடங்குக் கூறாகவே கொள்ளப்படுகிறது. சாமியாடி ஆட வேண்டுமென்றால் வரத்துப்பாட்டு வேண்டும். வரத்துப்பாட்டு என்பது முக்கிய தெய்வத்தை வரவழைத்தல் என்னும் பொருளில் வழங்குவது.

கழுவேற்ற விழா கூத்து திருச்சிராப்பள்ளிப் பகுதியில் காத்தவராயன் என்னும் தெய்வம் குடிகொண்டிருக்கும் இடங்களில் நடக்கிறது. ஒருவகையில் காத்தவராயன் கதையை நடத்திக் காட்டுவதே இந்தக் கலையின் அம்சம். இந்தக் கலை ஊரையே ஆடுகளமாகக் கொண்டு நடப்பது. இதில் நடிப்பவர்கள் தொழில்முறை கலைஞர்கள் அல்லர்; மரபுவழிக் கலைஞர்கள் ஆவர்.

சாமி ஆடுபவருக்கு மரபு எப்படி முக்கியமோ அதுபோலவே கலையை நிகழ்த்துகிறவர்களுக்கும் மரபு முக்கியம். இது கலைகளுக்கும் பொருந்தும் (எ.கா வாசாப்பு நாடகம் இரணியன் நாடகம்) கழுவேற்றவிழாக் கூத்தில் காத்தவராயனாக நடிப்பவர் காமாட்சி அம்மனின் மகனாகக் கருதப்படுகிறார். இந்தக் கலை நிகழ்வின்போது அவர் நடிகர் அல்லர், கடவுளாகக் கருதப்படுகிறார். இதனாலேயே இக்கலை வாழ்கிறது.

தமிழகத்தில் சடங்குகள்சார்ந்த கலைகள் பெரும்பாலும் மறையவில்லை. ஏதோ ஒருவகையில் எங்கோ ஒரு இடத்தில் வாழ்ந்துகொண்டிருக்கிறது. கோவில் நம்பிக்கையும் அவற்றின் வழிபாடும் இந்தக் கலையைக் காப்பாற்றுகின்றன. எப்போது இந்த நம்பிக்கையும் வழிபாடும் பண்பாட்டின் கூறுகளிலிருந்து விடைபெறுகின்றனவோ அப்போது இந்தக் கலைகளும் விடைபெற்றுவிடும்.

பொழுதுபோக்குக்காக நிகழ்த்தும் கலைகளாக 58 கலைகள் உள்ளன. துணை ஆக்கங்களில் பலவும் இதில் அடங்கும். இவற்றிற்குச் சடங்குக்கூறுகள் இல்லை. இவற்றின் பெரும்பாலானவை இப்போது அழிந்துவிட்டன. இப்படியான அழிவிற்குப் பல காரணங்கள் உள்ளன.

இக்கலையைப் பார்க்கிறவர்கள் இல்லாமல் ஆனது, கலைஞர்களுக்கு ஆதரவு இல்லாமல் ஆனது, வருமானம் இல்லாமலானது, கலை நிகழ்த்தும் பொருள்களை வாங்க முடியாத நிலைமை போன்ற காரணங்களைச் சொல்லலாம். இந்தக் கலைகளிலும் சில சாதிசார்ந்து உள்ளன (கழைக்கூத்து). இந்தச் சாதிகளின் முன்னேற்றம் கலையின் அழிவுக்கு ஒரு காரணம்.

சில கலைகளில் சாதியும் சமூகமும் உட்பிரிவுகளும் விமர்சனத்துக்கு உள்ளாக்கப்பட்டதால் அப்படிப்பட்ட கலைகள் முழுக்கவும் நின்றுவிட்டன. (எ.கா வண்ணான் வண்ணாத்தி கூத்து,) அண்மையில் மதுரை நீதிமன்றம் குறவன் குறத்தி ஆட்டத்தைத் தடை செய்து உத்தரவு பிறப்பித்திருக்கிறது. இனி

அந்தக் கலை நடக்காது. இந்த வகைக் கலைகள் எதிர்காலத்தில் அழிந்துபோகலாம்.

புராண இதிகாசம் தொடர்பான கலைகள் 12 அளவில் (தோல்பாவைக்கூத்து, பகல் வேஷம்) உள்ளன. இவற்றின் பார்வையாளர்களும் குறைந்து வருகிறார்கள். இந்தக் கலைகளை நிகழ்த்தும் முறை சாதாரணப் பார்வையாளர்களுக்கு அந்நியப் பட்டு இருக்கிறது. சினிமாவையும் தொலைக்காட்சியும் பார்த்த பார்வையாளன் இந்த வகைக் கலைகளின் ரசனயிலிருந்து விடுபட்டு விட்டான்.

போர்க் கலைகளான நாட்டார் நிகழ்த்துக் கலைகளுக்கு இப்போதும் ஆதரவு இருக்கிறது. ஆறுக்கு மேற்பட்ட கலைகளில் களரி, சிலம்பம், கழியலாட்டம் போன்றவை இன்றும் நிகழ்ந்துகொண்டிருக்கின்றன. இவை கலை என்பதைவிட உடற்பயிற்சிக்கு உரியதாக இருப்பதும் ஒரு காரணம்.

**கேரளப் பல்கலைக்கழக கருத்தரங்குப் பேச்சு, ஜூலை 2023**

# 21

## கேரள இசைக்கருவிகளில் தமிழின் அடையாளம்

தமிழகத்திற்கும் கேரளத்திற்கும் உள்ள உறவு தாய் சேய் உறவு என்னும் பழைய கருத்தாக்கத்தை அறிஞர்களில் சிலர் 60க்குப் பின் மறுக்க ஆரம்பித்துவிட்டனர். 1968இல் வெளிவந்த மலையாள இலக்கிய வரலாற்றில் பி.கே. பரமேஸ்வரன் நாயர் இதைச் சாதாரண மலையாளிகளுக்குத் தெரியும்படி விளக்கிக் கூறியுள்ளார்.

சங்க காலத்தில் தமிழகத்தின் ஒரு பகுதியாக இருந்த சேர நாட்டில் மலையாளம் கிளை மொழியாக இருந்தது. ஆட்சி மொழி, இலக்கிய மொழி, தொடர்பு மொழியெல்லாம் தமிழ் என்பதில் கேரளா ஆராய்ச்சியாளர்களிடம் பெருமளவில் கருத்து வேறுபாடு இல்லை. 9 ஆம் நூற்றாண்டில் மலையாளம் தனி மொழியாகப் பிரிந்தது என்பது பி.கே. பரமேஸ்வரன் நாயரின் வாதம்.

மூல திராவிட மொழிகளிலிருந்து மலையாளம் தனியாகப் பிரிந்து தனிமொழி ஆகிய பின்னர் தனக்கு என ஒரு உருவத்தை அடைந்தது. அந்த நிலையில் தமிழ், சமஸ்கிருதம் ஆகிய இரண்டின் ஆதிக்கத்திற்குக் கட்டுப்பட்டு வளர்ந்தது. இச்செயல்பாடு கி.பி.10-15ஆம் நூற்றாண்டுகளில் நடந்திருக்கலாம். இந்தக் காலகட்டத்திற்குப் பின் நம்பூதிரிகளின் செல்வாக்கால் சமஸ்கிருதம் கலந்த மலையாளத்தின் இலக்கணம் உருவானது (லீலா

திலகம் மலையாள இலக்கண நூல் 15ஆம் நூற்றாண்டு). இதன்பின் மலையாளம் அடுத்தபடியை நோக்கிச் சென்றது.

கேரளத்தில் வட்டெழுத்து 18ஆம் நூற்றாண்டுவரை வழக்கில் இருந்தது. சமஸ்கிருதத்தை எழுதுவதற்கு கிரந்த எழுத்தைப் பயன்படுத்தினர். இந்த எழுத்து வடிவம் பிற்காலத்தில் மலையாள எழுத்து வடிவத்தை உருவாக்கக் காரணமானது. மலையாள நெடுங்கணக்கு உருவான காலகட்டம் கி.பி. 9ஆம் நூற்றாண்டு என்பது ஒரு கணிப்பு.

மலையாள இலக்கிய வரலாற்று ஆசிரியர்கள் இளங்கோவடிகளைத் தங்கள் மண்ணின் படைப்பாளி என்று கொள்ளுகின்றனர். சங்க நூலான பதிற்றுப்பத்து சேர அரசனுக்கு உரிய நூல். ஐயனாரிதனார் (கி.பி.7 நூற்) கேரளத்தைச் சார்ந்தவர். சேரமான் பெருமாள் நாயனார், விறல் மீண்ட நாயனார் இருவரும் மலையாள லிபி உருவாகும் முன்னரே கேரளத்தில் பிறந்தவர்கள். மேலும் வேணாற்றடிகள், குலசேகர ஆழ்வார் போன்ற சிலரைத் தமிழில் எழுதிய மலையாளிகளாகவே கேரள வரலாற்று ஆசிரியர்கள் கருதுகிறார்கள்.

இப்படியான செய்திகளைச் சொல்லுகின்ற மலையாள இலக்கிய ஆய்வாளர்கள் கேரளத்தின் வழிபாடு, பண்பாடு, விழாக்கள், இசைக்கருவிகள், நாட்டார் கலைகள், நெறிமுறைப்படுத்தப்பட்ட கலைகள், சடங்குகள், தெய்வங்கள், தொன்மங்கள், வழக்காறுகள் போன்றவற்றில் தமிழின் செல்வாக்கு இருப்பதை முழுமையாகச் சொல்லாமல் கடந்து செல்கிறார்கள்.

கேரளப் பண்பாட்டில் கலந்திருக்கும் தமிழ் அடையாளங்களை இன்றும் தேட முடியும். முக்கியமாக கேரள நாட்டார் கலைகளின் பின்னணியாக உள்ள சில இசைக் கருவிகளும் நெறிப்படுத்தப்பட்ட கலைகளின் பின்னணியாக உள்ள இசைக் கருவிகள் சிலவும் தமிழ் மண்ணுக்கு உரிமை உடையவையென்றும் இவை பண்டைய கேரளத்தில் வழக்கில் இருந்தவையென்றும் கூற முடியும்.

கேரள இசைக்கருவிகளை விரிவாக ஆராய்ந்த அறிஞர் எல்.எஸ்.ராஜகோபால் பண்டைய கேரளத்தில் வழக்கில் இருந்த அதாவது தமிழகத்தின் ஒரு பகுதியாக இருந்த காலகட்டத்தில் வழக்கில் இருந்த இசைக்கருவிகள் இன்றும் புழக்கத்தில் உள்ளன, இவை ஆரம்பகால தமிழகத்திற்கு உரியவை என்கிறார் (Temple Musical Instruements of Kerala 2010). மேலும் கேரளத்தில் மரபு வழியே இசைக்கப்பட்ட இசைக்கருவிகளுக்கு ஒரு வரலாறு உண்டு. இவை இந்திய இசைக்கருவிகளின் பண்பாட்டுடன்

ஒத்துப்போனவை. ஆனால் இப்போது இந்த இசைக்கருவிகள் பெரும் மாற்றத்தை அடைந்துவிட்டன என்றும் சொல்கிறார்.

இரண்டாயிரம் ஆண்டுகளுக்கு முற்பட்ட சேர நாட்டு – பழம் கேரளத்து இலக்கியமான சிலப்பதிகாரத்தில் சொல்லப்பட்ட இசைக்கருவிகள் இன்றும் கேரளத்தில் வழக்கில் உள்ளன. இப்போதும் கேரளத்தில் வழக்கில் உள்ள இடக்கா, மத்தளம், உடுக்கை, திமிலை, மிளவு, பறை, துடி ஆகியன சில உதாரணங்கள். இவை சிலப்பதிகார காலத்தில் வழங்கியவை என்கிறார் ராஜகோபால் (மேற்படி). இவர் மேலும் ஆரம்பகால மலையாள இலக்கியங்களில் சொல்லப்படும் இசைக்கருவிகள் சிலவும் பழம் தமிழகத்தில் வழக்கில் இருந்தன என்கிறார்.

மலையாளத் தூது நூல்களில் பழமையானதாகக் கருதப் படும். உண்ணுலி சந்தேசம் என்ற நூல் கிபி 14ஆம் நூற்றாண்டினது என்று ஊகிக்கிறார்கள். இது மணிப்பிரவாள சிறு காப்பியம். இவ்விலக்கியத்தில் சொல்லப்படும் வேணு, வீணை, நந்துன்னி போன்ற இசைக்கருவிகள் தமிழகத்திலும் வழக்கில் இருந்தன.

உண்ணுலி சந்தேசம் கூறும் சாரங்கம் என்ற இசைக்கருவி பழைய திருநெல்வேலி மாவட்டம் குற்றாலம், தென்காசி கோவில்களுடன் தொடர்புடையன. இந்த நூலில் தூது செல்கின்ற ஆதித்ய வர்மா வேணாட்டை ஆண்டவர். இவரது ஆட்சியில் செங்கோட்டை, களக்காடு போன்ற பகுதிகள் வேணாட்டுடன் இணைந்திருந்தன.

கேரளத்தில் வழக்கில் இருந்த அமரகோசம் என்னும் சமஸ்கிருத அகராதியில் குறிப்பிடப்படும் சில இசைக்கருவிகள் தமரு (கடும் துடி) திண்டிமம் (பறை செண்டை) ஜீவரராஜா (ஒருவகை பறை) போன்றன கேரளத்திற்கும் தமிழகத்திற்கும் பொதுவான இசைக்கருவிகளாக இருந்தவை.

சங்கர பணிக்கர் எழுதிய மலையாள மகாபாரத பாட்டில் குருசேத்திர போரின்போது பலவகையான இசைக்கருவிகள் இசைத்ததாகக் குறிப்பு வருகிறது. இந்த இசைக்கருவிகளில் பெரும்பாலானவை வியாசரின் காவியத்தில் உள்ளவை. முரசு, பறை, பாதகம், துடி, சங்கு, தமருகம், நகரா, வீணை, குழல், சாரங்கம், இடக்கா, உடுக்கு என சில இசைக்கருவிகள் கேரளத்திலும் தமிழகத்திலும் வழக்கில் இருந்தன. இந்த இசைக் கருவிகளில் சில பழம் தமிழகத்தில் இருந்தவை என்று காட்ட இலக்கியச் சான்றுகள் உள்ளன.

சந்த்ரோஸ்வம் என்னும் மலையாள இலக்கிய நூலில் தப்பு என்னும் இசைக்கருவி பற்றிய குறிப்பு வருகிறது. மலையாள

நாட்டார் பாடல்களிலும் தப்பு பற்றிய செய்தி வருகிறது. குழந்தைகள் பாடும் மலையாள நாட்டார் பாடல் ஒன்று,

> தப்போ தப்போ தப்பிணி
> தப்போ தப்போ தப்பிணி
> தப்பு சிலிங்கிலும் தாளம் சிலுங்கிலும்
> தப்பறை தொட்டிவலன்று வரும்னே

என்று கூறும்.

மலையாளக் கவிஞரான குஞ்சன் நம்பியார் (1705-1770) துள்ளல் பாட்டின் ஆரம்ப கர்த்தாவாகக் கருதப்படுகிறார். இவர் சாக்கியர் கூத்துக்கு எதிராக 'ஓட்டம் துள்ளல்' என்னும் கலை வடிவத்தை உருவாக்கியவர். இந்தக் கலை நாட்டார் கலை வடிவங்களின் கூறுகளைக் கொண்டது. இவரது துள்ளல் பாடல்களில் கூறப்படும் இசைக்கருவிகளில் சில தமிழகத்துக்கு உரியவை (முகவீணை, முரசு, கட்ட குழல்).

கேரள நாட்டார் கலைகளுக்கும் கேரள நெறிப்படுத்தப் பட்ட கலைகளுக்கும் தொடர்பு உண்டு. கொடுத்து வாங்கிய மரபு கேரளத்திற்கு உண்டு. அதைப் பெருமையாகக் கருதும் மனநிலை அவர்களுக்கு உண்டு. தமிழக நாட்டார் கலைகளுக்குரிய இசைக் கருவிகள் நெறிப்படுத்தப்பட்ட கலைகளிலும் பயன்படுத்தப் படுகின்றன. ஆனால் இதை சாத்திரிய சங்கீதக்காரர்கள் ஒத்துக் கொள்வதில்லை.

கேரள நாட்டார் மரபில் தாள வாத்தியங்கள் முக்கியமாகக் கருதப்படுகின்றன. இந்த வாத்தியங்கள் காளி அல்லது பெண் தெய்வங்களின் அருளைக் கூட்டுவதற்கு உதவுகின்றன. இதே போக்கைத் தமிழக நாட்டார் தெய்வப் பண்பாட்டிலும் காண முடியும். தமிழக நாட்டார் தெய்வ விழாக்களில் சாமி ஆடுகின்ற வர்களின் அருளைக் கூட்டுவதற்கு இசைக்கருவிகளின் இயக்கம் வேண்டும். தென்தமிழ் மாவட்டங்களில் இதற்காகக் கதைப் பாடல்களில் உள்ள குறிப்பிட்ட வரிகளைப் பாடுவார்கள். இது வரத்துப்பாட்டு எனப்படும். இதே தன்மை கேரள வெளிச்சப்பாடுகளின் ஆட்டத்திலும் உண்டு. ஆனால் இங்கு சற்று வேறுபாடும் இருக்கிறது.

கேரள நாட்டார் மரபிலும், நெறிப்படுத்தப்பட்ட இசை மரபிலும் பயன்படுத்தப்படும் இசைக்கருவிகளைப் பற்றி விரிவாக ஆராய்ந்திருக்கிறார்கள். இந்த இசைக் கருவிகள் கோவில்விழா, தாந்த்ரீகச்சடங்கு, சோபனப்பாட்டு, கோவில் விழா ஊர்வலம், சடங்கு ஊர்வலம் (செண்டை), பிரதட்சணம்

(பஞ்ச வாத்தியங்கள்), கதகளி, ஓட்டல் துள்ளல், கூடியாட்டம் ஆகிய கலைகளுக்கு உரியவை.

ஒடுக்கப்பட்ட மக்களின் விழாச் சடங்குகள், நாகர் வழிபாடு, புள்ளுவன் பாட்டு, காளி வழிபாடு, (குறுப்பு) ஐயப்பன் பாட்டு வேட்டைக்காரன் பாட்டு ஆகியவற்றுக்கு உரியவை

கேரளத்தில் நெறிப்படுத்தப்பட்ட கோவில்களில் நடக்கும் தாந்திரிக ஆகமச் சடங்குகள் தமிழ்நாட்டுக் கோவில்களில் நடக்காதவை (விதிவிலக்கு கன்னியாகுமரி மாவட்டம்). தாந்திரிகப் பூசையில் கலச பூஜை, ஸ்ரீ பூத பலி, ஸ்ரீபலி, பிரதட்சணா ஆகிய சடங்குகளுக்குப் பின்னணியாக இசைக்கப்படும் பாணி (திமிலை) பாணி மறம், சேங்கிலை, சங்கு போன்றவை பழம் தமிழகத்துடன் தொடர்புடைய இசைக்கருவிகளாகும்.

நெறிப்படுத்தப்பட்ட கோவில்களில் காலைநேரத்தில் கருவறையில் பிரசன்ன பூசை நடக்கும்போது சோபனப்படியின் அருகே பாடப்படும் பாட்டுக்குப் பின்னணியாக அடிக்கப் படும் இசைக்கருவிகள் தமிழ் மரபில் உள்ளவை.

கேரளத்தின் அடையாளமான செண்டை என்ற இசைக் கருவியில் அடிக்கப்படும் அடிவகைகளில் பாண்டி மேளமும் ஒன்று. இது மட்டும் கோவிலுக்கு வெளியே அடிக்கப்பட வேண்டும் என்பது மரபு. இதன் தாளக்கட்டு, தமிழக இசை மரபுடன் தொடர்புடையது.

கேரள நாட்டார் இசைக் கருவிகளாக இலைத்தாளம், உடுக்கு, இடக்கா, அர மணி, ஒத்தக்குழல், கிண்கிணி, கிண்ணம், கொக்கரை, கோல் மணி , கொம்பு ,கொம்பு வாடயம், குலுங்குழல், கோல் குடம், சங்கு, செண்டை, சுத்த மத்தளம், சிப்பளாக்கட்டை, செங்கிலை தாளம், சிலம்பு, துடி, திமிலை, தப்பு, நகரா, நந்துன்னி, பறை, பாணி, புள்ளுவன் குடம், புள்ளுவன் வீணை, மிளவு வில், வீராணம் எனச் சிலவற்றைக் கூறலாம். இவற்றில் பல வைதீகக் கோவில்களிலும் வழக்கில் இருப்பவை. இந்த இசைக் கருவிகளில் இடக்கா, மிளவு, திமிலை, துடி, பறை, வில் ஆகிய இசைக்கருவிகளுடனான தமிழ் அடையாளங்களை மாதிரிக் காகப் பார்ப்போம்.

இடக்கா என்னும் கேரளத்து இசைக்கருவி பஞ்ச வாத்தியங் களில் ஒன்று. சோபன சங்கீத நிகழ்ச்சிகளில் பயன்படுத்தப் படுவது. இது தெய்வீக வாத்தியம்; மங்கல இசைக்கருவி; நடராஜ பெருமானால் கொடுக்கப்பட்டது. சிவனின் கையில் உள்ள துடி என்னும் இசைக்கருவியே இடக்கா ஆகும்; அது ஒரு தொன்மம்.

இவை இயக்கப்படாத காலத்தில் கருவறையின் முன்பகுதியில் தொங்கவிடப்பட வேண்டும் என்பது நியதி.

ஒரு காலத்தில் கேரளத்தின் எல்லா கோவில்களிலும் அத்தாள பூசைகளிலும் (இரவு நேர பூசை) சோபன சங்கீதம் பாடும் போதும் இடக்கா அடிக்கப்பட்டது இன்று இந்த வழக்கம் குறைந்து வருகிறது. இதைத் தோளில் தொங்க விட்டபடி நின்று அடிப்பர். கூடி ஆட்டம், கதகளி, மோகினி ஆட்டம், கிருஷ்ணன் ஆட்டம் போன்ற கலைகளுக்குரிய கருவி இது. கதகளி நிகழ்வில் பெண் கதாபாத்திரம் வரும்போது இடக்காவை அடிப்பர். அப்போது செண்டை ஒலிக்காது.

கூடி ஆட்டத்தில் மிளவு இசைக்கருவிக்கு உதவியாக இடக்கா அடிக்கப்படும். சோபன சங்கீதம் பாடும்போது இதனுடன் இலைத்தாளம் அடிப்பது ஒரு மரபு. இந்த இசைக்கருவி யிலிருந்து மென்மையான பல்வேறு சப்தங்களை உருவாக்க முடியும். வட கேரளத்தில் இதுபற்றிய தொன்மம் நிறைய உண்டு.

இடக்கா என்னும் இசைக்கருவி உடுக்குக் கருவியின் அமைப்பை ஒத்தது. இது 8 அல்லது 8.5 இஞ்ச் நீளமுடையது. இதன் உடல் பகுதி கருங்காலி அல்லது பலா மரத்தால் செய்யப்பட்டிருக்கும்; இதன் இரண்டு புறவட்ட வடிவப் பகுதியில் மாட்டுத்தோல் பொருத்தப்பட்டிருக்கும். இந்த வட்டம் 4 முதல்–4½ இஞ்ச் விட்டம் உடையது. இந்த வட்டத்திலுள்ள துளைகளும் கயிற்றால் பின்னப்பட்டிருக்கும். இடக்கா இசைக்கருவியை வலது கையால் அடிப்பர்.

இந்த இசைக்கருவி பற்றி ராஜகோபாலன் குறிப்பிடும் போது, "இது பழைய மலையாள இலக்கியங்களில் குறிப்பிடப் படுகிறது. இதன் பெயர் தமிழ் மரபில் இருந்து வந்தது" என்கிறார். இவர் சாரங்க தேவரின் 'சங்கீத ரத்னாகரம்' என்ற நூலில் ஹூக்கா, டாக்கா என்னும் பல பெயர்களால் இது குறிப்பிடப்படுகிறது என்றும் கூறுகிறார்.

தமிழில் இடக்காவை ஆவந்தி என்னும் பெயரால் குறிப்பிடுகிறார்கள். சிலப்பதிகாரம் அரங்கேற்றுக் காதையில் வரும் குயிலுவ மாக்கள் என்னும் சொல்லுக்கு அடியார்க்கு நல்லார் (வரி 130) "குயிலுவர் என்பவர் இடக்கா முதலிய இசைக்கருவிகளை இசைப்பவர்" என்கிறார். இதே காதையில் ஆமந்திரிகை என்னும் இசைக்கருவியின் பெயருக்கு (வரி 143) இடக்கை எனப்பொருள் கொள்ளுகிறார். அத்தோடு அடியார்க்கு நல்லார் இது நின்று அடிக்கும் கருவி என்றும் குறிப்பிடுகிறார்.

அரங்கேற்றுக் காதையில் வரும் 'தாழ் குழல் தண்ணுமை'க்கு (வரி 27) பொருள் கூறும்போது அடியார்க்கு நல்லார் இடக்கா, குடமுழா, தமருகம், சந்திர வளையம் முதலான தோலிசைக் கருவிகளின் பெயர்களைக் குறிப்பிடுகிறார் இங்கு குறிப்பிடப் படும் இசைக்கருவிகள் கேரளத்தில் இப்போதும் வழக்கில் உள்ளன. ஊர்காண் காதையில் (வரி 151) "கூடிய குயிலுவை கருவியும் உணர்ந்து" என்ற வரிக்கு அடியார்க்கு நல்லார் உத்தம தோல் இசைக்கருவிகள் சிலவற்றைப் பட்டியல் இடுகிறார். இவற்றில் இடக்கையும் உண்டு (சிலப்பதிகாரம் – உ.வே.சா. பதிப்பு 1960).

அடியார்க்கு நல்லாரை ஆதரித்தவன் பொம்பண்ணன் காங்கேயன் என்ற வள்ளல் ஆவான். இதுபற்றிச் சிறப்புப் பாயிரத்தில் ஒரு குறிப்பு வருகிறது. இந்த வள்ளல் விஷ்ணுவர்த்தனின் படைத் தலைவன். இவனது காலம் கி.பி. 12ஆம் நூற்றாண்டு. எனவே அடியார்க்கு நல்லாரும் 12ஆம் நூற்றாண்டினர் என்று ஊகிக்க லாம். இக்காலம் மலையாள மொழி உருவாகி வரும் காலம். முதல் இலக்கணம் இக்காலத்தில் உருவாகவில்லை. இக்காலத்தில் இடக்கை என்ற இசைக்கருவி தமிழகத்தில் வழக்கில் இருந்திருக் கிறது என்று தெரிகிறது.

மிளவு என்று அழைக்கப்படும் இசைக்கருவி பழம்தமிழருக்கு மிகவும் உரிமை உடையதாக இருந்தாலும் கேரள கோவில் களுக்குரிய கூடி ஆட்டத்தின் இசைக்கருவி ஆகிவிட்டது. கேரளத்து நாட்டார் வழக்காற்றியல் ஆய்வாளர்கள் கணக்குப்படி இந்த மிளவு ஆயிரம் ஆண்டுகளுக்கு முற்பட்ட இசைக்கருவி. ராஜகோபாலின் கூற்றுப்படி இது தமிழனுக்கு உரிய இசைக்கருவி (மேற்படி பக். 59).

இந்த இசைக்கருவி தமிழகத்தில் அகழாய்வில் கிடைத்த தாழிப்பானை போன்ற வடிவில் அமைந்தது. ஒருவகையில் முட்டையைப் போன்ற வடிவம் உடையது. ஒரு காலத்தில் இது மண்ணால் செய்யப்பட்டது. திருச்சூர் மாவட்டங்களில் மண் மிளவு வடிவம் இப்போதும் உள்ளது.

இன்றைய நிலையில் இதைச் செம்புத்தகடால் வடிவமைக் கின்றனர். மண் மிளாவை விட செம்பு நன்கு ஒலிக்கும் தன்மை உடையது என்று சொல்லுகிறார்கள். மிளவு கருவியின் வாய்ப் பகுதி தோலால் மூடப்பட்டிருக்கும். திருச்சூர் வடக்கு நாதர் கோவில் கூத்தம்பலம் மிளவு மூன்று அடி உயரமுடையது. வாய்ப்பகுதி ஆறு இன்ச் விட்டம் உடையது.

மிளவைத் தெய்வீகத் தன்மையுடையதாகக் கருது கிறார்கள். அதனால் இதைச் சில இடங்களில் தர்ப்பைப் புல்லின் மேல் வைக்கும் வழக்கம் உள்ளது. இதை வைப்பதற்கென்று சட்டக்கூடு உண்டு. கேரளத்தில் நம்பியார் சாதியினரே மிளவு கருவியை அடிக்கிறார்கள். ஆட்டத்தின் பின்னணியாக அடிக்கப்படும் இந்த இசைக்கருவிக்குச் சரியான மரியாதை உண்டு. கூடியாட்டம் சமஸ்கிருத நாடகக் கலப்பால் உருவானது. அதனால் இந்த ஆட்டம் தெய்வத்தன்மை உடையதாகக் கருதப்படுகிறது. இதற்குப் பின்னணியான குடமுழவும் புனிதமான தாகக் கருதப்படுகிறது.

கேரளத்து மிளவு தமிழில் முழவு எனப்பட்டது. பழைய உரையாசிரியர்கள் முழவுக்குத் தடாரி, குடமுழா, வீரமத்தளம், மத்தளம் முரசு, பணை என்றெல்லாம் பொருள் சொல்லு கிறார்கள். தமிழ் லெக்சிகன் முழவு என்பதற்குக் குடமுழா என்று பொருள் கூறுகிறது.

தமிழக முழவு கருவியின் வரலாறு 2000 ஆண்டுகளுக்கு முன் செல்கிறது. சேரமான் பெருஞ்சேரலாதன் சோழன் கரிகால் பெருவளத்தானுடன் போரிட்டுப் புண்பட்டு நாணி வடக்கிருந்தான். அப்போது கழாத்தலையார் என்ற புலவர் "மண் முழா மறப்ப பண்யாழ் மறப்ப" என்று பாடுகிறார் (புறம் 65). இங்கு குறிப்பிடப்படும் அரசன் சேர நாட்டைச் சார்ந்தவன். அவனது நாட்டில் மண்முழவு இருந்திருப்பதற்கு இந்தப் பாடல் சான்று.

'மலைபடுகடாம்' என்ற நூலில் ஓரிடத்தில் (370–372) மண் முழவு அடிக்கப் பயன்படும் கம்பை ஊன்றுகோலாகக் கொண்டு சென்றது பற்றிய குறிப்பு வருகிறது. இதனால் இக்கருவியின் முகப்பகுதியை அடிப்பதற்கு நீண்ட கம்பைப் பயன்படுத்தியதாகக் கொள்ளலாம். முழவு அதிரும் ஒலி உடையது எனப் பட்டினப்பாலை குறிப்பிடுகிறது (157). அகநானூறு, மணிமேகலை போன்ற நூல்கள் மணமுழா என்று குறிப்பிடு கின்றன. தேவாரம் முதலிய பக்திப் பாடல்களில் குடமுழா என்று குறிப்பிடப்படுகிறது.

சிலப்பதிகார உரையாசிரியர் அடியார்க்குநல்லார் (3–27) அகமுழவு, அகப்புறம் முழவு, புறப்புற முழவு, பண்ணுமை முழவு, நாண் முழவு, காலை முழவு என ஐந்து வகையைக் கூறுகின்றார். கல்லாடம் ஐந்து முகமுள்ள (பஞ்சமுக) முழுவு பற்றிக் குறிப்பிடுகிறது அருணகிரிநாதர் இதைக் 'குட பஞ்சமுகி' என்பார். இதில் உள்ள ஐந்து முகங்களையும் அடிக்கின்ற போது வேறு வேறு ஓசை வெளிப்படும் என்கிறார்.

எழும்பூர் அருங்காட்சியகத்தில் ஐந்து முகமுள்ள முழவு உள்ளது. இந்த முழவு திருவாரூரில் இருந்து கிடைத்தது; இதைப் பாரிசைவர் என்ற ஜாதியினர் அடித்தனர் என்ற குறிப்பு உள்ளது. பஞ்சமுக முழவில் உள்ள ஐந்து முகமும் சிவனின் ஐந்து முகங்களாகவும் உடல் பகுதி பெண்ணாகவும் கருதப்படும். ஐந்து முகங்களில் ஒன்று தோல் போர்த்தப்பட்டிருக்கும்.

சிதம்பரம் கோவிலில் பஞ்சமுக முழவுச் சிற்பம் உள்ளது. தமிழகத்தில் திருத்துறைப்பூண்டி, திருவாரூர், திருவானைக்கா கோவில்களில் பஞ்சமுக முழவு இருந்தது. திருத்துறைப்பூண்டி தியாகராஜர் கோவில் விழாவில் குடமுழா இசைக்கப்பட்டது. தமிழகத்தில் பரவலாக வழக்கில் இருந்த முழவு இப்போது கேரளத்திற்கு உரிய இசைக்கருவி ஆகிவிட்டது. தமிழகத்தில் இதன் பழைய அடையாளத்தை அருங்காட்சியகத்தில்தான் தேட வேண்டியிருக்கிறது.

கேரள தாந்திரீகப் பூசையுடன் தொடர்புடைய பஞ்ச வாத்தியங்கள் சங்கு , திமிலா, கொம்பு, இடக்கா, இலைத்தாளம் ஆகியன. இதில் பாணி, இடக்கா, செண்டை (வலப்புறம் மட்டும் அடிப்பது) சேங்கிலை, தாளம், சங்கு ஆகியனவும் அடங்கும்.

இந்த வாத்தியங்கள் சடங்குகளின் நிலைக்கு ஏற்ப மாறும். திக் பாலர்களின் சடங்குகள் வழிபாடு ஆகியவற்றில் சிறப்பான தாளம் உண்டு. சேவாங்க பஞ்ச வாத்தியத்தில் திமிலை, இடக்கா, கொம்பு, இலைத்தாளம், சங்கு ஆகியன இருக்கும்

தமிழனின் பழைய இசைக்கருவியான திமிலை இப்போது கேரளத்திற்குரிய வாத்தியம் ஆகிவிட்டது. பஞ்ச வாத்தியங்களில் ஒன்றான இந்தக் கருவியின் ஓசையை ஓங்காரச் சத்தத்திற்குச் சமமாகக் கூறுகிறார்கள். திமிலைக்குப் பாணி என்ற பெயர் உண்டு. என்றாலும் பாணி திமிலியை விடச் சற்று நீண்டது. இந்த இரண்டு கருவிகளும் கன்னியாகுமரி மாவட்டக் கோவில்கள் சிலவற்றில் இப்போதும் வழக்கத்தில் உள்ளன.

திமிலை பெரிய நீண்ட உடுக்கு போன்ற கருவி. உடல் பகுதி இரண்டடி நீளம் இருக்கும். வாய்ப்பகுதி ஆறு இஞ்ச் விட்டம் உடையது. இது மாட்டுத்தோலால் மூடப்பட்டிருக்கும். வாய்ப் பகுதிகள் தோல் வாரால் இழுத்துக் கட்டப்பட்டிருக்கும். இந்தக் கருவியை இடது தோளில் தொங்கவிட்டு ஒரு முகத்தில் இரண்டு கைகளாலும் அடித்து இயக்குவர். கேரளக் கோவில் சடங்கு களில் பெருமளவில் இடம்பெற்றுள்ள இக்கருவி தமிழர்களுக்கு உரியது.

சிலப்பதிகாரம் அரங்கேற்றுக்குக் காதையில் தாழ்குரல் தண்ணுமை உரைகூறும்போது அடியார்க்கு நல்லார் பேரிகை முதலாக 31 இசைக்கருவிகளின் பெயர்களைச் சொல்லுகிறார். (உ.வே.சா. சிலப்பதிகாரம் 1960 பக். 105) இவற்றில் திமிலையும் அடங்கும். பெரியபுராணத்தில் எறிபத்த நாயனார் புராணத்தில், 'வியன் குடி திமிலை' என வருகிறது (பாடல் 31). திருவாசகம் திமிலை நான்மறைசேர் திருப்பெருந்துறை எனக் கூறும். அருணகிரிநாதரின் திருப்புகழில் திமிலை பல இடங்களில் குறிப்பிடப்படுகிறது.

தஞ்சை தில்லைத்தானம் கோவில் கல்வெட்டில் திமிலையின் பெயர் வருகிறது. இது முதல் ஆதித்த சோழன் காலம் (ஆர். ஆளவந்தார் தமிழர் தோலிசைக்கருவிகள்; உலகத் தமிழ் ஆராய்ச்சி நிறுவனம் 1981, பக். 48) பிற்காலச் சோழர் காலத்தில் திமிலை பக்க வாத்தியமாக இருந்திருக்கிறது. இதற்குச் சிற்பங்களில் சான்று உண்டு. திருப்புள்ள மங்கை ஆலந்துறை நாதர் கோவில் தூண் ஒன்றில் பெண் ஒருத்தி திமிலை அடிக்கும் சிற்பம் உள்ளது.

தாராசுரம் கோவிலில் பஞ்ச வாத்தியமான பாணி (திமிலை) அடிக்கும் ஆண் சிற்பம் உள்ளது. திருநெல்வேலி நெல்லையப்பர் கோவில் தெற்கு மதில் சுவர் பாணி சிற்பம், திருவிடைமருதூர் மருதப்பெருமாள் கோவிலில் திமிலை அடிக்கும் பெண் சிற்பம் ஆகியவை குறிப்பிடத்தகுந்த சிற்பங்கள். தமிழகத்தின் இசைக்கருவி திமிலை என்பதற்கு இவை சான்றுகள்.

திருக்கோவிலூர் கீழூர் கிராமம் வீரட்டானேஸ்வரர் கோவில் கருவறை வடக்குச் சுவர் கல்வெட்டு, 'கரடிகை தொகுதியும் கை மணி பகுதியும் முருடியல் திமிலை முயக்கமும்' எனக் கூறும். இதில் கோவிலில் திமிலை அடிப்பதற்கு நிபந்தம் கொடுத்த செய்தி உள்ளது. செங்கல்பட்டு ஆனூர் திருவங்காட்டு பசுபதி ஈஸ்வரர் கோவிலில் திமிலை அடிக்கப்பட்டதற்கு முதல் ராஜராஜனின் கல்வெட்டுச் சான்று உண்டு. இதுபோன்ற செய்திகள் பிற்காலச் சோழர் காலத்தில் தமிழகக் கோவில்களில் திமிலை அடிக்கப் பட்டதற்கு உதாரணங்கள். ஆனால் இன்று திமிலை கேரளத்தின் அடையாளமாகிவிட்டது.

கேரளத்தில் பறை என்ற இசைக்கருவி பாணர் போன்ற ஒடுக்கப்பட்ட சமூகத்தினரிடம் வழக்கத்தில் உள்ளது (Rajagopal P.105). இங்கு ஒரு சாதிக்குரிய கலையாக இது அடையாளப் படுத்தப்படவில்லை. இந்த இசைக் கருவியைச் சாதிகளின் தன்மைக்கேற்ப வேறுபட்ட அடையாளத்துடன் காண்கிறார்கள் (சிறுபறை வேலன் பறை).

கேரளத்தில் நெல் அளக்கும் கருவி ஒன்றுக்குப் பறை என்னும் பெயர் உண்டு. இது மூன்று லிட்டர் அளவு கொண்டது. இந்தக் கருவி செண்டை போன்ற அமைப்புடையது. கேரள பறை இசைக் கருவியும் செண்டை போன்ற இருமுக இசைக் கருவியும் மாட்டுத்தோல் பொருத்தப்பட்டவையாகும்.

கேரளத்தில் தப்பு என்ற இசைக்கருவி வழக்கில் உள்ளது. இது தமிழகத்தின் தப்பு அல்லது பறை போன்றது. தமிழக தப்பு ஒரு முகத்தில் மாட்டுத் தோலால் மூடப்பட்டிருக்கும். ஒரு வகையில் தமிழகத்தின் கணியான் ஆட்டக்காரர்களின் மகுடம் போன்றது கேரளத்தப்பு. திருச்சூர் மாவட்டத்தில் இதைச் செட்டி வாடயம் என்று சொல்லுகிறார்கள். கொங்கிணி மொழி பேசும் குடிமிச்செட்டி (இவர்கள் மூப்பன் எனவும் படுவர்) இதை மகோடை என்பர்.

கேரள ஓண விழாவில் நடக்கும் காவடியாட்டம் புலி ஆட்டம் போன்றவற்றின் பின்னணியாகத் தப்பு அடிக்கப்படு கிறது. கேரளத்தின் சில பகுதிகளில் தப்பை முறி செண்டை என்கிறார்கள். வட கேரளப் பகுதிகளில் நாட்டார் பாடல்களைப் பாடுவதற்கு இதைப் பயன்படுத்துகிறார்கள்.

தமிழ் மரபில் பறை (தப்பு) என்ற இசைக்கருவி பழமை யானது மட்டுமல்ல பல்வேறு சடங்குகளிலும் பண்பாட்டிலும் இரண்டறக் கலந்துவிட்டது. தொல்காப்பியர் பொருளதிகாரத்தில் பறையைக் கருப்பொருளாகக் குறிப்பிடுகிறார் (தெய்வம், உணாவே மா, மரம், புட்பறை). இந்தப் பறை செறு கோட்பறை (முல்லை), வெறியாட்டுப்பறை, தொண்டகப்பறை (குறிஞ்சி), ஆறலைப்பறை (பாலை), நெல்லரிப்பறை (மருதம்) என்றும் பழம் தமிழ் மரபில் குறிப்பிடுகிறார்கள். இவை பெருமளவில் மேற்கோளாகக் காட்டப்படுகின்றன.

ஆரம்பகாலத் தமிழகத்தின் ஒரு பகுதியாக இருந்த சேர நாட்டு மண்ணின் கலையாகப் பறை இருந்திருக்க வேண்டும். இசைக்கருவிகளின் இலக்கணம் கூறும் பஞ்சமரபு போன்ற சமஸ்கிருத நூல்கள் பறையை வன்மைக் கருவி, கடைக் கருவி எனக் குறிப்பிட்டிருப்பதால் ஆகம மரபிலிருந்து பறை ஒதுக்கப்பட்டி ருக்கலாம்.

கேரளத்தில் இப்போதும் பயன்பாட்டில் உள்ள வில் என்ற இசைக்கருவி இரண்டு வகைகளில் உள்ளது. முதல் வகை தமிழகத்திற்குத் தொடர்பில்லாதது. ஓணவில் என்ற இசைக் கருவி போர்க்கருவியான வில் போன்றது. மூங்கில் அல்லது பனங்கம்பை வளைத்துச் செய்யப்படுவது. இது மூன்றடி நீளம்

இருக்கும். நரம்புக் கருவி ஓண விழா, கும்மட்டிக்களி ஆகியவற்றில் இடம் பெறுவது.

திருசூர் ஓணவிழா நாட்டார் மரபுடன் தொடர்புடையது. ஓணவிழாவில் சிறுவர்கள் மருந்துச் செடியான கும்பட்டிப் புல் அல்லது வாழை இலையால் உடம்பை மறைத்துக்கொண்டு முகத்தில் குரங்கு, பேய், பூதம், கிழவி போன்ற முகமூடிகள் அணிந்து கூட்டமாய்ப் பாடிக்கொண்டும் ஆடிக்கொண்டும் செல்வார்கள். இதற்குப் பின்னணியாக ஓணவில் இசைக்கப்படும்.

திருவனந்தபுரம் மணக்காடு பகவதி கோவில், கொல்லம் நெடுமங்காடு போன்ற இடங்களில் அம்மன் கோவில்களில் நடக்கும் வில்பாட்டு அல்லது வில்லடிச்சான் பாட்டு, தமிழகத் தென்மாவட்டங்களில் நிகழ்த்தப்படும் வில்லிசைக் கலை வடிவம் என்பதில் சந்தேகம் இல்லை *(Raja Gopal P100).*

கேரள வில்லிசைக் கலைக்குரிய மலையாளக் கதைப் பாடல்களைத் தெக்கன் பாட்டுக்கள் என்கிறார்கள் இவற்றை மலையாள இலக்கியமாகக் கொள்கிறார்கள். கள்ளியங்காட்டு நீலி கதை உலகுடையார் பாட்டு போன்று 18 மலையாளக் கதைப் பாடல்கள் உளளன. இவையெல்லாமே தமிழ் வில்லுப்பாட்டின் மாற்று வடிவங்கள். இவற்றைத் திக்குறிச்சி கங்காதரன் நாயர் என்பவர் பதிப்பித்திருக்கிறார். (திருவனந்தபுரம் 2003) மகாகவி உள்ளூர் பரமேஸ்வரர் ஐயர் தன் மலையாள இலக்கிய வரலாற்றில் கேரள வில்லுப்பாட்டுக் கதைகளை இலக்கியமாகவே கூறு கிறார். இந்தக் கதைகளும் தமிழிலிருந்து மலையாளத்திற்குச் சென்றவைதாம்.

கேரள தமிழின் அடையாளத்தைக் கேரள இசைக் கருவிகளிலும் தேடலாம். இது பற்றிய விரிவான ஆய்வு வந்த தாகத் தெரியவில்லை. இளைய தலைமுறையினர் இதைச் செய்யலாம்.

***இந்து தமிழ் திசை,* 14 மே 2023**

# 22

# டாக்டர் பட்டங்கள், விருதுகள், பாராட்டுகள்

மொழிபெயர்ப்பாளரான பேராசிரிய நண்பர் ஒருவர் பணிஓய்வு பெற்றபின் சொந்த ஊருக்கு வந்துவிட்டார். ஒருமுறை அவரைப் பார்க்கப் போன சமயத்தில் ஒரு விஷயத்தைச் சொன்னார். அவரிடம் சேலத்திலிருந்து ஒருவர் தொலைபேசியில் பேசியிருக்கிறார். நண்பர், தான் கேட்டதை அப்படியே சொன்னார்:

'நாங்கள் இலக்கிய சமூக வரலாற்று ஆய்வு மையம் ஒன்றை நடத்துகிறோம். இதன்வழி இந்த ஆண்டு கலைஞர்களுக்குக் கௌரவ டாக்டர் பட்டம் கொடுக்கத் தீர்மானித்துள்ளோம். இந்தப் பட்டியலில் நீங்களும் இருக்கிறீர்கள். உங்கள் மொழிபெயர்ப்புக்கு விருது கொடுக்க நீங்கள் 25,000 ரூபாய் அனுப்ப வேண்டும். இந்தத் தொகைக்குச் சமமான பரிசை பட்டம் தரும் விழாவில் தந்து விடுவோம்' என்றாராம்.

நண்பர் பாராட்டு வேண்டாம் என்று மறுத்துவிட்டாராம். சேலத்து ஆள் விடவில்லை; திரும்பத்திரும்ப நண்பரை அழைத்திருக்கிறார். பேராசிரிய நண்பருக்குக் கோபம் வந்துவிட்டது. கடுமையாகப் பேசியிருக்கிறார். "நீங்கள் ஏமாற்றுப் பேர்வழி என்பது தெரியும். இனி பேசினால் சட்டப்படி நடவடிக்கை எடுப்பேன்" என்றாராம். அத்தோடு பேச்சு நின்றது.

அவருக்கு மட்டுமல்ல, வேறு பலருக்கும் இந்த அனுபவம் உண்டு. டாக்டர் பட்ட பரிந்துரைக் கடிதத்தை மொத்தமாய் உதாசீனம் செய்தவர்களும் உண்டு. நான் இப்படியாக வந்த சில கடிதங்களைப் படித்தேன். எல்லாவற்றிலும் ஒரு பொதுப்பண்பு இருந்தாலும் முகவரிகள் வெவ்வேறானவை. பெரும்பாலும் தமிழகத்தில் இரண்டு அல்லது மூன்று பேர் இந்த ஏமாற்று வேலையைச் செய்து கொண்டிருக்கிறார்கள். இதன் கேந்திரம் சேலம், பாண்டிச்சேரி, பெங்களூர் போன்ற நகரங்கள்; வேறு இருக்கலாம், தெரியவில்லை.

டாக்டர் பட்டம் தருவதாக அல்லது விருது கொடுக்கப் போவதாக வரும் கடிதங்களில் குறிப்பிட்ட நடிகர், அரசியல்வாதி, எழுத்தாளர் தலைமையில் இவருக்குப் பட்டம் வழங்கப்போவ தாகச் செய்தி இருக்கும். இந்தியாவில் கொடுக்கப்படும் டாக்டர் பட்டத்திற்கு ஒரு தொகை, வெளிநாட்டுப் பட்டத்திற்கு அதிகம் தொகை என்றும் கடிதத்தில் குறிப்பிடப்பட்டிருக்கும். இதற்காகச் சில ஏஜண்டுகள் இருக்கிறார்கள். இவர்களே டாக்டர் பட்ட விரும்பிகளைத் தேடிப்பிடிக்கிறார்கள்.

இந்த மாதிரி நவீன ஏமாற்றுத்தனம் பற்றிய வழக்கு எதுவும் பதிவாகவில்லை. ஊடகங்களிலும் செய்தி வரவில்லை; துணுக்குக்கூட வரவில்லை. இப்படியாக வரும் கடிதங்கள் குளோபல் பல்கலைக்கழகம், யூனிவர்சல் பல்கலைக்கழகம், ருத்ராட்ச பல்கலைக்கழகம் என்னும் பெயரில் இருக்கும். இவற்றின் பொறுப்பாளர்கள் யார்யார் என்று தெரியவில்லை.

இப்படியான பட்டமளிப்பு விருதும் பாராட்டும் தலைவர்கள், கட்சிக்காரர்கள், நடிகர்கள், வியாபாரிகள் என யாரையுமே பாதிக்காததால் அவை பொருட்படுத்தப்படவில்லை என்று தோன்றுகிறது. இந்த மாதிரி டாக்டர் பட்டம் வாங்கியவர்கள் சிலர் சமீபகாலத்தில் தங்கள் பெயருக்கு முன்னால் முனைவர் என்றுபோட்டுக்கொள்கிறார்கள். பெரும்பாலும் கிராமியக் கலைஞர்களிடம் இந்த வழக்கம் உள்ளது.

குறிப்பிட்ட தலைப்பில் மூன்று அல்லது ஐந்து ஆண்டுகள் ஒரு பேராசிரியரின் வழிகாட்டுதலில் ஆய்வுசெய்து ஆய்வறிக்கை சமர்ப்பித்து வாங்கும் பட்டம் பி.எச்டி. பட்டம். இந்தப் பட்டத்தை வாங்கியவர்கள் முனைவர் என்று போட்டுக்கொள்கிறார்கள். இந்தச் சொல் தொல்காப்பியம் பொருளதிகாரத்தில் இருக்கிறது. இதற்கு அகராதிப் பொருள் கடவுள் என்பது. தலைவர் முனிவர் என்னும் பொருள்களும் உள்ளன. பி.எச்டி பட்டம் முனைந்து பெறுவதால் முனைவர்

ஆகியிருக்கலாம். இதை யார் முதலில் பயன்படுத்தினார்கள் என்று தெரியவில்லை.

பி.எச்டி. ஆய்வறிக்கை சமர்ப்பித்தவர்கள் மட்டுமே பயன்படுத்துவதற்காக உருப்பெற்ற முனைவர் பட்டம் இப்போது உருமாறிவிட்டது. இலங்கையில் இந்தப் பட்டத்தைக் கலாநிதி, பண்டாரகர் என்று சொல்லுகிறார்கள். உழைத்து மட்டுமே வாங்குவது இந்த பி.எச்டி. பட்டம் (இதைப் பணம் கொடுத்து வாங்குகிறார்கள். சிபாரிசு அல்லாமல் பல்கலைக்கழகம் செய்யும் டாக்டர் பட்டமும் உண்டு)

படைப்பு, அறிவியல், சமூகம், இலக்கிய ஆய்வு என்னும் செயல்பாடுகளில் உச்சத்தைத் தொட்ட அறிஞர்களுக்கும் அரசியல்வாதிகளுக்கும் நடிகர்களுக்கும் கொடுக்கப்படுவது இந்த டாக்டர் பட்டம். (இதையும் சிபாரிசு அல்லது வலிந்து பெறுவதுண்டு; இதை இங்கு பேச வேண்டாம்) கௌரவ டாக்டர் பட்டம் கொடுக்கப்படுவதற்கு வல்லுநர் குழு முக்கியம்.

இந்த இரண்டும் அல்லாத டாக்டர் பட்டம் உண்டு. இது மிகச் சுலபமாகக் கிடைக்கிறது. பணமும் தரகர் ஒருவரும் இருந்தால் போதும், தகுதியை அவர்கள் கண்டுபிடித்துக் கொள்வார்கள். இதற்குரிய பணம் பேரம் பேசப்படும். பெரும் பாலும் ரூபாய் பத்தாயிரம் முதல் ஐம்பதாயிரம்வரை செலவாகும். வெளிநாட்டுப் பல்கலைக்கழகப் பட்டத்திற்கு இன்னும் அதிகம்.

இந்தக் கௌரவ டாக்டர் பட்டத்திற்குரிய சான்றிதழ் அரசு பல்கலைக்கழகங்கள் வழங்கும் சான்றிதழ் போலவே இருக்கும். பட்டம் வழங்கும்போது பெறுபவர் நேரடியாகச் செல்லலாம். அப்போது அணிய வேண்டிய கவுன்கூடக் கொடுப்பார்கள். சுமார் 40 ஆண்டுகளுக்கு முன்பு பிரபலமான வார இதழ் ஒன்று இப்படிப் பட்டம் கொடுக்க ஒருவரை உண்மையாய்க் காட்சிப்படுத்திய போது அன்றைய அரசோ பல்கலைக்கழகங்களோ பெரிது படுத்தவில்லை.

இன்று நிலை வேறு. தீவிரமாகச் செயல்படும் தமிழ் அறிஞர்களோ ஆய்வாளர்களோ தரமான படிப்பாளிகளோ யாரும் ஏமாறவில்லை. இவர்களைத் தரகர்கள் அணுகியபோது எதிர்வினையாற்றிப் புறந்தள்ளியிருக்கிறார்கள்.

இந்த டாக்டர் பட்டத்திற்காகப் பணத்தைக் கொடுத்து ஏமாறுகிறவர்கள் மிகப் பெரும்பாலோர் கிராமியக் கலைஞர்களும் மூன்றாம் தர எழுத்தாளர்களும்தான். மூன்று ஆண்டுகளுக்கு

முன்பு கிராமியக்கலைஞர் ஒருவர் இறந்தபோது அவருக்குச் சொந்தமான ஏடுகளையும் கையெழுத்துப் பிரதிகளையும் விலை கொடுத்து வாங்கச் சென்றிருந்தேன். அப்போது அவர் பெற்ற டாக்டர் சான்றிதழைப் பார்த்தேன் 'American Biographical Institue' என்ற அமைப்பின் வழி பெற்ற டாக்டர் சான்றிதழ் இருந்தது. அதன் முகவரி நியூயார்க் என்றிருந்தது. 2015இல் இதற்காக அவர் கொடுத்த பணம் ரூபாய் 28 ஆயிரம் என்று கேள்விப் பட்டேன். இந்தக் கலைஞர் சராசரியான ஆள். தன் மனைவியின் நகையை அடகு வைத்துப் பட்டம் வாங்கினார் என்பதையும் அறிந்தேன்.

*காக்கைச் சிறகினிலே பிப்ரவரி 2022*

# 23

## வில்லிசைக் கலைஞர் சாத்தூர் பிச்சைக்குட்டி
## (1922-1971)

ஒருமுறை சென்னையில் சாத்தூர் பிச்சைக்குட்டி வில்லிசை நிகழ்ச்சி நடத்தினார். கலைவாணர் என்.எஸ். கிருஷ்ணன், டி.ஏ. மதுரம் பார்வையாளர்களாக இருந்தார்கள். நிகழ்ச்சி முடிந்ததும் கூட்டம் கலைந்தது. கலைவாணரும் அவருடைய மனைவி மதுரமும் வேறு சிலரும் மேடையிலே ஏறினார்கள்.

பிச்சைக்குட்டியின் துணைக் கலைஞர்கள் இசைக்கருவிகளை அதற்குரிய உறைகளில் போட்டுக் கொண்டிருந்தார்கள். ஒருவர் நீண்ட வில்லை இரண்டாக ஒடித்து அதற்குரிய பட்டுத்துணி உறையில் போட்டார். டி.ஏ. மதுரம் இது என்ன வில்லை இரண்டாக உடைத்து விட்டாரே என்று அச்சத்துடன் கேட்டார். கலைவாணர், "உனக்கு அது தெரியாதா? ராமன் சீதையைக் கல்யாணம் செய்யும் போது வில்லை ஒடித்தான். ஜனகன், ஒடிந்த வில் எனக்கு வேண்டாம். நீ அயோத்திக்குக் கொண்டுபோ என்றான். உடனே இராமன் பரவா யில்லை, சாத்தூர் பிச்சைக்குட்டியிடம் ஒடிந்த வில்லைக்கொடுத்து விடலாம். அவர் பாதுகாப்பார் என்றானாம். ஜனகனும் அப்படியே செய்யலாம் என்றானாம். அப்படி வந்த வில் இது," என்றாராம். சுற்றி நின்றவர்கள் ஒரேயடியாகச் சிரித்தார்கள். பிச்சைக் குட்டி ஒரு பேட்டியில் தன் மறக்க முடியாத அனுபவம் இது என்று சொல்லியிருக்கிறார்.

எஸ்.பி. பிச்சைக்குட்டி (1922–1971) என்னும் சங்கரலிங்கம் பார்வதிநாதன் பிச்சைக்குட்டியின் சொந்த ஊர் கோவில்பட்டி. பணியின் காரணமாக, சாத்தூரில் குடியேறினார். அந்தப் பெயரே அவருக்கு முன்னொட்டாக மாறிவிட்டது. இவர் ஆரம்பத்தில் படித்தது கோவில்பட்டி அரசு பள்ளியில். பள்ளி இறுதி வகுப்பு முடிந்ததும் அரசு ஆசிரியர் பயிற்சிக் கல்லூரியில் படித்திருக்கிறார்.

பின்னர் சென்னைப் பல்கலைக்கழகம் வழி இண்டர்மீடியட் படித்திருக்கிறார்.

பள்ளிப்படிப்பு முடிந்தபின் தனிப்பட்ட சில தமிழ் ஆசிரியர்களிடம் கம்பன், பாரதி என படித்தார். அந்தக் காலத்தில் கோவில்பட்டியில் பெட்டிக்கடை நடத்திய கந்தசாமி செட்டியார் தமிழ் இலக்கியங்களை நுட்பமாகப் படித்தவராக இருந்தார். இவரைத் தேடி விளாத்திகுளம் சுவாமிகள் என்பவர் வருவார். இவர் கர்நாடக சங்கீதம் அறிந்தவர். இவர்கள் இருவரிடமும் பிச்சைக் குட்டி முறையாகப் படித்திருக்கிறார்.

சைவ சித்தாந்த நூல்பதிப்புக் கழகம் வெளியிட்ட திருக்குறள் பரிமேலழகர் உரைநூலுக்கு முகவுரை எழுதிய கந்தசாமி முதலியார் சாத்தூர் பிச்சைக்குட்டியுடன் தொடர்புடையவர். அவரிடமும் பாடம் கேட்டிருக்கிறார்.

இவர் ஆசிரியர் பயிற்சி முடிந்ததும் சாத்தூர் அருகேயுள்ள தியாகராஜபுரம் என்ற ஊர்ப் பள்ளிக்கூடத்தில் பணிக்குச் சேர்ந்தார். இங்கு இரண்டு ஆண்டுகள் வேலை பார்த்தார். பின்னர் சாத்தூர் அருகே உள்ள மேலக்கரந்தை ஊரிலுள்ள ஆயிர வைசியர் நடுநிலைப்பள்ளியில் வேலைக்குச் சேர்ந்தார். ஐந்து ஆண்டுகள் பணி செய்தார். பிச்சைக்குட்டிக்கும் பள்ளி நிர்வாகத்திற்கும் இடையில் ஏற்பட்ட மனத்தாங்கல் காரணமாக வேலையை விட்டார். மொத்தமே ஐந்து ஆண்டுகள்தான் ஆசிரியராக இருந்திருக்கிறார்.

பிச்சைக்குட்டி பற்றி எழுதிய இதழ்களும் பத்திரிகைகளும் அவரை டாக்டர் என்று குறிப்பிடுகின்றன. இதைப் படித்துவிட்டு ஒரு கட்டுரையாசிரியர் இவருக்குத் தமிழக பல்கலைக்கழகம் ஒன்று டாக்டர் பட்டம் வழங்கியது என்றுகூட எழுதியிருக்கிறார். ஆனால் அது தவறான செய்தி.

பிச்சைக்குட்டி ஹோமியோபதி மருத்துவம் முறைப்படியாகப் படித்துச் சான்றிதழ் பெற்றிருக்கிறார். அலோபதி மருத்துவம் தெரியும். இதில் கொஞ்சம் அனுபவம் உண்டு. இவர் தன் ஜீவனத்திற்காக மருத்துவத் தொழிலை நடத்தியிருக்கிறார்.

இதனால் சாத்தூர் வட்டாரத்தில் பொது மக்கள் இவரை டாக்டர் என்று அழைத்தனர். இந்தப் பட்டம் இவருக்கு நிலைத்து விட்டது.

பிச்சைக் குட்டி பிறவிக் கலைஞரோ மரபுவழிக் கலைஞரோ அல்லர். அவர் வில்லிசைக் கலைஞராக வந்ததற்குத் தற்காலிக மான ஒரு நிகழ்ச்சிதான் காரணம். 1948இல் சாத்தூர் பகுதியில் காலரா நோய் பரவலாக இருந்தது. அரசு எந்திரம் தீவிரமாகச் செயல்பட்டாலும் ஊர் மக்கள் காலரா பரவியது அம்மனின் குற்றம் என்று நம்பினர். சாத்தூர் மாரியம்மன் கோவிலில் விழா நடத்தினர். அதற்குத் திருநெல்வேலி வில்லிசைக் கலைஞர் ஐயன் பிள்ளை வந்திருந்தார். அந்தக் காலத்தில் நாஞ்சில்நாட்டு சுந்தரம் பிள்ளை திருநெல்வேலி ஐயம் பிள்ளை. இருவரும் பிரபலமான கலைஞர்கள்.

பிச்சைக்குட்டி ஐயன் பிள்ளையின் வில்லிசை நிகழ்ச்சியைத் தொடர்ந்து கேட்டிருக்கிறார். வில்லிசைக் கலையில் பெரும் ஈர்ப்பு வந்ததற்கு இந்த நிகழ்ச்சி முக்கிய காரணம். ஏற்கெனவே மரபுவழிக் கவிதைப் பயிற்சியும் இசைப்புலமையும் நல்ல சாரீரமும் உடைய பிச்சைக் குட்டிக்குத் தானே வில்லிசை நிகழ்ச்சி நடத்தலாம் என்ற நம்பிக்கை வந்தது.

இவர் ஆரம்ப காலத்தில் தன் மாணவர்களுக்கு வில்லிசைக் கலையைப் பயிற்சி அளித்திருக்கிறார். அவர்களுடன் மேடையி லிருந்து பாடியிருக்கிறார். இது மூன்று ஆண்டுகள் நடந்திருக்கலாம். அவர் முறைப்படி மேடையேற ஆரம்பித்தது 1953இல்தான். அப்போது தேர்தல் சமயம். இவர் முத்துராமலிங்கத் தேவரை ஆதரித்து நிகழ்ச்சி நடத்தியிருக்கிறார். இது கோவில்பட்டி அருகே மேலைக் கரந்தை என்ற கிராமத்தில் நடந்தது. இதன்பிறகு 1971 வரை முழுநேரக் கலைஞராக இருந்திருக்கிறார். 49 வயதுவரை வாழ்ந்த இந்தக் கலைஞர் 17 ஆண்டுகளில் 2000க்கும் மேற்பட்ட நிகழ்ச்சிகளை நடத்தியிருக்கிறார்.

இவர் வில்லிசை வேந்தர் (குன்றக்குடி அடிகள்) வில்லிசை பிரவீண (சுவாமி சிவானந்தா) கலைமாமணி (1970 தமிழக அரசு) போன்ற பல விருதுகளைப் பெற்றிருக்கிறார். பிச்சைக்குட்டி தான் வாழ்ந்த காலத்தில் தீவிரமான படைப்பாளிகள், பிரபலமான விமர்சகர்கள், அரசியல் கட்சிப் பிரமுகர்கள் எனப் பலராலும் பாராட்டும்படி வாழ்ந்திருக்கிறார்.

டி.கே. சிதம்பரநாத முதலியார் இல்லஸ்ட்ரேட் வீக்கிலி இதழில் (1953) சாத்தூர் இசைக்கலைஞர் என்னும் தலைப்பில் விரிவான ஒரு கட்டுரை எழுதியிருக்கிறார். இதில் வில்லுப்பாட்டு

என்னும் நாட்டுப்புறக் கலையைச் சாதாரண பாமர மக்களிடம் கொண்டு சென்றவர் இவர் எனக் குறிப்பிடுகிறார்.

டி.கே.சி. மட்டுமல்ல கல்கி கிருஷ்ணமூர்த்தி, பி.டி ராஜன், என்.எஸ். கிருஷ்ணன், குன்றக்குடி அடிகளார், சாமிநாத சர்மா ம.பொ.சி., தி.க. சண்முகம், பி.ஸ்ரீ., கொத்தமங்கலம் சுப்பு எனப் பலரும் இவரது ரசிகர்கள்.

தீவிர இலக்கியவாதிகளிடமும் நாட்டுப்புறக் கலைகளின் பார்வையாளர்களிடமும் பிரபலமான நாயகன் என இவரை எழுத்தாளர் சங்கம் பாராட்டியிருக்கிறது (ஜனசக்தி 1959 அக் 24, தினமலர் 1959 அக். 24).

ஐம்பதுகளின் இறுதியில் இவரது நிகழ்ச்சியைப் பார்க்க மிகச் சிறிய கிராமங்களிலிருந்து மாட்டு வண்டியிலே மக்கள் வந்திருக்கிறார்கள். திரைப்பட நடிகர் எஸ்.எஸ். ராஜேந்திரன் வில்லிசைக் கலையை பிச்சைக்குட்டியிடம் கற்றிருக்கிறார்.

தமிழகத்தில் மட்டுமல்ல மலேசியா, சிங்கப்பூர், இலங்கை போன்ற நாடுகளிலும் பிச்சைக்குட்டி நிகழ்ச்சி நடத்தியிருக்கிறார். அங்கே மக்கள் இவருக்குப் பாராட்டு கொடுத்திருக்கிறார்கள். அங்குள்ள தமிழ்ப் பத்திரிகைகள் இவரைப் பேட்டி கண்டுள்ளன.

இந்தியாவில் பம்பாய், கல்கத்தா, தில்லி, ரிஷிகேஷ் என பல இடங்களுக்கும் சென்றிருக்கிறார். அங்கேயும் தமிழ் மக்கள் இவரைப் பாராட்டியிருக்கிறார்கள்.

பிச்சைக்குட்டி நடத்தியவற்றில் கண்ணகி கதை, பாரதியின் பாஞ்சாலி சபதம், இந்திய சுதந்திர வரலாறு, கட்டபொம்மனின் கதை, காந்தி மகான் கதை போன்றவை முக்கியமானவை. மற்ற கலைஞரிடம் இருந்து இவர் வித்தியாசமானவர். குறிப்பாக நாட்டார் கலைஞர்களிடம் இருந்து முழுக்கவும் வேறுபட்டவர்.

இவர் புதுமைப்பித்தனின் வாசகர். அவரை முழுக்கவும் படித்தவர். மலேசிய பத்திரிக்கை ஒன்றின் பேட்டியில் எனக்குப் பிடித்த படைப்பாளி புதுமைப்பித்தன் என்கிறார். கி. ராஜநாராயணன் தாமரை இதழுக்காகப் பேட்டிகண்ட போதும் இதையே அழுத்தமாகச் சொல்லியிருக்கிறார்.

புதுமைப்பித்தன் நினைவு நிகழ்வு திருநெல்வேலியில் நடந்தபோது (1952) புதுமைப்பித்தனின் வாழ்க்கை வரலாற்றை வில்லுப்பாட்டாகப் பாடியிருக்கிறார். இதில் புதுமைப்பித்தனின் சில சிறுகதைகளையும் (அகலிகை, கடவுளும் கந்தசாமி பிள்ளையும், சாபவிமோசனம்) விரிவாகச் சொல்லியிருக்கிறார்.

இந்த நிகழ்ச்சிக்குத் திருநெல்வேலிப் பகுதியில் உள்ள தீவிர படிப்பாளிகள் வந்திருக்கிறார்கள்; தரையில் உட்கார்ந்து நிகழ்ச்சியைக் கேட்டிருக்கிறார்கள்.

பிச்சைச் குட்டி சிறுவயதில் நாட்டார் பாடல்களைச் சேகரித்திருக்கிறார். இவருக்குக் கர்நாடக இசையும் தெரியும். முறைப்படி தமிழ் இலக்கியங்களையும் கற்றவர். கவிதை எழுதவும் தெரியும். இதனால் வில்லுப்பாட்டில் சில மாற்றங்களைக் கொண்டு வந்திருக்கிறார். வில்லிசை நிகழ்ச்சியில் நீண்டநேரம் பாட வேண்டும் என்பதையும் அதன் மரபையும் தளர்த்தினார்.

மூன்று மணி நேர நிகழ்ச்சி என்பதை நடைமுறையில் கொண்டு வந்தார். முக்கிய பாடகர்கள் பாடும்போது இசைக் கருவிகள் மெல்ல ஒலிக்க வேண்டும். பாடல், விளக்கம் இரண்டையும் சொல்லும்போது தெளிவு வேண்டும், ரசிகர்களுக்குப் புரிய வேண்டும். உடுக்கு, குடம், டோலக்கு, ஹார்மோனியம் என்னும் இசைக்கருவிகளை இவர் பயன்படுத்தினார். ஆனால் இந்த இசைக்கருவிகளை இயக்கியவர்களுக்குச் சில நெறிமுறைகளைக் கற்றுத் தந்திருக்கிறார். இவருக்குக் குடம் அடித்த பூவலிங்கம், உடுக்கு அடித்த மீனாட்சிசுந்தரம், ஐயப்பன் போன்ற கலைஞர்கள் இவரைப்பற்றிக் கூறும்போது வில்லுப்பாட்டுக்காரர்களுக்குச் சமூகத்தில் ஒரு மதிப்பை ஏற்படுத்தியவர் என்று கூறியுள்ளனர்.

பிச்சைக்குட்டியைப் பற்றி விரிவாகச் செய்தி சேகரித்த பேராசிரியர் வி.கே.துரை "அரசு, தன் நிகழ்ச்சிக்குரிய பாடல்களை அவரே எழுதுவார், பண்களையும் அவரே அமைப்பார் என்கிறார். ஒருமுறை முக்கூடல் தபி சொக்கலால் பீடி விளம்பரத்திற்காக வீதியில் பாடிச் சென்றவர்களின் பாட்டைக் கேட்டு அதே மெட்டில் ஒரு பாட்டை உருவாக்கியிருக்கிறார். இந்தப் பண்ணுக்குத் தபி சொக்கலால் என்ற பெயரைச் சூட்டியிருக்கிறார். ஒயில் கும்மி பாடல்களைத் தன் நிகழ்ச்சியில் முழுதும் பயன்படுத்தியிருக்கிறார்" என்று சொல்லுகிறார் துரை அரசு.

பிச்சைக் குட்டியின் நூற்றாண்டு நினைவில் ஒரு வேண்டுகோள்: அவர் எழுதிய வில்லிசைப் பாடல்களைத் தேர்ந்தெடுத்து அச்சில் கொண்டுவரலாம்.

உங்கள் நூலகம், ஆகஸ்ட் 2022

## 24

# இயற்கையிலிருந்து எடுத்துக்கொண்டார்கள்

கிராமியக் கலைஞர்களின் இன்றைய கலை நிகழ்ச்சிகளில் பயன்படுத்தப்படும் ஒப்பனைக் கருவிகள், இசைக்கருவிகள், நிகழ்த்தும் முறை, பாடல்களின் இசை வடிவம், மூலப்பனுவல், ஆகியவற்றில் ஏற்பட்ட மாற்றங்களை ஆய்வாளர்கள அங்கங்கே பதிவு செய்திருக்கிறார்கள்; என்றாலும் தமிழகத்தின் கிராமியக் கலை வடிவங்கள் எல்லா வற்றிலும் நிகழ்ந்த வடிவ மாற்றங்கள், கருவிகளின் மாற்றங்கள் என அனைத்தும் பதிவு செய்யப் பட்டனவா என்று தெரியவில்லை.

இன்றைய நிலையில் 80 வயதுக் கலைஞர் களில் சிலரைச் சந்தித்தபோது, "எங்கள் தாத்தா இந்த இசைக்கருவியைப் பயன்படுத்தியதாகச் சொல்லி இருக்கிறார்கள். சில இசைக்கருவிகளை நாங்கள் பயன்படுத்தக் கூடாது என்றும் சொல்லி இருக்கிறார்கள். எங்கள் ஜாதிக்காரங்க சலங்கை கட்டி ஆடக் கூடாது. கோவிலில் நடனமாடும் தேவதாசிகள் மட்டும்தான் சலங்கை கட்டி ஆடலாம். அதனால் எங்கள் முன்னோர்கள் வாகை மரத்தின் நெத்தை கயிற்றில் கோர்த்துக் கட்டிக்கொண்டு ஆடினார்கள்; நாங்கள் அப்படி ஆடவில்லை. ஆனால் தாத்தாக்கள் சொல்லிக் கேட்டிருக்கிறோம்" என்று சொன்னார்கள்.

இன்றைய வயதான கலைஞர்களிடமிருந்து அவர்களின் நேரடி அனுபவத்தைப் பதிவு செய்கின்ற போது பலர் தன் சமகால விஷயங்களையே சொல்லிக்கொண்டு போவதைக் கவனித்திருக்கிறேன்.

உங்கள் தாத்தா காலத்தில் எப்படி நடந்தது என்று கேட்டால் பழைய நினைவைப் பகிர்ந்துகொள்வார்கள். பெரும்பாலும் அது தாத்தா சொல்லிக் கேட்டதாகத்தான் இருக்கும். சிலர் வாய்வழிக் கேட்ட விஷயங்களைத் தம் சமகாலத்தில் நடந்தது மாதிரி சொல்லவும் கேட்டிருக்கிறேன். களஆய்வு செய்கின்ற ஆய்வாளனுக்கு இது ஒரு பிரச்சினை.

மராட்டிய மொழியைத் தாய்மொழியாகக்கொண்ட தோல்பாவைக் கூத்துக் கலைஞர்களில் ஒருவர், "500–600 வருஷம் முன்பே நாங்கள் தமிழ்நாட்டிற்கு வந்துவிட்டோம்; நாங்கள் 17ஆம் தலைமுறை. எங்கள் பகுதியிலிருந்து இந்தக் கலையைக் கொண்டு வந்தோம்," என்று சொன்னார். தமிழகத்தில் மராட்டிய ஆட்சி 1659–1855 ஆண்டுகளில் இருந்தது என்பது வரலாறு. சில தகவலாளிகளின் பேச்சு வரலாற்றுக்கு முரணாக இருந்ததைக் கவனித்திருக்கிறேன்.

தோல்பாவைக் கூத்துக் கலைஞர்களில் எதார்த்தமாக, இயல்பாக பேசுகிறவர்களில் சுப்பையா ராவ், பரமசிவ ராவ், கணபதி ராவ் போன்றோர் முக்கியமானவர்கள் என்று நினைக்கிறேன். இவர்களிடம் நான் சேகரித்த பல விஷயங்களைப் பின்னர் ஒப்பிட்டுப் பார்த்து அவை உண்மை தாம் என்று ஊகித்து இருக்கிறேன்.

எழுபதுகளின் இறுதியில் தோல்பாவைக் கூத்துப் பார்ப்பதற்கு அஞ்சுகிராமம் கிராமத்திற்குச் சென்றபோது சுப்பையா ராவிடம் பேச (1908–1999) முடிந்தது. அப்போது அவர் 75 வயதைத் தாண்டிவிட்டார். அவரது தந்தை கோபால ராவ் (1882–1976), தாத்தா கிருஷ்ண ராவ் (1860–1940) ஆகியோர் சொன்ன விஷயங்களை விரிவாகவே சொன்னார்.

அன்று நான் பார்த்த நல்லதங்காள் கூத்தை சுப்பையாவின் தம்பி பரமசிவ ராவ் நடத்தினார். சுப்பையா ராவ் பின்பாட்டு பாடினார். நிகழ்ச்சி முடிந்தபின் இரவு பத்து மணிக்கு மேல் சாலையோரக் கடையில் ஒன்றாகச் சென்று டிபன் சாப்பிட்டு விட்டுக் கொஞ்ச நேரம் பேசிக் கொண்டிருந்தோம். அந்த மாதிரி சந்தர்ப்பங்கள் கிடைப்பது அரிது. நான் அதற்காகக் காத்திருந்து செய்திகளைச் சேகரித்திருக்கிறேன்.

சுப்பையா ராவ் பழைய விஷயங்களை ரசபாவத்துடன் சொல்லுவார். அன்று அவரது தாத்தா கிருஷ்ண ராவ் சொன்ன விஷயங்களைச் சொன்னார். எனக்கு முக்கியமாக, தோலில் படங்களை வரையும் முறைபற்றி அறிய வேண்டும் என்று தோன்றியது. அதைப்பற்றிக் கேட்டேன்.

தோல்பாவைக் கூத்துக் கலை பற்றியும் கலைஞர் பற்றியும் செய்தி சேகரிக்கிறவர்கள் மின்சாரம் வருவதற்கு முந்திய காலம் அது வந்த பின்பு உள்ள காலம் என்னும் காலகட்டத்தின் அடிப்படையில் செய்தி சேகரித்தால் பகுத்தாய்வதற்கு வசதியாக இருக்கும். ஏற்கெனவே இதுபற்றி மு. ராமசாமி என்னிடம் சொன்னதன் அடிப்படையில் கேள்விப் பட்டியலைத் தயார் செய்திருந்தேன்.

தோல்பாவைகளைச் செய்வதில் ஆட்டுத்தோலை வாங்கியதும் உடனே பதப்படுத்துவது, தோலில் படம் வரைந்து நிறம் கொடுப்பது என்னும் இரண்டு நிலைகளில் பகுத்துக் கொண்டு செய்திகள் சேகரிக்கலாம். இதுவும்கூட இரண்டு காலகட்டங்களில் மாற்றம் அடைந்திருக்கிறது.

தோலில் படம்வரைந்து சாயம் பூசுவதற்குக் கோழிச் சாயம் எனப்படும் (இது ஓலைச்சாயம் எனவும் படும்). ஒரு வகைச் சாயத்தை இப்போது பயன்படுத்துகிறார்கள். இந்தச் சாயப்பொடியில் தண்ணீர் கலந்து வரைவது என்னும் வழக்கம் இருபதாம் நூற்றாண்டின் ஆரம்பத்தில் வந்துவிட்டதை சுப்பையா ராவின் பேட்டியின் வழி ஊகித்துக்கொண்டேன். அதற்கு முன்பு தோலில் நிறம்கொடுக்கும்முறை பற்றி சுப்பையா ராவ், அவரது அண்ணன் கணபதி ராவ் ஆகியோரின் தாத்தா வழிகேட்ட செய்திகள் மூலம் அறிந்துகொண்டேன்.

முந்திய காலங்களில் தோல்பாவைக் கூத்துக்குரிய ஆட்டுத்தோல் இலவசமாகக் கிடைத்தது. அப்போது அதைப் பயன்படுத்தியதற்கு ஒருமுறை இருந்தது. தோலைச் சாதாரண நீரிலோ சுண்ணாம்பு கலந்த நீரிலோ இரண்டு நாட்கள் ஊறவைத்தபின்பு தோலின் மேல் உள்ள ரோமத்தை எளிதாக அகற்றுவார்கள். பின்னர் தோலை வெயிலில் காய வைப்பர். அதற்கும் கூட ஒரு முறை உண்டு.

தோலை இழுத்துக்கட்டி ஆணியடித்து விறைப்பாக ஆகும்படி செய்து காய வைப்பர். அது தகடு போல் ஆகிவிடும். அதன் பிறகு தேவையான படத்தைக் கரித்துண்டால் வரைபடம் போல் வரைவர். சாயம் கொடுத்தபின்பு பட வடிவத்தை உளியால் வெட்டிக்கொள்வர்.

இன்றைய நிலையில் ஏற்கெனவே பதப்படுத்தப்பட்ட ஆயத்தமான தோலை விலைக்கு வாங்கிக்கொள்கிறார்கள். பெரும்பாலும் இசைக்கருவிகள் விற்கும் கடைகளில் பதப்படுத்தப்பட்ட தோல் கிடைக்கிறது.

தோல்பாவைக் கூத்துக் கலைஞர்களிடம் நிறம் கொடுப்பதில் ஒரு வரன்முறை இல்லை. நிறம் அடர்த்தியாக இருக்க வேண்டும். பாவையைத் திரையில் காட்டும் போது ஒளி ஊடுருவ வேண்டும். இந்த எண்ணத்துடனேயே நிறம் கொடுக்கிறார்கள். கருப்பு, நீலம், சிவப்பு, பச்சை போன்றவை அடிப்படை நிறங்கள்.

தமிழகப் பாவைகளின் நிறங்களின் அடிப்படையில் அவை நல்ல பாத்திரங்களா, கெட்ட பாத்திரங்களா என்று பகுக்க முடியவில்லை. வண்ணங்களைக் குறித்த கலைஞர்களின் சிந்தனை சாதாரணமாக உள்ளது. பொதுவாக ராமன் நீலம், பச்சை ஆகிய நிறங்களிலும் பரதன் பச்சை நிறத்திலும் சீதை இலக்குவன் தசரதன் ராவணன் ஆகியோர் சிவப்பு நிறத்திலும் இருப்பதை விரும்புகிறார்கள்.

தமிழகக் கலைஞர்கள் பாவைகளின் நிறங்களைவிட ஆபரணத் துளைகள் போடுவதில் கவனம் செலுத்துகிறார்கள். தோலில் துளைபோடுவதற்கெனச் சிறிய பல்வேறு உளிகளை வைத்திருக்கிறார்கள். ஆபரணத் துவாரங்கள் வழி ஒளி ஊடுருவுவதால் படங்களின் தரம் கூடும் என்றும், இந்தப் பாவைகளைப் பார்வையாளர்கள் விரும்புகிறார்கள் என்றும் கூறுகிறார்கள். பாவைகள் அடர்த்தியில்லாமல் இருந்தால் பார்வையாளர்கள் குறைகூறுகிறார்கள். இதனால் பாவைகளுக்கு அடிக்கடி நிறம் கொடுக்கிறார்கள்.

கறுப்பு நிறப்பொடி தயாரிப்பதற்கென்று ஒருமுறை உண்டு. தூய்மையான வெள்ளைத் துணியில் ஆமணக்கு எண்ணெய் தோய்த்துத் திரியாகச் சுற்றி அகல்விளக்கில் வைத்து ஆமணக்கு எண்ணெய் விட்டு எரிப்பர். விளக்கு நன்றாக எரியும்போது அகன்ற வாயுள்ள மண்சட்டியின் மூடியை விளக்கில் காட்டுவர். கொஞ்ச நேரம் ஆனதும் மண்சட்டியின் உள்பகுதியில் படித்திருக்கும் கரியைப் பனை ஓலையால் சுரண்டிச் சேகரிப்பர். இந்தப் பொடியை வேப்பம் பசையுடன் கலந்து கொஞ்சம் நீர்விட்டுக் குழைத்துப் பயன்படுத்துவர்.

சிவப்பு நிறச் சாயத்தைச் சப்பாத்திக்கள்ளியின் பழத்திலிருந்து எடுப்பர். நன்றாகப் பழுத்த சப்பாத்திக் கள்ளிப் பழத்தில் சிறு ஊசியால் குத்தினால் சிவப்பு திரவம் வழியும். இதைக் கொட்டாங்கச்சி மூடியில் சேகரித்துக்கொள்ளுவர். இதைத் தண்ணீர் சேர்க்காமல் பயன்படுத்துவர். கள்ளிப் பழச்சாறு வயலட் நிறத்தில் இருக்கும். இதில் வேப்பம் பசையைக் கொஞ்சமாகக் கலந்தால் வயலட் தன்மை மாறிச் சிவப்பாகும்.

மஞ்சள் நிறத்துக்குக் கஸ்தூரி மஞ்சளைப் பொடித்தும் பயன்படுத்துவது தோல்பாவைக் கூத்துப் படங்களுக்கு

மட்டுமல்ல, களமெழுத்தும் பாட்டும் கலையைப் போன்ற வேறு நாட்டார் கலைகளுக்கும் பொதுவானது. தோல்பாவைக் கூத்துக் கலைஞர்கள் மஞ்சள் பொடியில் வேப்பம் பசையைக் கலந்து தண்ணீரையும் சேர்த்துக் குழைத்துப் பயன்படுத்துகிறார்கள்.

மஞ்சள் நிறம் சில தோல்களில் ஒட்டாமல் இருப்பதுண்டு. அதனால் பூவரசு மரத்தின் மொட்டின் முனையை அறுத்து விட்டுத் தண்ணீரில் தோய்த்துத் தோலில் வண்ணம் கொடுப்பர். மஞ்சள் பொடியைவிட பூவரசம் மொட்டு இயல்பாக அடர்த்தி யாக இருக்கும். அது எளிமையாகக் கிடைப்பதும்கூட.

நீல நிறத்திற்கு அவுரிச்செடியின் இலையைப் பயன் படுத்தினர். சுப்பையா ராவ் அவுரியைப் பயன்படுத்தும் முறையை மேலோட்டமாகச் சொன்னார். கிழக்கு இந்திய கம்பெனி நூற்பாலைகளுக்குத் துணியில் நீல நிறச் சாயத்திற்கு அவுரியைப் பயன்படுத்திய கதை நீண்ட வரலாறு. அவுரி பயிரிட்டதால் பஞ்சம் வந்தது என்பது வரலாறு. இந்த அவுரி இலையை எப்படி பயன்படுத்தினார்கள் என்று தெரியவில்லை.

பூலாத்தி மரத்தின் பழத்தை நீல வண்ணத்திற்கும் பயன்படுத்துவது உண்டு. 10 முதல் 20 பழங்களை வெள்ளைத் துணியில் வைத்து இறுக்கிக் கட்டிக் கையால் பிழிந்தால் நீல நிறச் சாறு வழியும். அதைச் சேகரித்து வேப்பம்பசை சேர்த்துப் பயன்படுத்தினர்.

வாராய்ச்சி மரத்தின் இலையை இடித்துக் கசக்கிப் பிழிந்து சாற்றை எடுத்து வேப்பம் பசையுடன் சேர்த்துப் பச்சை நிறத்தைத் தயார் செய்தனர். அதில் கருப்புப் பொடியைக் கொஞ்சமாகச் சேர்த்தால் அது கரும் பச்சையாகும். மஞ்சள் பொடியை மிகக் குறைவாகச் சேர்த்தால் இளம் பச்சையாகும்.

வெள்ளை நிறத்துக்குத் தனியாகத் தயாரிப்பு கிடையாது. தோல் நிறத்தை இயல்பாக விட்டுவிடுவர்.

எண்பதுகளின் பாதியில் தோல்பாவைக் கூத்துப் பற்றி விரிவான அறிக்கை தயாரிக்க பல்கலைக்கழகம் மானியம் கிடைத்தபோது பரமசிவ ராவைச் சிக்கெனப் பிடித்துக் கொண்டேன். முக்கியமாக நூறு ஆண்டுகளுக்கு முன்பு பாவைக்கூத்து எப்படி நடந்ததோ அதை மறுபடியும் நடத்த விரும்பினேன். அதற்காக நாகர்கோவில் இருளப்பபுரம் சிவன் கோவில் நிர்வாகிகளிடம் உதவி கேட்டேன். கோவில் வளாகத்தின் உள்ளே நிகழ்ச்சி நடத்த அனுமதித்தார்கள்.

பாவைகளுக்கு உரிய தோலை இயல்பான நிலையில் பதப்படுத்த வேண்டும் என்று பரமசிவ ராவிடம் கேட்டுக்

கொண்டேன். ஆயத்த நிலையில் உள்ள தோலைத் தவிர்க்கச் சொன்னேன். அப்போது வள்ளியூர் அருகே உள்ள ஒற்றைப்பனை சுடலை மாடன் கோவில் விழாவில் நூற்றுக்கணக்கான ஆடுகள் பலி கொடுத்தார்கள். கோவில் சாமியாடியின் மகள் என் மாணவி. அவளது சிபாரிசு பேரில் பத்துக்கும் மேற்பட்ட ஆட்டுத் தோல்களைப் பரமசிவ ராவிற்கு இலவசமாய்ப் பெற்றுக்கொடுத்தேன். சுப்பையா ராவின் உதவியுடன் தோலைப் பதப்படுத்தியபோது கூடவே இருந்தேன்.

தோலில் வண்ணம் தீட்டுவதற்குரிய பொருட்களைச் சேகரிப்பது சிரமமாக இருந்தது. குறிப்பாக, சப்பாத்திக் கள்ளியில் உள்ள பழத்தை எடுப்பது ஒரு சவால். அந்தக் கள்ளிப்புதரில் பாம்புகள் நிறையத் தங்கும். அதனால் அதற்குப் பாம்புக் கள்ளி என்ற பெயரும் உண்டு. பழத்தைப் பறிக்க பரமசிவராவின் மகன் தயங்கினான். நான் பாம்பு பிடிக்கும் புல்லுக்கட்டி நாயக்கர் ஒருவருக்குப் பணம் கொடுத்துச் சப்பாத்திப் பழங்களைப் பறிக்கச் செய்தேன்.

பத்துத் தோல்களில் 18க்கும் மேற்பட்ட கதாபாத்திரங் களை வரைந்தார்கள். நடத்துவதிலும் பழைய முறையைப் பயன்படுத்த வேண்டும் என்று சொன்னேன். கூத்து அரங்கிற்குள் புன்னைக்காய் எண்ணெய் விளக்கைப் பயன்படுத்தினோம். அந்த விளக்குகூட சுப்பையா ராவ் 50களில் பயன்படுத்திய விளக்கின் மாதிரி. அந்த விளக்குப் பிரகாசமாக இருந்தது.

பரமசிவ ராவ் மைக் கூட வேண்டாம் என்று தவிர்த்து விட்டார். குறைவான பார்வையாளர்கள் அன்று இருந்தனர். நிகழ்ச்சி கச்சிதமாக முடிந்துவிட்டது. மின்விளக்கிலேயே பழகிய பார்வையாளர்களுக்குப் புன்னக்காய் எண்ணெய் விளக்குப் பிரச்சினையாக இருக்கவில்லை. ஒருவிதத்தில் சொல்லப்போனால் பாவைகளில் ஒளி ஊடுருவுவதற்குப் பாவை அசைவிற்கு எண்ணெய் விளக்கு நன்றாக இருந்தது. பார்வையாளர்களிடம் இதுபற்றி நான் கேட்டபோது அவர்கள் பாவைகளைப் பார்ப்பதில் சிரமம் இருக்கவில்லை என்றார்கள். பழக்கதோஷமும் மனநிலையும்தான் ரசனை மாற்றத்திற்குக் காரணமா?

நித்தியவல்லியின் கடன்கழிப்பு

# 25

## பண்டைய தமிழகத்தில் நாட்டார் நிகழ்த்துக் கலைகள்

பண்பாட்டின் கூறுகளை வீரியத்துடன் வெளிப்படுத்துபவை நாட்டார் நிகழ்த்துக் கலைகள். இவை மரபுவழியான பண்பாட்டு எல்லைகளை யும் மரபுவழியான பார்வையாளர்களையும் கொண்டவை. அதனால் தமிழ்ப் பண்பாட்டைப் புரிந்துகொள்வதற்கு நிகழ்த்துக் கலைகள் பற்றிய அறிதல் தேவை. பழம் பண்பாட்டுக் கூறுகளை உள்ளடக்கிய நாட்டார் கலைகள் பற்றிய முந்திய காலச் செய்திகளை அறிய செம்மொழி இலக்கியங்கள் உதவுகின்றன.

பழம் இலக்கியங்களில் தொகை நூல்களாகக் கருதப்படும் பத்துப்பாட்டு, எட்டுத்தொகை, சிலப்பதிகாரம், மணிமேகலை ஆகியவை முக்கிய மானவை. இவற்றில் நாட்டார் நிகழ்த்துக் கலை களைக் குறித்த செய்திகள் குறிப்பாகவும் பூடக மாகவும் காட்டப்படுகின்றன. தொகைநூல்களும் காப்பியங்களும் ஒரே காலத்தில் எழுதப்பட்டவை அல்ல. இவை கி.மு. 500இலிருந்து கி.பி. 200வரை உள்ள காலத்தவை என்பது பொதுவான கருத்து. இதன்படி 700 ஆண்டு காலகட்டங்களில் இந்த நூல்கள் எழுதப்பட்டன என்று கருதலாம்.

பழம் இலக்கியங்களில் மட்டுமல்ல தமிழகத்தில் கிடைத்த அகழாய்வுச் செய்திகளிலும் பிராமி கல்வெட்டுகளிலும் பழம்கலைகள் குறித்து அறிய சான்றுகள் கிடைக்கின்றன. பழம் தமிழகத்தில்

அ.கா. பெருமாள்

கூத்து, நாடகம், நடனம் என எல்லாமும் ஒரே பொருளில் வழங்கப்பட்டன. இவற்றில் கூத்து என்பதை நாட்டார் வழக்காறு தொடர்பான சொல் என்று ஊகிக்கலாம்.

பண்டைய நிகழ்த்துக் கலைகள் பொதுவான ஆட்டத்துடன் தொடர்புடையன. குதித்தல் என்ற விளையிலிருந்து கூத்து உருவானது. சிவன் குதித்து ஆடியதால் கூத்தன் எனப்பட்டான். 19ஆம் நூற்றாண்டில்கூட நிகழ்த்துக் கலைகள் ஆட்டத்துடனேயே பெரிதும் தொடர்புடையதாய் இருந்தன. தென்பகுதியில் உள்ள சவுட்டு நாடகம் குதித்து ஆடுதல் தொடர்புடையதாய் இருந்தது.

பழம் பண்பாட்டில் வாழ்வின் ஒரு கூறாக ஆட்டம் இருந்தது. அரசர், புலவர், பொதுமக்கள் என எல்லோரும் ஆட்டத்தை விரும்பினர். சோழன் கரிகாலனின் மகள் ஆதிமந்தியின் கணவன் ஆட்டனத்தி ஆடுவதில் வல்லவன். அழகும் பொலிவும் உடைய அவன் காலில் கழலையையும் இடையில் மணியையும் கட்டிக்கொண்டு ஆடினான். இவன் காவிரியின் கரையில் நின்று ஆடியது பற்றிய செய்தி அகநானூற்றில் வருகிறது.

பதிற்றுப்பத்து என்ற நூல் ஆடு கோட்பாட்டுச் சேரலாதன் என்ற அரசன் போர்க்களத்தில் துணங்கை கூத்து ஆடினான் என்று கூறும். இது போர் தொடர்பான ஆட்டம். சங்கப் புலவர் களில் ஆறுபேர் கூத்தன் என்னும் பெயரில் இருந்தனர். இவர்கள் ஆடிய கூத்து பற்றிய விவரம் கிடைக்கவில்லை. பழம்பாடல் களில் கலைஞர்களைக் குறிக்க பாணர், பொருநர், குயிலுவர், பாடினியார், வயிரியா, ஆடுநர் கோடியர், கூத்தர், விறலியர் என்னும் சொற்கள் கையாளப்படுகின்றன.

கலை நிகழ்ச்சிகள் நடத்துதல், இசைக்கருவிகளை இசைத்தல், ஆடுதல் ஆகியன செவ்வியல் கூறுகளைக் கொண்டிருத்தல் என்னும் அடிப்படையில் இந்தக் கலைகள் பெயர் பெற்றிருக்கலாம். பழம்பாடல்கள் கூறும் பாணர் விறலி எனப்படும் கலைஞர்கள் ஒரே குழுவினர்கள். இவர்கள் கலை நிகழ்த்தியது பற்றிய செய்திகள் பழம்பாடல்களில் குறைவாக வருகின்றன. ஆனால் இவர்கள் வாழ்வு நிலைகளைப் பற்றிய செய்திகளே அதிகம் கிடைக்கின்றன.

பாணன், விறலி ஆகியோரின் குழுவில் இசைக்கருவி களை இயக்கிய சிறுவர்களும் இருந்தனர். பாணர்களில் சிலர் ஒரு இடத்தில் நிலையாகத் தங்கினர்; சிலர் நாடோடிகளாக வாழ்ந்தனர். நாடோடிப் பாணர்கள் புரவலர்களையும் செல்வந்தர் களையும் தேடிச்சென்று கலை நிகழ்த்தினர். இவர்கள் சமூகச் செல்வாக்கு இல்லாமல் வாழ்ந்திருக்க வேண்டும். நிலையாகத்

தங்கிய பாணர்கள் வாழ்ந்த இடம் பாண்டிச்சேரி எனப்பட்டது. மதுரையைச் சுற்றிய சில இடங்களிலும் வைகை ஆற்றங்கரையிலும் இவர்கள் வாழ்ந்தனர் என மதுரைக்காஞ்சி கூறுகிறது.

பொதுவாக கலை நிகழ்த்திய பாணர்கள் வறியவராகவே சித்திரிக்கப்படுகிறார்கள். பாணர்களுக்கு உணவு கொடுப்பதற்கு யாரும் இல்லாததால் உணவுப் பாத்திரம் கவிழ்த்துவைக்கப் பட்டு இருக்கிறது என்று புறநானூற்றுச் செய்தி இருக்கிறது. பாணன் கல்வியறிவு உடையவனாய் இருந்தான். அவன் தமிழகத்தில் தன் சமகாலத்தில் வழங்கிய புராணக் கதைகளை அறிந்திருக்கிறான். வைதீக மரபில் இருந்த சூரன், முருகன், கொற்றவை போன்றவர்களின் கதைகளைத் தெரிந்திருக்கிறான் (பொருநராற்றுப்படை).

பாணனும் அவனது குழுவினரும் இசைக்கருவிகளைச் சுமந்து சென்றதைப் பழம்பாடல்கள் கூறுகின்றன. பாடினி வாரினால் இழுத்துக் கட்டப்பட்ட மார்ச்னை உடைய மண் தடவிய தண்ணுமை என்ற இசைக்கருவியை வைத்திருந்தாள். பாடினி படித்தவள்தான். ஆனால் பாணனுக்குக் கட்டுப்பட்டுதான் கலை நிகழ்த்தினாள்.

வேறுபட்ட ரசனையுடைய பார்வையாளர்களின் முன்னே தொடர்ந்து நிகழ்த்தப்படும் கலை புதிய பரிமாணங்களைப் பெற்று மாறிக்கொண்டே வரும். இதன்படி நாடோடியாய் வாழ்ந்த கலைஞர்களின் கலை நிகழ்வு நிலையாகத் தங்கிக் கலை நிகழ்த்திய பாணர்களின் நிகழ்வைவிட கலை நுட்பம் உடையதாய் இருந்திருக்க வேண்டும் என்று தோன்றுகிறது.

பாணர் பாட்டு பாடினர்; புலவர்கள் செய்யுள் இயற்றினர்; இருதரப்பினரின் பாடல்களும் இலக்கியத்தன்மை உடையவனாகவே கருதப்பட்டன. புலவரும் பாணரும் வேறுவேறு தளங்களில் இயங்கினார்கள். பாணர்கள் ஒதுக்கப்பட்டவர்கள்; சமூக மதிப்பில் புலவர்களைவிடத் தாழ்ந்தவர்கள். புலவர் பாணர் இருதரப்பினரின் பாடல்களும் தொகைநூல்களில் கலந்துகிடக்கின்றன எனும் பண்டைய இலக்கியங்களில் பாணர் 130 இடங்களிலும் புலவர் 43 இடங்களிலும் சுட்டப்படுகிறார்கள்.

பாணர்களின் நுட்பமான சில வரிகள் காணப்படுகின்றன. இவை அழகியல் கூறுகளைக் கொண்டவை, கவித்துவம் உடையவை. இதனால் கலை நிகழ்த்திய புலவர்களான படைப்பாளிகளுக்கு இலக்கியத் தரத்தில் எந்த அளவில் குறைந்தவர் அல்லர் என்றும் தெரிகிறது.

பழம் இலக்கியங்களில் காணப்படும் செய்திகளின் அடிப்படையில் நிகழ்த்துக் கலைகளை

- சடங்கு, வழிபாடு, புராண, இதிகாசத் தொடர்புக் கலைகள்
- பொழுதுபோக்கிற்காக நடத்தப்படும் கலைகள்
- தொழில்முறைக் கலைகள்
- போர் தொடர்பான வெற்றிக் கூத்துகள்

எனப் பகுக்கலாம். இவற்றில் போர் தொடர்பானவை தவிர பிற கலைகளின் அடையாளத்தை இன்றும் தேட முடியும்.

பழம் இலக்கியங்கள் கூறும் சடங்குசார்ந்த கலைகளில் வெறியாட்டும் குரவைக் கூத்தும் முக்கியமானவை. வெறியாட்டுக் கலை வேலைக் கையில் ஏந்தி ஆடப்படுவதாகும்; காதல், போர், முருக வழிபாடு ஆகியன தொடர்பானது. திருமுருகாற்றுப்படை, பட்டினப்பாலை போன்ற நூல்களில் இந்தக் கலையைப் பற்றிய செய்திகள் உள்ளன.

ஆண் அல்லது பெண்ணின் மேல் நாட்டார் தெய்வம் ஏறி நின்று ஆடுவது தொல்பழம் வழிபாட்டுக் கூறுகளின் அம்சமாகும். இதன் தொடர்ச்சி வேலன் வெறியாடல். வேலன் என்ற ஆண்மீதும் குற மகளான பெண்மீதும் தெய்வம் ஏறி வருவது. இதை *Trance* என்று கூறலாம். தொல்காப்பியரின் கருத்துப்படி இது காதல், போர், வெற்றி தொடர்பானது.

தலைவியின் நிலை கண்டு அன்னை வெறியாட்டுக்கு ஏற்பாடு செய்கிறாள். முருகனின் பெயரில் வெறிக்களம் அமைக்கப்படுகிறது. களத்தில் பூவும் வெண்பொரியும் தூவப்பட்டிருக்கும்; கோழிக் கொடி நடப்பட்டிருக்கும்; கடம்ப மரத்தில் ஆட்டுக்கடா கட்டப்பட்டிருக்கும்; இரவு நேரத்தில் வெறியாட்டு நடக்கும்.

வெறி ஆடுபவன் சிவப்பு ஆடை உடுத்தியிருப்பான்; சிவப்பு மாலை அணிந்திருப்பான்; கையில் காப்பு கட்டியிருப்பான்; ஆட்டத்திற்குப் பின்னணியாகத் துடி அடிக்கப்படும். பாட்டு பாடப்படும். திருமுருகாற்றுப்படை, பரிபாடல் ஆகிய நூல்கள் எழுதப்பட்ட காலத்தில் வெறியாட்டம் நிகழ்வு பார்வையாளர் களின் இடத்திற்கு நகர்ந்தது. கணவன் துடியடிக்க மனைவி ஆடியதைப் பரிபாடல் கூறும்.

வெறி ஆட்டத்தின் எச்சத்தைக் கணியான் ஆட்டம், செலாகுத்து ஆட்டம், சாமி ஆட்டம் என இப்போதைய ஆட்டங்கள்

சிலவற்றில் இனம் காண முடியும். இன்றைய கேரளத்தில் ஆடப்படும் தெய்யம், பழம்வெறியாட்டத்தின் முழுமையான சாயலுடைய ஆட்ட வடிவம் ஆகும்.

குரவைக் கூத்து ஒரு நிகழ்த்துக் கலை. இது முதலில் குறிஞ்சி நிலத்தில் பொழுதுபோக்கு, வழிபாடு என்னும் இரண்டு அம்சமாக உருவாகிப் பிற நிலங்களுக்குப் பரந்திருக்க வேண்டும். பாலை நிலத்தில் இது நிகழ்த்தப்படவில்லை. குரவைக் கூத்தில் ஏழு அல்லது ஒன்பதுபேர் கலந்துகொள்வார்கள் என்று உரையாசிரியர்கள் குறிப்பிடுகிறார்கள்.

குரவைக்கூத்து ஆண், பெண் இருவருக்கும் உரியது. ஆரம்பக்காலத்தில் மலைப்பகுதியில் இயற்கைச் சூழலில் இது நடந்திருக்கலாம். மருத நிலத்தில் பண்படுத்தப்பட்ட நிலையில் இது நிகழ்ந்தது. காதலியின் அன்பைப் பெறுவதற்கு இந்த ஆட்டம் உதவும் என்ற எண்ணம் அப்போது உருவாகியிருக்கலாம்.

ஆரம்பக்காலச் சங்கப் பாடல்களின்படி குரவைக்கூத்தைத் தொழில்முறை கலைஞர்கள் நடத்தவில்லையென்று தெரிகிறது. குடும்பக்கலைச் சடங்கு சார்ந்து இது நடத்தப்பட்ட போது சில மாற்றங்களைப் பெற்றிருக்கலாம். குரவைக்கூத்தில் பெண்களே அதிக அளவில் கலந்துகொண்டனர். சங்கத் தமிழரின் கொடை குரவைக் கூத்து. இக்கலைக்குரிய இசைக்கருவிகள் சிறுபறை, தொண்டகப்பறை, ஆம்பல், குழல், தண்ணுமை ஆகியன.

சிலப்பதிகாரம் கூறும் குரவைக்கூத்து சங்க காலக் குரவைக் கூத்திலிருந்து வேறுபட்டது. அப்போது அது அழகுணர்ச்சி யுடன் ஆடப்பட்டது. பாடல் வழிபாடு என்னும் இரண்டு நிலை களில் வளர்ச்சி அடைந்தது. இது சமயம், சமூகம் தொடர்பான நம்பிக்கைகள் வலுப்பெற்ற காலம். குரவைக் கூத்தின் பின்னணி புராணம், தொன்மம், முன்பிறவிக் கொள்கை போன்றவற்றுடன் இணைக்கப்பட்டபோது ஆட்ட முறைகளில் மாற்றம் ஏற்பட்டிருக்கலாம்.

சிலப்பதிகாரக் கதையின் ஒரு இக்கட்டான நிகழ்ச்சியில் குரவைக்கூத்து ஆடப்பட்டது. கோவலனின் கொலையைத் தொடர்ந்து ஆயர்கள் குடிகளில் ஏற்பட்ட தீய அறிகுறிகளைக் கண்டு குரவைக் கூத்து ஆடுகிறார்கள். இங்கே வட்ட வடிவ ஆடுகளத்தில் ஆடப்படுகிறது. குரல் , துத்தம் , கைக்கிளை, உழை, இளி, விறல் என ஏழு இசைகளின் பெயரால் இது பகுக்கப் படுகிறது. ஆடுபவர்களில் ஒருத்தி மாயவன், ஒருத்தி நப்பின்னை, இன்னொருத்தி பலராமன், பிறர் கோபியர்கள் எனப் பெண்கள் தம்மை உருவகித்து ஆடுகிறார்கள்.

சிலப்பதிகாரத்தில் ஆயர்பாடியில் தீச்சகுனம் தீர, குரவைக் கூத்து ஆடப்படுகிறது. இந்தக் கூத்தில் நப்பின்னையானவள்

கன்று குணிலா கனியுதிர்த்த மாதவன்
இன்று நம் முன்றில் வருமேல் அவன் வாயில்
கொன்றையும் தீங்குழல் கேளாமோ தோழி

எனப் பாடுகிறாள்.

இங்கு இது மரபுவழிச் சடங்குசார்ந்த கலையாக நிகழ்கிறது.

சிலப்பதிகாரக் குன்றக்குரவையில் கான குறவர்கள் கண்ணகியைத் தம் குல தெய்வமாகவே கருதிப் பாடுகிறார்கள். ஒரு மரத்து நிழலில் குரவைக் கூத்து நிகழ்கிறது. மலையருவியைப் பாடிய பின்னர் இறுதியில் கண்ணகியைப் பாடி முடிக்கிறார்கள். இதனால் சிலப்பதிகாரத்தில் குரவைக் கூத்துக்கு என வாய்மொழிப் பனுவல் தனியாக இருந்திருக்க வேண்டும் என்று ஊகிக்கிறார்கள்.

பண்டைய இலக்கியங்களில் ஆரம்பகால நிகழ்த்துக் கலைகளுக்குப் புராண, இதிகாசக் கதைகள் பின்னணியாக இருக்கவில்லை. கலித்தொகை, சிலப்பதிகாரம் போன்ற நூல்களின் காலத்தில் புராணங்கள் பாடுபொருளாக அறிமுகமாக ஆரம்பித்தன. இந்தப் பனுவல்களில் சிவன், திருமால் தொடர்பானவை அதிகம். இந்தக் காலகட்டத்தில் செவ்வியல் கலைகளின் கூறுகளைக் கொண்டதாய் நாட்டார் கலைகள் மாற ஆரம்பித்தன.

ஆரம்பகாலத்தில் பொழுதுபோக்கிற்காக நடத்தப்பட்ட கூத்துகள் பற்றிய செய்திகள் கிடைத்துள்ளன. முல்லை நில மக்கள் கன்றுகாலிகளைத் தொழுவத்தில் அடைத்த பின்னர் கூத்து நடத்தினர் எனக் கலித்தொகை கூறும். மலைபடுகடாம் கூறும் கழைக்கூத்து இன்றும் நடக்கிறது. இரண்டு கழைகளின் நடுவே கட்டப்பட்ட கயிற்றில் நடப்பது ஆடுவது இதன் சிறப்பு. பின்னணியாக இதற்கு இசைக்கருவி உண்டு.

நற்றிணை, குறுந்தொகை, அகநானூறு போன்ற நூல்கள் கழைக்கூத்தை ஆரியர்கள் நடத்தியதாகக் கூறுகின்றன. தமிழர்கள் அல்லாதவர்கள் நடத்திய கூத்து இது என்று உரையாசிரியர்கள் கூறுகிறார்கள். சங்க காலத்தில் பெண்களும் கழைக்கூத்தை நடத்தியிருக்கிறார்கள். இப்போது தமிழகத்தில் தெலுங்கு பேசும் டொம்பர்களும் ராஜஸ்தானி அகதிகளும் இந்தக் கூத்தை ஆடுகிறார்கள்.

பழம்தமிழகத்தில் போர்தொடர்பாக ஆடப்பட்ட கூத்து ஆட்டம் பற்றிய செய்திகள் கிடைத்துள்ளன. போர் ஆரம்பிக்கும்

முன்பும் வெற்றிபெற்றபின்பும் கூத்து நிகழ்ந்தது. போருக்குச் சென்ற அரசனின் தேருக்கு முன்பகுதியிலும் பின்பகுதியிலும் கூத்துகள் நடந்தன. இந்தக் கூத்துகள் உணர்வுபூர்வமானவை. வீர உணர்வுப் பாடல்கள் பின்னணியாகப் பாடப்பட்டிருக்கலாம்.

அகநானூற்றுப் பாடலின் கருத்துப்படிப் போர்க்கூத்துக்கள் வெறித்தன்மைகொண்டனவாய் இருந்திருக்கலாம் போர் தொடர்பான கூத்துகளில் துணங்கைக் கூத்து, வாளாமலை கூத்து, வள்ளிக் கூத்து, கழல் நிலைக் கூத்து போன்றன குறிப்பிடத் தகுந்தன. துணங்கைக் கூத்து ஆரம்பத்தில் பொழுதுபோக்கு, வழிபாடு, காதல் என்பவற்றை மையமாகக் கொண்டு நடந்தாலும் பொதுவாக இது போர்க் கூத்தாகக் கருதப்பட்டது. இதில் இளம்பெண்களே பெரிதும் பங்கேற்றனர். இக்கூத்து ஒருவரை யொருவர் நெருக்கியோ நெருங்காமலோ கைகளைப் பிடிக்க வெறிகொண்டு ஆடுவது என அகநானூறு குறிப்பிடும்.

துணங்கைக் கூத்து முன் தயாரிப்பு இன்றியும் தயாரிப்புடனும் ஆடப்படுவது. பதிற்றுப்பத்து இக்கூத்தின் பின்னணி இசைக்கருவி முழவு என்று கூறும். இந்த ஆட்டத்தின்போது குரவைவிடுவதும் உண்டு. துணங்கைக் கூத்தைப் பெண்கள் மட்டுமே ஆடினர். பெண் வேடமிட்டு ஆண்களும் இதில் பங்குகொண்டனர். இக்கூத்து, பெரும்பாலும் இரவில் நடந்தது. கூத்து நிகழ்வில் பாண்டில் விளக்குகள் எரிந்தன. பேய்கள் துணையைக் கூத்து ஆடின என்னும் செய்தி கற்பனையானது என்று கொள்ளலாம். பேய் வேடம் பூண்டு ஆடியிருப்பார்கள் என்று ஊகிக்கலாம்.

வாளாமலைக் கூத்து வெற்றிகொண்ட வேந்தன் தோற்ற அரசனைப் பார்த்து எள்ளி நகையாடி ஆடிய கூத்து என அகநானூறு கூறும். வள்ளிக்கூத்து, போர்க் கூத்தே. வெற்றி பெற்ற அரசனின் கதையைப் பின்னணியாகக் கொண்டு ஆடிய கூத்து. வாடா வள்ளி வலவர் ஏத்திய என்பது தொல்காப்பியம். உரையாசிரியர்கள் இக்கூத்து வள்ளி கதையுடன் தொடர்புடையது என்பர். கழல் நிலைக் கூத்து, போர் தொடர்பானது. வெற்றிபெற்ற மறவன் கழல் அணிந்து ஆடியது. துடி என்ற இசைக்கருவியை அடித்து ஆடிய கூத்து.

சிலப்பதிகாரத்தில் மாதவி ஆடியதாகப் பதினொரு ஆட்டங்களின் பெயர்கள் வருகின்றன. கொடி கட்டி, பாண்டரங்கம் அல்லியம், ரமல், துடி, குடை குடம், பேடி, மரக்கால், பாவை

கடையம் என்னும் 11 கூத்துக்களை ஆடுவதற்கு முன்பு கலைக் குழுவினர் தேவபாணி பாடினர்.

மாதவி ஆடிய ஆடல்கள் சிவன், கண்ணன், முருகன், மன்மதன், கொற்றவை போன்ற தெய்வங்களுடன் சாத்திக் கூறப்படுகின்றன. இந்த ஆட்டங்கள் செவ்வியல் தன்மையுடையவை. ஆயினும் நாட்டார் நிகழ்த்துக் கலைகளின் தன்மையையும் கொண்டிருக்கும். இந்த ஆட்டங்கள் தொடர்பான புராணக் கதைகள் இளங்கோ காலத்துச் செவ்வியல் பார்வையாளர்களிடம் வழங்கப்பட்டிருக்கலாம். இந்த ஆட்டங்களை நுட்பமான அரசியல் உணர்ச்சியுடைய கலை ரசிகர்களே பார்த்திருக்க வேண்டும்.

சங்க இலக்கிய காலத்தில் நிகழ்த்துக் கலைகள் தமிழகத்தில் வட்டார அளவிலும் பரவலாகவும் நடந்திருக்கலாம். சில வடிவ மாற்றம் அடைந்திருக்கலாம். பண்டைய தமிழகத்தின் கலைகள் பக்தி இயக்கக்காரர்களின் காலத்திலும் நடத்தப்பட்டு இருக்கலாம். ஆனால் அவைபற்றிய விரிவான தகவல்கள் கிடைக்கவில்லை. பிற்காலச் சோழர் காலத்தில் பழங்காலக் கலைகள் செவ்வியல் கலைகளுடன் தொடர்பற்று நாட்டார் தன்மையுடன் நடந்திருக்கலாம். சில கலைகள் செவ்வியல் கலைகளாக மாற்றப்பட்டிருக்கலாம்.

பெருவேந்தர்கள் செவ்வியல் கலைகளைப் பேணினர். இந்த வழக்கம் செவ்வியல் கலைகள், நாட்டார் கலைகள் என்ற பாகுபாட்டிற்கும் நீண்ட இடைவெளிக்கும் காரணமாக இருக்கலாம். இந்த இடைவெளி இப்போதும் தொடருகிறது.

*காக்கைச் சிறகினிலே, ஜூலை 2023*